மர்ம காரியம்

போகன் சங்கர்

தமிழினி

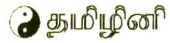

மர்ம காரியம்
போகன் சங்கர்

முதல் பதிப்பு : ஜனவரி 2021

தமிழினி
63, நாச்சியம்மை நகர்,
சேலவாயல், சென்னை-51
email: tamilinibooks@gmail.com
Journal:tamizhini.in

© போகன் சங்கர்

அச்சாக்கம் : மணி ஆப்செட், சென்னை
விலை: ரூ. 220

முன்னுரை

எழுத்தின் வடிவம் காலம்தோறும் மாறிக்கொண்டே வந்திருக்கிறது. புனைவில் ஈசாப் குட்டிக் கதைகளிலிருந்து ஆயிரக் கணக்கான வரிகள் கொண்ட காவியங்களாக மனித மனம் விரிந்திருக்கிறது. காவியங்களே பின்னர் நாவல்கள் ஆயின. பல பாகங்கள் நீளும் பல்லாயிரக்கணக்கான பக்கங்கள் கொண்ட *saga* நாவல்கள் முதல் சில கதாபாத்திரங்களின் ஒரே ஒரு நாளைச் சொல்லும் ஜேம்ஸ் ஜாய்சின் யுலிசஸ் நாவல் வரை.

ஒருவர் எழுதுவதை அவரது அகமும் புறமும் மட்டுமில்லாமல் அவர் எழுதும் ஊடகமும் தீர்மானித்தது.

Word Processor என்ற கருவி வந்த பிறகு பக்கம் பக்கமாக எழுதுவது திடீரென்று அதிகரித்தது என்று கவிஞர் *Ted Hughes* ஓரிடத்தில் சொல்கிறார். முன்பு ஒருவர் வாழ்நாளில் எழுதியவற்றை இன்று சிலரால் ஓரிரு நாட்களில் எழுதிவிட முடியும்.

ஒருபுறம் வேகமாக நிறைய எழுதக் கூடியவர்கள் பெருக அவர்கள் எழுதியவை அதிகம் எளிதாக வெளியில் கிடைப்பது நிகழ்ந்த அதே நேரம் இன்னொருபுறம் அதே தொழில்நுட்ப வளர்ச்சியின் அடுத்த படியான இணையம் மற்றும் சமூக ஊடகம் போன்ற கருவிகள் காரணமாக தொடர்ந்து நீண்ட நேரம் ஒரே புத்தகத்தை வாசிப்பதில் ஆர்வம் காட்டுகிறவர்களும் குறைந்து போனார்கள்.

சமூக ஊடகம் ஒருவரது கவனப்பரப்பை சில நிமிடங்களாகக் குறுக்கியிருக்கிறது என்பது உண்மைதான்.

இந்த சூழலில்தான் *Micro Fiction, Flash Fiction* போன்ற வடிவங்கள் தோன்றி செல்வாக்கு அடைகின்றன. யோசித்தால் இந்தக் குறுவடிவங்கள் புதியவை அல்லதாம்.

நாவல் வளர்ந்து பிரபல மடைந்த நவீன காலத்திலேயே *Somerset Maugham, Ambrose Pierce* போன்றவர்கள் எழுதியிருக்கிறார்கள்.

இது படைப்பின் அளவைக் குறித்தது மட்டுமல்ல. புனைவு, அபுனைவு, பத்தி எழுத்து, கடிதம், விமர்சனம், டயரிக் குறிப்பு

போன்ற எழுத்தின் வடிவங்களிடையே இருந்த கோடுகளும் இப்போது துலக்கமாக இல்லை. இன்றைய காலகட்டத்தில் ஒன்று எப்போதும் இன்னொன்றாகவும் இருக்கிறது.

மேற்கே David Sedaris, Lydia Davis போன்றவர்கள் இந்த வடிவ உடைப்பை நிகழ்த்தி வருகிறவர்களில் முக்கியமான வர்கள். மார்க்வஸ், இடாலோ கால்வினோ போன்றவர்களும் இது போன்ற குறுவடிவங்களை நிகழ்த்திப் பார்த்திருக்கிறார்கள்.

மர்மகாரியம் தொகுப்பில் உள்ள எண்ணங்களும் அவ்விதமே. மேற்கே புகழ்பெற்ற எழுத்தாளர்களின் குறிப்புப் புத்தகங்களும் நாட்குறிப்புகளும் கூட இலக்கிய முக்கியத்துவம் வாய்ந்ததாகக் கருதி வெளிப்படுகின்றன. ஒருவரது படைப்பு மனம் எவ்விதம் செயல்படுகிறது நகர்கிறது என்று அறிந்துகொள்ள இவை சிறந்த உபகரணங்கள்.

Tolstoy, Susan Sontag, Somerset Maugham, Henri Miller போன்றவர்களின் நாட்குறிப்புகள் அவர்களைப் பற்றி மட்டு மில்லாமல் படைப்புச் செயல்பாடு பற்றியும் பல தரிசனங் களைத் தருகின்றன. ஏனோ தமிழில் அது நிகழ்வதில்லை.

இப்போது முகநூல் சிலருக்கு ஒரு குறிப்புப் புத்தகம் போல் ஆகியிருப்பதைக் காணமுடிகிறது. இதில் பிரச்சினை என்ன வெனில் உங்களது ஒரு அந்தரங்கக் குறிப்பு உடனே ஆயிரக் கணக்கான மக்கள் படிக்கிற செய்தித்தாளாக மாறி விடும் அபாயம் இருக்கிறது.

ஆனால் எழுத்து என்பது எப்போதும் அபாயத்தின் நடுவில் ஜீவிப்பதுதான். எப்போதும் விழித்திருக்கும் சர்வாதிகாரத்தின் ஆயிரம் கண்களுக்கு முன்னாலும் ஒரு தேர்ந்த எழுத்தாளனால் ஒரு நிர்வாண நடனத்தை நிகழ்த்திவிட முடியும்.

தாங்கள் பார்த்தது ஒரு நடுவிரல் உயர்த்தலை என்று அவர்கள் அறியாமல் செய்துவிடமுடியும்.

இதுபோன்ற வெட்டவெளியில் ஆனையை ஒளித்துவைக்க முயன்ற ஒளித்துவைத்த மர்மமான அல்லது முட்டாள்தன மான காரியங்கள் பல இந்தத் தொகுப்பில் உள்ளன.

நாகர்கோவில்   **போகன் சங்கர்**
பிப்ரவரி 11
boganath@gmail.com

1

2096

அழைப்புமணி ஒலித்தது.

டெலிவரி பாயிடம் "பத்து செகண்ட் லேட்" என்றேன்.

அவன் குற்ற உணர்வுடன் "நோம் சாம்ஸ்கி பேசுகிற பார்ட்டி கிடைப்பது கஷ்டம்சார்" என்றான்.

அவன் போனதும் திரும்பிப் புன்னகைத்து "நோம் சாம்ஸ்கி மட்டும்தான் தெரியுமா?"

அவள் புன்னகைத்து "சார்லஸ் புக்கோவ்ஸ்கியும்" என்றாள்.

நான் நம்பவே முடியாமல் "உண்மையாகவா" என்றேன்.

பிறகு சந்தேகத்துடன் சொன்னேன், "பேசியதுக்கு மேல் நான் ஒரு டாலர் கூட தர மாட்டேன்."

அவள் புன்னகைத்து "அது இலவசம். எனது நூறாவது வாடிக்கையாளர் நீங்கள்."

நான் தளர்ந்து "ட்ரிங்க்ஸ்?" என்றபோது மீண்டும் மணி அடித்தது.

போலிஸ்!

அவர்கள் நீட்டிய துப்பாக்கியுடன் எனது வீட்டுக்குள் நுழைந்தார்கள்.

டெலிவரி பாய் காட்டிக்கொடுத்துவிட்டான். நான் அவனுக்கு இன்னும் கொஞ்சம் டிப் கொடுத்திருக்கலாம்.

அவர்களில் மூத்தவன் "நீங்கள் இருவரும் தனியாக சார்லஸ் புகோவ்ஸ்கி பற்றிப் பேசியதற்காக கைது செய்யப்பட்டிருக் கிறீர்கள்" என்றான்.

2

பொம்மை

ஏற்கனவே அவ்வளவு தீர்க்கமில்லாத சிலை. மண்டையன் பூசாரி தினமும் எண்ணெய், மஞ்சள், குங்குமம் என்று எதை எதையோ தடவி முழுக்காட்டி மொண்ணையாய் ஆக்கிக் கொண்டிருக்கிறான். கல்லிலிருந்து எழுந்த அதனைக் கல்லுக்கே திருப்ப முயல்கிறானோ என்று தோன்றும். "அதில்லை விஷயம்" என்றார் சித்தப்பா. "கவனிச்சுப் பாரு. அவன் சாமியைத் தன்னை மாதிரியே ஆக்கிட்டு இருக்கான்."

இன்று காலை பார்த்தேன். கையை ஆட்டி ஆட்டி வேகமாகப் போய்க்கொண்டிருந்தான். அந்தச் சிலைக்கும் அவனுக்கும் இன்னும் கொஞ்சம் வித்தியாசம்தான் இருந்தது.

எனக்கு சில்லிட்டது. பைத்தியக்காரிக்குப் பிறந்த பிள்ளை நினைவு வந்தது. எல்லா ஊரையும் போல எங்கள் ஊரிலும் ஒரு பைத்தியக்காரி இருந்தாள். எல்லா ஊர் பைத்தியக்காரிகளையும் போல தகப்பன்யாரென்று தெரியாது அவளுக்கு ஒரு குழந்தையும் பிறந்தது. குழந்தை நன்றாக இருந்தது. ஆனால் பைத்தியக்காரி குழந்தையை யாரும் எடுத்து வளர்க்கச் சம்மதிக்கவில்லை. அவள் ஒரு நாளைக்கு எட்டுத்தரம் அதைக் குளிப்பாட்டுவாள். பத்துத் தரம் பாலூட்டுவாள். அது செத்துப் போயிற்று. அது செத்துப்போய் பல நாட்கள் வரையும் அவளுக்குப் பால் சுரந்து கொண்டே இருந்தது.

அரைகுறையாக மூடப்பட்ட அவள் மார்புகளிலிருந்து பால் சொட்ட சொட்ட அவள் தெருக்களில் நடமாடிக் கொண்டிருந்தாள். பிறகொருநாள் யாரோ புகார் சொல்லி அரசாங்க வேன் ஒன்று அவளைக் கொண்டுபோனது. போகும்போது அவள் எழுப்பிய அலறல் சகிக்காது எல்லோரும் கதவை சாத்திக்கொண்டார்கள்.

தலையை உதறிக்கொண்டு சித்தப்பாவைப் பார்த்தேன்.

அவர் "நீ நினைக்கிறது சரிதான். மண்டையன் பூசாரிதான் அந்தப் புள்ளைக்கு அப்பன்.'

3

மறுபிறவி

(ஒரு மாய யதார்த்தக் கதை)

அவர் ஒரு சிறு நகரத் தொழிலதிபர். தொழில்தான் அவருக்கு எல்லாம். பிறகு அவரது நாய். அவர்கள் இருவரும் வசித்த அவரது பெரிய வீட்டில் அவரது மனைவியும் ஓரமாக வசித்து வந்தார். ஒரு நாள் அவர்கள் மூவரையும் ரத்னா தியேட்டர் மேல்மாடியில் பார்த்தோம். அது ஒரு காதல் படம். அவரது மனைவி பெரும் அழகி. ஆனால் ஆசாமி அவளுடன் பேசவே இல்லை. நாயுடன் தான் பேசிக்கொண்டே இருந்தார். அதற்குத் தனி இருக்கை வேறு. ஒரு நாயை முதல்முறையாக தியேட்டரில் பார்க்கிறோம் என்பதால் நாங்கள் அழகியையும் மறந்து அதையே பார்த்துக்கொண்டிருந்தோம். பரவாயில்லை. நாய் யாரையும் தொந்தரவு செய்யவில்லை. காதல் காட்சிகளில் நாயகன் நாயகியை நெருங்கும்போது மட்டும் இருக்கையில் எழுந்து நின்று குரைத்தது. பின்னால் இருப்பவர் மறைக்குது சார் என்றதும் அமர்ந்துகொண்டது.

இரண்டொரு மாதங்களில் அவரது மனைவி யாருடனோ ஓடிப் போய்விட்டதாகச் சொன்னார்கள். ஆனால் அது குறித்து அவர் கவலைப்பட்டதாகவே தெரியவில்லை. கேட்டதற்கு "தொலைஞ்சது கழுத" என்றாராம். அதன்பிறகு அவர்கள் இருவர் மட்டும் படம் பார்க்க வந்து கொண்டிருந்தார்கள். ஒரு நாள் அவரை மட்டும் தனியாகப் பார்த்தேன். ஆள் உடைந்து போயிருந்தார். தாடி. கழுவாத முகம். அழுக்கு உடை. நாய் செத்துப் போய்விட்டதாம். தொழிலையும் கவனிப்பதில்லை என்றார்கள்.

பிறகு சில வருடங்கள் அவரைக் காணவில்லை. பின்பு வேறொரு பெண்ணுடன் அதே தியேட்டரில் பார்த்தேன். முன்பு பார்த்த பெண்ணுக்கு நேர் எதிர். சிறு வயது. ஆனால் முரட்டு உருவம். எங்கோ பார்த்தது போலவே இருந்தது. நபரின் புதிய மனைவியாம். நாங்கள் படம் பார்க்க ஆரம்பித்தோம்.

அதுவும் ஒரு காதல் படம்தான். எல்லாம் நல்லப்படியாக போய்க்கொண்டிருந்தது.

ஒரு நெருக்கமான காதல் காட்சி வந்தது.

பின்னால் ஒரே சத்தம். அந்த அம்மணிதான். ஏதோ உரக்கச் சொல்லிக்கொண்டு இருந்தார். அவருக்குப் படம் பிடிக்க வில்லை போல. அவர் பின்னால் இருந்தவர் "மறைக்குது உக்காருங்க" என்று கத்திக் கொண்டிருந்தார்.

4

பாற்கடல்

மூக்குத்தி ஒன்று கழற்றப்படுவது போல சூரியன் மினுங்கி அணைந்தது.

"...ஆரு. இங்க உள்ள ஆள் மாதிரி தெரியலியே?"

பக்கத்தில் ஒரு நிழல் அமர்ந்தது

"நான்... நான் நாகர்கோவில்."

"சரி. இந்தப் பக்கம்?"

கேள்வி சற்று எரிச்சலை அளித்தது.

"ஒரு பிரண்டைப் பார்க்க வந்தேன்".

" யாரு?"

"க்ளீட்டஸ்."

"புருசுக்க மவன் கிளிட்டஸா? இல்லை எலிசாவோட மோனா?"

நான் சற்று கோபத்துடன் சோர்வுடன் "முதலாவது" சொன்னான்.

"அவன் புயலோட போனவன் வர்லியே"

"தெரியும்"

"கிளிட்டஸை எப்படி தெரியும்?" என்றவர் " நீங்க அரசாங்கமா?"

நான் தயங்கி "இல்ல. நான் எழுதறவன்."

"ஓ கிளிட்டஸுக்கு எப்பவுமே இந்தப் படிப்பு வட்டு உண்டு. அவன் அதையே பண்ணிருக்கலாம். ஆனா எங்க...

புருசும் சொல்பத்துலேயே போயிட்டான். ஆனா போட்ல நேரம் கிடைக்கறப்ப நாங்கல்லாம் கார்டு போடறப்ப அவன் புக் படிச்சிட்டி இருப்பான். கிளீட்டசோட பயலும் நல்லாப் படிப்பாம்."

"நீங்க படிக்கறதில்லையா?"

"எப்பவாச்சி பைபிள் படிப்பேன். என் பேரப் புள்ளைங்களோட பாடப் புத்தகங்களைப் படிப்பேன். நீங்க என்ன எழுதுவீங்க?"

நான் "எல்லாம்" என்றேன்.

அவர் "தா ரண்டு போட்டு வருது" என்றார். கண் சுருக்கிப் பார்த்து "இது கிளீட்டஸ் போட்டு இல்லை. போன வாரம் போனது" என்றார். "கொஞ்சம் கனமாத்தான் வந்திருக்காங்க. உங்களுக்கு சகாயமா வாங்கித் தரவா? வீட்டுக்கு கொண்டு போறீகளா?"

"வேணாங்க. நாங்க மீன் சாப்பிட மாட்டோம்"

"புள்ளகளுக்கும் கொடுக்க மாட்டீகளா?"

"இல்லீங்க"

"அட. புரதச் சத்துங்க. கடலம்மயோட பால். ம்ம். கிளிட்டஸுக்கு இப்படி ஒரு ஆளு. இங்கே தினம் மீன் சாப்பிடறவங்கள்ளாம் நீங்க சாவோம்னு தெரிஞ்சிதானே உள்ளெ போறீங்கன்னு சொல்றாங்க".

நான் சற்று மவுனமாக இருந்தேன். " அதையே நான் வேற மாதிரி கேக்கிறேன். இவ்வளவு பலி கொடுத்தும். ஏன் திரும்பத் திரும்ப அதுக்குள்ளேயே போறீங்க?"

அவர் திரும்பி என்னைப் பார்த்தார்

"நீங்களா இருந்தா என்ன பண்ணிருப்பீங்க?"

"இதை விட்டிருப்பேன்"

"யாரை நம்பி?"

நான் மவுனமாக இருந்தேன்.

"அரசாங்கத்தை நம்பி. இல்லையா"

"ம்ம்ம். ஒரு வகையில அதான்."

அவர் “அரசாங்கங்கள் கைவிட்டதைவிட கடலம்மை எங்களை ரொம்ப சில முறைதான் கைவிட்டிருக்கா” என்றார். “அது எங்ககிடையே உள்ள கணக்கு. நாங்க அவ கிட்டே பேசிப்போம். உங்ககிட்டேதான் எங்களால பேச முடியலை”

நான் எழுந்தேன்.

“கோச்சுக்கிட்டீங்களா. நாங்க எங்க கருத்தை சொல்லுதோம்.”

“இல்லை. நேரமாச்சு . ஊருக்குப் போனும்.”

“டீ சாப்பிடுதீகளா?”

“இல்லை எனக்கு அல்சர் உண்டும்.”

“சரி. நான் கிளிட்டஸ் வந்தாச் சொல்லுதேன்” என்றார். “நீங்க வந்தீங்கன்னு. உங்க பேரென்ன?”

நான் தயங்கி “எழுதுறவன்னு சொன்னாப் போதும்“

“அது சரி. மீனவன் மாதிரி. எழுதுறவன். அவ்வளவுதானே. நல்லாருங்க”

5

இசபெல்லாவின் கதைவீடுகள்

இசபெல்லா எல்லாப் பெண் குழந்தைகளையும் போலத் தன் தந்தையை நேசித்தாள்.

இசபெல்லாவின் பள்ளி கீழே சமவெளியில் தூரத்தில் இருந்தது. இசபெல்லா தனியாக அதற்கு நடந்தே போய் வந்தாள்.

மிகச் சில மாலைகளில் மட்டும் இசபெல்லாவின் தந்தை அவளை அழைத்துப் போக வருவார்.

வழியெல்லாம் அவர் அவளுக்குக் கதைகள் சொல்லியபடியே வருவார்.

அந்தத் தினங்களில் எல்லாம் அவர்கள் அவர் சொல்லும் கதைகளில் வரும் வீடுகளுக்கு எப்படியோ போய்விடுவார்கள்

இசபெல்லா அந்தக் கதை வீடுகளைத் தன் வீட்டை விட அதிகம் நேசித்தாள். அவைதான் எவ்வளவு அழகாக சந்தோஷ மாக இருந்தன!

ஆனால் அவர் எப்போதும் வருவதில்லை. அவர் அடிக்கடி அவர்களை விட்டுப் போய்விடுவார்.

ஒரு முறை நீண்ட காலத்துக்குப் பிறகு அவர் வந்தார். அவர் உடைகள் அழுக்கடைந்திருந்தன. கண்கள் மங்கி ஆழக்கிடந்தன.

அன்றைக்கு அவர் கதையில் எதுவோ சரியில்லை.

அவர்கள் திரும்பத் திரும்ப அவர்களது வீட்டுக்கே வந்து கொண்டிருந்தார்கள்

அன்றிரவு அவள் மிகுந்த களைப்புடன் உறங்கினாள்

மறுநாள் காலையில் மிகத் தாமதமாகவே எழுந்திருந்தாள். அவரைக் காணவில்லை.

அன்றைய மாலை அவளது தந்தை சில தினங்களுக்கு முன்பு எங்கோ தூர தேசத்தில் தனியாக இறந்துவிட்டதாக செய்தி வந்தது.

6

ஒரு சம்பவம்

சாலையில்தான் போய்க்கொண்டிருக்கிறார்கள் என்று நினைத்தால் சட்டென்று உள்ளே வந்துவிட்டார்கள்.

வெளியே நாற்காலிகளில் காத்திருந்தவர்கள் சிதறி ஓடினார்கள்.

உள்ளிருந்து ஒரு பணியாள் ஓடிவந்தான்.

"ஏய் என்ன இது!"

அவன் " எக்ஸ்ரே எடுக்கணும்"என்றான்.

பணியாள் திகைத்து "யாருக்கு!" என்றான்.

அவன் "எனக்கு" என்று சீட்டை எடுத்துக்கொடுத்தான்.

பணியாள் தளர்ந்து "உட்காருங்க. வரிசை" என சுட்டிக் காட்ட அதுவரை நான்தான் முதல்ல வந்தேன் என்று சண்டை போட்டுக்கொண்டிருந்த ஆசாமி "ஒண்ணும் வேண்டாமப்பா. முதல்ல அவங்களை அனுப்பி வைய்யி" என்றார்.

பணியாள் "சரி. நீங்க மட்டும் உள்ளே வாங்க" என்றான்.

அவன் உள்ளே போய்விட்டு உடனே திரும்பி வந்து வாயைப் பிளந்தபடி அமர்ந்திருந்த என்னிடம் "யானையைப் பார்த்துக்கோங்க" என்றான்.

7

Double indemnity

"**போ**கன்! ஒரு மனுஷன் ஒரே தப்பை ஏன் இரண்டு தடவை பண்றான்?" அவர் திடீரென்று நடையை நிறுத்திவிட்டு சாலை யோர மரத்தின் உச்சியைப் பார்த்தவாறு கேட்டார்.

நானும் அவரைப் போலவே நின்று பாக்கட்டில் கையை விட்டுக்கொண்டு மர உச்சியைப் பார்த்தேன். "முதல் தடவை சரியாப் பண்ணாததால?"

அவர் பெருமூச்செறிந்தார். நான் மர உச்சியிலிருந்து அவர் இறங்கக் காத்திருந்தேன். "கவிஞர்களை உண்மையிலேயே புரிஞ்சிக்கிறது கஷ்டமா இருக்கு."

நான் இதை ஒரு கவிஞனாக ஆமோதிப்பதா எதிர்ப்பதா என்று யோசித்தேன்.

"ஒண்ணுமில்லை. இந்த... கவிஞர்... இவன் இருக்கா மில்லியா?"

"ஆமா முந்தா நாள் கூட நான் காற்றில் நடக்கும் சிறகு போல தனித்து நடக்கும் நதி போலன்னு ஸ்டேட்டஸ் போட்டிருந்தார்."

" தனித்து நடக்கும்... மண்ணாங்கட்டி. அவன் கொஞ்ச நாளா இன்னொரு பொண்ணு பின்னால சுத்தறான். அதுதான் பராதி. பஞ்சாயத்து."

"கொடுமைசார். கவிஞன்னாஒழுக்கமாஇருக்கக்கூடாதுன்னு நினைச்சுக்கறாங்க இவங்க."

அவர் "அதில்லைய்யா. அவன் சம்சாரம் எனக்கு மகள் மாதிரியாக்கும். அவ போன்ல கூப்பிட்டு ஒரே கரச்சல். இவன் கிட்டே பேசினா சரிப்படலை. கலை மனம் கலா குணம்னு உளறுதான். இரண்டு பேரைக் கூப்பிட்டுட்டு அந்த மத்த பொண்ணைப் பார்க்கப்போனேன்."

"சரி."

"போனேனா..." அவர் நின்று மீண்டும் மர உச்சியைப் பார்த்தார்.

"பொண்ணு ரொம்ப அழகியோ?" எனக்குள் லேசாக பொறாமை எழுவது போலத் தோன்றியது. அவர் மரத்தி லிருந்து இப்போது வானத்துக்குப் பார்வையை உயர்த்தி யிருந்தார்.

"பொண்ணு உங்களை எதுவும் தப்பாப் பேசிட்டுதா?"

அவர்தலையை இல்லை என்று அசைத்தார். குனிந்துதரையை யோசனையாகப் பார்த்தார். பிறகு வியப்புடன் "சவத்தெளவு! அதை ஏன் கேக்கே? அந்தப் பொண்ணு உருவம்,வடிவம், நடை, உடை, பேச்சு, மூக்குச் சிந்தல் எல்லாம் இவன் கட்டுன வளை மாதிரியே இருக்குது!" என்றார் .

" இவன் வாழ்க்கைல ஒரு காரியத்தைக் கூட ஒருமுறை கூட சரியாப் பண்ணமாட்டானா?"

8

பிரசாதம்

(என்று ஒரு சுந்தர ராமசாமி கதை உண்டுதானே?)

இன்று நாச்சியார் கோயில் சென்றிருந்தேன். ஆண்டாளைப் போலவே திருமகள் மானுடப் பெண்ணாகப் பிறந்து பெருமாளை மணந்துகொண்ட இடம். தாயாருக்கு இங்கே சம இடம் உண்டு. தாயார், அனிருத்தன், ப்ரத்யும்னன், பிரம்மா சூழ திருக்கூட்டமாக நின்றகோலத்தில் பெருமாள் இருக்கிறார். பெரிய திருமூர்த்திகள். எனது கனவில் அடிக்கடி கிரேக்க தெய்வங்கள் போன்ற ராட்சதத் தெய்வ உருக்கள் வருவதுண்டு

இங்கே கல்கருடன் விசேடம். கருடனைப் பூஜிப்பவருக்கே லேசாக கருட சாயல் உண்டு என்பது இன்னொரு விசேடம். சிற்பி செய்து முடித்ததும் இந்தக் கல்கருடன் பறக்க ஆரம்பித்து விட்டதாகச் சொல்வார்கள். திடுக்கிட்ட சிற்பி ஒரு கல்லை சிற்பத்தின் மீது எறிந்து கீழே கொண்டுவந்தாகச் சொல்வார்கள். எவ்வளவு அழகான கதை! நிற்க.

நான் கதையை வியந்துகொண்டே பிரகாரத்தைச் சுற்றி வந்தேன். கொஞ்சம் உடல் சரியில்லை. மெதுவாகத்தான் சுற்றிக் கொண்டிருந்தேன்.

மதிலை ஒட்டி ஒரு விளாமரம் நின்றிருந்தது. அதில் நிறைய விளாம்பழங்கள் தொங்கிக்கொண்டிருந்தன. நான் அதை நெருங்கியதும் ஒரு பழம் என் முன்னால் உதிர்ந்து விழுந்தது. நான் அதை எடுத்து அதன் ஓட்டைப் பிரித்துப் பார்த்தேன். நல்ல பழம். கையில் பிசின் போல ஒட்டியது. விளாம்பழத்தின் உள்பகுதி எனக்கு எப்போதும் பெண் உறுப்பை நினைவூட்டும். அப்போது பின்னாலிருந்து "உனக்குத்தான்" என்று ஒரு குரல் கேட்டது. பின்னால் கழுத்து நிறைய ருத்திராட்ச மாலைகளுடன் ஒரு சாமியார். "உனக்குத்தான் பிரசாதம். எடுத்துக்கோ" என்றார். பின்னால் கையில் ஹெல்மட்டுடன் ஒரு பெண் நின்றிருந்தாள். "விளாம்பழம் நல்ல மருந்து."

நான் "அப்படியா?" என்றேன். பின்னால் நின்றிருந்த பெண்ணின் கண்கள் மிக அழகாய் இருந்தன. "அப்படியா? எதுக்கு மருந்து இது?"

அவர் "சளி நீக்கும். வயிற்றுப் புழு நீக்கும்" என்றார். பிறகு "அதைவிட விளாம்பழத்தை தொடர்ந்து சாப்பிட்டு வந்தால் சுக்கிலம் நீர்த்துப் போய் பெண்ணாசையே எழாது."

நான் பழத்தைக் கீழே வைத்துவிட்டேன்.

"ஏன்?"

"கோவில் சொத்து குல நாசம்" என்றேன் நான்.

"அது சிவன் கோவில். இது பெருமாள் கோவில். தவிர இது பிரசாதம்தான். சொத்து இல்லே"

"இல்லீங்க. வேணாம்"

நான் வேகமாக இடத்தைக் காலி செய்தேன்.

பேருந்து நிறுத்தத்தில் நின்றுகொண்டிருந்தபோது ஒரு ஸ்கூட்டர் என்னைக் கடந்துபோனது. அந்தப் பெண்ணின் பின்னால் அமர்ந்திருந்த சாமியார் திரும்பிக் கத்தினார்.

"அப்போ நீ திருந்த மாட்டே. என்னா?"

9

இன்றைக்கு தோனி பிறந்த நாளா?

எனக்குத் தெரியாது. அந்தப் பையனுக்கும் தெரியாது போல. அதற்கான விலையை அவன் இன்று கொடுத்தான்.

மொட்டைக் கோபுரத்தில் அவர்கள் ஏறினார்கள். இப் போதுதான் கல்யாணம் ஆகியிருக்கவேண்டும். பையன் ஐடி அடிமை போலத் தெரிந்தது. "யூ எஸ்ல எப்படின்னா…" என்று இடை யிடையே சொல்லிக்கொண்டிருந்தான். நடுவில் நபர் கொஞ்ச நாள் ஐரோப்பாவிலும் இருந்திருப்பார் போல. ஆம்ஸ்டர்டாம், மிலான் என்றும் கேசுவலாக பெயர்களை நுழைக்க முயன்றுகொண்டிருந்தார்.

பெண் டிபிகல் கும்பகோணம் என்று சொன்னால் டிபிகல் கும்பகோணம் பெண்கள் எதிர்ப்பார்கள் என்பதால் சொல்லவில்லை. கலர் காதுப்பிடி கொண்ட பிரேம். மல்லிப்பூ. சுற்றிலும் லேசாய் இனிப்பு வாசனை. லேசாக வெற்றிலை போடும் பழக்கம் உண்டோ? "ம்ம்ம்" என்று கேட்டுக்கொண்டிருந்தாள்.

அவன் களைத்து "நானே பேசறேன். நீ பேசு. உனக்கு என்ன பிடிக்கும்?" அவள் முகம் பிரகாசமடைந்து "தோனி!" என்றாள். "இன்னிக்கு தோனிக்கு பிறந்த நாள்!" பிறகு சடசடவென்று போனைத் திறந்தாள். "தோனிக்கு கோலி அனுப்பியிருக்கிற பர்த்டே விஷ். செம! இல்லே?"

அவன் அதை வாங்கிப் பார்த்துவிட்டு "யூ எஸ்ல ஒரு தடவை ஏர்போர்ட்ல தோனியைப் பார்த்தேன். அவனை யாருமே கண்டுக்கலை."

அவள் "அங்கே கிரிக்கட் கிடையாதுல்ல" என்றாள். அவன் "இருந்தாலும்... லண்டன்லேயும் தான். அவன் அவ்வளவு நல்ல ப்ளேயர் கிடையாது. அவனுக்கு கோலி, சர்மா மாதிரி நல்ல ப்ளேயர்கள் கிடைச்சாங்க. லக்கி. அவ்வளவுதான். கங்குலியை மாதிரியே"

அவள் "அய்யோ" என்றாள். "உங்களுக்கு டாடாவையும் பிடிக்காதா!" என்றாள். "நான் அவரோட டைஹார்ட் பேன். டாடா எனக்கு லெட்டர் போட்டிருக்கார்!"

அவன் அதை விளக்க முயன்றான். "சச்சின், சேவாக் இல்லேன்னா கங்குலி எங்கே இருப்பார்? ஹீ இஸ் ஆல்சொ ஜஸ்ட் லக்கி!"

அவள் "அய்யோ!" என்றாள்.

அதற்குள் பட்டீசுவரம் வந்து விட்டது. இறங்கினோம். அவள் மட்டும் ஏனோ அங்கேயே நின்றுகொண்டிருந்தாள். அவன் "என்னாச்சி" என்றான். அவள் கண்கள் கலங்கியிருந்தன. "எனக்கு மனசு சரியில்லை. நீங்க போங்க. நான் இன்னிக்கு என் வீட்டுக்குப் போறேன்" என்றாள். அவன் "என்ன!" என்பதற்குள் அவள் அதே பேருந்தில் திரும்ப ஏறிக்கொண்டு "பை!" என்றாள். மினிபஸ் டிரைவர் வழக்கத்துக்கு மாறான உற்சாகத்துடன் உடனே வண்டியைக் கிளப்பிக்கொண்டு போனான்.

ஐடி என்னைப் பார்த்துத் திரும்பி நம்ப முடியாமல் "யார் சார் இந்த தோனி? ராஸ்கல். என் வாழ்க்கைல ஏன் விளையாடுறான்?" என்றான்.

நான் "கும்ப்ளே" என்றேன்.

"என்ன?"

"என் வாழ்க்கைல அது கும்ப்ளே."

10

நாயர்களுடன் குடிப்பது

எங்களால் நடக்க முடியவில்லை. எங்கள் விடுதி தொலைவில் இருந்தது. நன்கு குடிக்க வேறு செய்திருந்தோம். ஆட்டோக்கள் எங்கள் குடியன்மார் நடை கண்டு விலகிப்போயின. நாயர் பொறுக்காமல் நின்றுகொண்டிருந்த ஒரு காரின் சன்னல் கதவைத் தட்டினார். உள்ளிருந்தவன் தலை நீட்டி "க்யா?" என்றான். அனந்தன் நாயர் "எடா உன்னோட வாத்து பாஷையை வேறெங்கிலும் போய்ப் பற. நீ மலையாளிதன்னே. நிண்ட முகத்தில் ஒரு கள்ள லக்ஷணம் பூரணமாய் உண்டல்லோ?"

அவன் ஹெட்போனைக் கழற்றிவிட்டு எரிச்சலுடன் "நிங்களுக்கு எந்தா வேண்டே?"

நாயர் "இந்தக் கார்" என்றார்.

"எந்தா?"

"ஈ கார் வேணும்"

அவன் "விக்கான் உத்தேசமில்லா."

நாயர் "விக்கணும்" என்றார். "வித்தே பற்று."

அவன் என்னிடம் திரும்பினான் "ஈயாளுக்கு வட்டானோ?'

நாயர் அவன் முகத்தைக் கைகொண்டு திருப்பினார். "வட்டு நிண்ட தகப்பன். என்னோட சம்சாரிடா."

நான் - "நாயரே வேண்டா."

அவன் - "ஞான் போலிசை விளிக்கும்."

நாயர் - "அப்போ நீ என்னைத்தான் விளிக்கணும். ஞானாக்கும் இவ்விடத்து சர்கிள். விளிடா நீ போலிசை. விளிச்சுப் பாரடா."

அவன் சந்தேகமடைந்து "சாருக்கு எந்தா வேணும்?" என்றான்.

"பறஞ்சதல்லே? கார். ஈ கார்"

அவன் இப்போது கெஞ்ச ஆரம்பித்துவிட்டான்.

"அய்யோ சாரே ஞங்கள் வீட்டில் இது ஒத்தைக்கு ஒரு காரா."

"எடா. பணம் தராமடா."

"பணமா?"

"அதே. இது ஏது காரா? மாருதி ஸ்விப்ட். பண்ணைக் காரா. ஞான் இதுக்கு உனக்கு அஞ்சு லட்சம் தராமடா. ஒரு புதிய காரிண்டே விலை."

அவன் இப்போது என்னைப் பார்த்தான் "சார் ப்ளீஸ். ஞான் ஏற்கெனவே எனக்க காமுகியோட வல்லாத்தொரு பிரச்சினையில் சோகிச்சு இருக்கியானு."

"உனக்கு விசுவாசம் இல்லே?" நாயர் கோபமடைந்து விட்டார். "எடா நீ விசுவசிச்சில்லே?" அவர் சட்டென்று வேட்டியை அவிழ்த்தார். நான் நாயரே என்று பதறினேன்.

நாயர் அங்கே ஒரு மஞ்சள் பை வைத்திருந்தார். அதனுள் கத்தை கத்தையாகப் பணம்.

*

மறுநாள் நாயர் எழுந்திருக்கும்போது மாலை நான்கு மணி.

நாங்கள் முந்தின நாள் இரவு அவர் பண்ணிய சேட்டைகளைப் பேசிச் சிரித்துக்கொண்டிருந்தோம். அவர் வேறு நபர் போல் கேட்டுக் கொண்டிருந்தார்.

“எல்லாம் சரி. திடீர்னு மடியிலிருந்து எடுத்தீங்களே பணம் அவன் காரை வாங்க. அதான் கிளைமாக்ஸ்.”

அவர் சலனமின்றி “ஏது பணம்?” என்றார். “எடா என் கையிலே ஒத்த சக்கரம் இல்லா. பாரிலே பழம்பொரி கூட நீயல்லே வாங்கியது?”

நான் அந்தப் பையை எடுத்து அவர் மேல் வீசினேன். “போதும் உங்க களி”

அவர் அதை எடுத்துப் பிரித்தார். பிறகு “எடா இது என்னோட தல்லா.” என்றார் “யாருடையதுன்னும் எனக்கு தெரியாது.”

11

கடைசிப் பேருந்தும் போய்விட்டது அல்லது கடைசிப் பேருந்தையும் விட்டுவிட்டேன்

நான் அந்தக் கிராமத்துப் பேருந்து நிலையத்தில் சோர்வுடன் அமர்ந்தேன். அப்போது “என்னைத் தெரிகிறதா” என்று ஒரு குரல் கேட்டது. நான் குரல் வந்த திசையைப் பார்த்தேன். ”வெளிச்சத்தில் வந்தால் தெரியும். நாம் சந்தித்திருக்கிறோமா?”

“ஆமாம். திருவனந்தபுரத்தில்.”

“எங்கே? கைரளி தியேட்டரிலா? அல்லது பப்பனாபசாமி க்ஷேத்திரத்திலா?”

“திருவனந்தபுரம் சூவில்.”

“சூவிலா!”

“ஆமாம் அப்போது நான் உங்களிடம் ஒரே ஒரு உதவி கேட்டேன். மறுத்துவிட்டீர்கள்.”

“ உதவியா? என்ன உதவி? நான் பொதுவாக எல்லோருக்கும் உதவி செய்கிறவள்.”

“எனது கூண்டுக்கதவை திறந்துவிடும்படி நான் உங்களைத் கேட்டுக்கொண்டேன்.”

நான் மவுனமாக இருந்தேன்.

“ஒரு எளிய உதவிதான் அது. யார் வேண்டுமானாலும் செய்யக்கூடிய சிறிய உதவி.”

நான் எழுந்தேன்.

“எங்கே போகிறீர்கள்? இங்கே நாய்த் தொல்லை அதிகம்.”

“பரவாயில்லை. எனக்கு இரவுநடை போகும் பழக்கம் உண்டு.”

நான் நடக்க ஆரம்பித்தேன்.

“ சீக்கிரம் வந்துவிடுங்கள் கடைசித் தெருவில் இரவானதும் தாலாட்டு என்ற பெயரில் ஒரு பெண் பாட ஆரம்பித்து விடுவாள். கொடூரமாக இருக்கும்.”

“சரி.”

12

How to name it?

எனக்கு ஒரு வினோதப் பழக்கம் உண்டு. சில இரவுகளில் கடும் மனப் பதற்றத்துக்கு உள்ளாகிவிடுவேன். உறக்கம் வராமல் விழித்திருக்கையிலேயே தீய கனவுகளைக் கண்டு கொண்டிருப்பேன். விசயம் கை மீறிச் செல்கையில் வீட்டை விட்டு வெளியே வந்து அருகில் உள்ள ஒரு பெரிய மரத்தை நோக்கிப் போவேன். அதை நெருங்கி அதைத் தொட்டு “மரம்!” என்பேன். அமைதி அடைந்துவிடுவேன்.

ஒருமுறை கொல்லத்தில் ஒரு மூன்று நட்சத்திர ஓட்டலில் வைத்து இரவு தாக்குதல் வந்துவிட்டது. அப்போது புகைத்துக் கொண்டிருந்தேன். ஆனால் அது பிரச்சனையைத் தீவிரப் படுத்தவே செய்தது. மதுவையும் அப்போது விட்டிருந்தேன். எனக்கு கடும் மூச்சுத் திணறலும் மரண பயமும் ஏற்பட்டது.

நான் ஏறக்குறைய என் அறையை விட்டு இறங்கி கீழே ஓடினேன். வரவேற்பு அறையில் இருந்த நபரிடம் அருகில் மரங்கள் எங்கே இருக்கின்றன? என்று அலறலாய்க் கேட்டேன். அவர் குழப்பத்துடன் நீச்சல் குளத்தைக் காட்டினார். அங்கே வரிசையாக எண்ணெய்ப் பனைமரங்கள் நின்றிருந்தன. ஒரு கணம் தயங்கினேன். எனக்குப் பிடிக்காத மரம் அது. எனினும் வேறு வழியில்லை. ஓடிப்போய் அதைத் தொட்டு "மரம்!" என்று கத்தினேன்

"மரம்! மரம்! மரம்!"

எண்ணெய்ப் பனை மரம் அமைதியாக இறுக்கத்துடன் இருந்தது, எதையும் அளிக்காமல்.

அப்போது அவரைப் பார்த்தேன்.

நீச்சல் குளத்தின் கரையில் அமர்ந்து மது அருந்திக் கொண்டிருந்தார். "அதன் ஊர் ஆப்பிரிக்கா" என்றார். "அதற்கு மரம் என்றால் புரியாது. நீ அவர்கள் மொழியில் பூம் என்று சொல்"

நான் திரும்பி "பூம்" என்றேன். "பூம்!பூம்!பூம்!"

என் நரம்புகள் தளர்ந்தன. உடல் விடுபட்டது. ஒரு குளிரலை என்னுள் பரவியது.

நான் அவரிடம் நன்றி சொல்லிவிட்டு அறைக்கு வந்து பத்து மணி நேரம் உறங்கினேன்.

*

How to name it பதிவைப் படித்துவிட்டு ஒருவர் "I think you need treatment" என்றார். எனக்கு அவர் சொல்வது புரிந்தது. நான் அவரிடம் "ஜேம்ஸ் ஜாய்ஸுக்கும் ட்ரீட்மெண்ட் தேவையா?" என்றேன். புரியவில்லை என்றார்.

ஜேம்ஸ் ஜாய்ஸின் மகளுக்கு கடும் மனச்சிதைவு இருந்தது. அவர் அவள் மீது உயிரையே வைத்திருந்தார். அவர் அவளை கார்ல் யுங்கிடம் சிகிச்சைக்காக அழைத்துப் போனார். யுங் ஜாய்ஸின் நூல்களைப் படித்திருந்தார். அவர் மகளைப் பரிசோதித்துப் பார்த்துவிட்டு ஜாய்ஸிடம் சொன்னார்.

"பாருங்கள். நீங்கள்மிதக்கிறஇடத்தில்இவள்மூழ்குகிறாள்."

13

ஏழாவது வீடு 1

நான் எனது மொபைல் எண்ணை ரொம்ப ரகசியமாக வைத்திருந்தேன் என்று நினைத்த காலம் உண்டு. போனில் அதிகம் பேச விரும்புவதில்லை. போனில் நான் வேறு ஆளாகி விடுகிறேன். தவிர நான் பேசுவது நெல்லை குமரியின் பிரத்தியேக $8x$ வேகத் தமிழ். அதில் இடக்கரடக்கல்கள் வேறு. அதை சாவகாசமாக $1x$ வேகத்தில் புரிந்துகொண்டு ஒருவருடம் கழித்துத் திட்டியவர் உண்டு. தவிர பிறர் நேரத்தை வீணடித்துவிடக் கூடாது என்ற பதற்றமும் உண்டு. மறுதலையும் உண்டு.

முன்பு எனக்கு வரும் நேரம் தின்னும் போன் கால்கள் வீட்டுக்குள் வழி தெரியாமல் வந்துவிட்ட ஆவிகளை விரட்டுவது எப்படி? ஜோதிடம், மாற்று மருத்துவம் என்பவை பற்றியதாக அதிகம் இருக்கும். யாராவது ஒருவருக்குப் பொழுது போகாமல் ஜோசியம் சொல்லியிருப்பேன். அது நூறு சதம் சரியானதாக இருப்பது போல அவருக்குத் தோன்றி ஆயுசு முழுக்க என்னை $stalk$ பண்ணிக்கொண்டிருப்பார். அவர் மட்டுமில்லாமல் அவரது மச்சினிச்சி வரைக்கு எனது எண்ணைக் கொடுத்து "சார் என் புருஷனுக்கு அதில அதிகம் ஈடுபாடு வர என்ன பரிகாரம் பண்ணணும்?" "அவனுக்கு சரியா சாப்பாடு போட்டா போரும்'னு சொல்ல முடியாது. அவர்கள் எதிர்பார்ப்பது 'கோள்களின் கோலாட்டத்தை.'

இப்போதெல்லாம் என்னிடம் காதில் குரல்கள் கேட்கின்றன என்று நிறைய போன்கள் வருகின்றன. "எனக்கே பிறந்ததிலிருந்து கேட்டுக்கிட்டு இருக்குதுங்க" என்று சொல்லித் தேற்றி வருகிறேன். இன்னொரு வகை புதிய கவிஞர்கள். முந்தின நாள் தனது இருபதாவது தொகுப்பை வெளியிட்டிருக்கும் இளம்கவி ஒருவர் தன் புதிய கவிதைகளை வாசித்துக் காண்பித்தார். நான் பல்வலியின் காரணமாக ம்ம்ம்ம்ம் கொட்டிக்கொண்டிருந்தேன். அவர் அதை ஊக்குவிப்பாக எடுத்துக்கொண்டு முழு தொகுப்பையுமே போனில் வாசித்துக் காண்பித்ததில் மறுநாள் எனக்கு காதுவலி வந்து விட்டது.

ஏழாவது வீடு 2

இப்படிப்பட்ட நிலையில் பட்ட காதிலேயே படும் என்ற மொழிக்கேற்ப எனது பழைய கஷ்டமர் ஒருவர் போன் செய்தார். அன்னார் ஒரு மருத்துவர். அவருக்கு ஜோதிடத்தில் புலமை உண்டு என்று நம்ப விரும்புகிறவர். அதை என் வாயால் சொல்ல வேண்டும் என்றும் விரும்புகிறவர். அவருக்கு நைட் ஷிப்ட் வரும்போதெல்லாம் எனக்குப் போன் பண்ணி பல்வேறு ஜாதக நுணுக்கங்களை அலசுவார். எல்லாம் அவர் குடும்ப ஜாதகங்கள்தான் என்பது வேறு பிரச்சினை. ஒரு தடவை அவரது அம்மா 90 வயது வரை இருப்பார் என்று நான் சொன்னதற்கு என்னை "என்ன இப்படி கருணையே இல்லாம பேசறீங்க" என்று கோபித்துக்கொண்டார். அவரது அம்மா செத்தால்தான் அவருக்கு குடும்பச்சொத்து பாகம் கிடைக்கும் எனும்போது நான் செய்தது ஈவு இரக்கமற்ற கொடூரமான செயல்தான்.

இரண்டு வருடங்களுக்கு முன்பு அவரது பெண்ணுக்கு மாப்பிள்ளை தேட ஆரம்பித்தார். அவர் மிகக்குறைவாக ஆயிரம் ஜாதகங்களை மட்டுமே எடுத்துக்கொண்டு ஒவ்வோரிரவும் எனக்கு போன் செய்து இரண்டு மணி நேரம் மட்டுமே ஆலோசனை செய்தார்.

இப்படி அலசியசி அவர் வந்து சேர்ந்த ஜாதகம் சுத்தமான ஜாதகம். என்னிடம் "தங்கபஸ்பம் மாதிரி ஜாதகம்" என்றார். நான் தயங்கி "பொண்ணுக்கு ஏழுல செவ்வாய் இருக்கே. அதே மாதிரி பொருத்தணும்னு சொல்வாங்க."

ஆனால் அவர் அதற்கான பதிலைத் தயாராக வைத்திருந்தார். "அது செவ்வாயோட சொந்த வீடுதானே." நான் "சரி" என்றேன்.

உண்மையில் நான் ஏழில் செவ்வாய் பற்றி கவலை கொள்ள வில்லை. டாக்டரின் மகளை நான் அவருக்கு மிகச்சரியாக ஏழாவது வீட்டில் இருக்கும் ஜெகதீசுடன் அடிக்கடி சினிமா தியேட்டர்களில் பார்த்திருக்கிறேன். நாகர்கோவிலில் மலையாளப்படம் வந்தால் மட்டுமே நான் சினிமா செல்வது. என்னைப் போலவே அவர்கள் இருவரும் மலையாளப்பட ஆர்வலர்கள் மட்டுமே என்று எனது தமிழ் பகுத்தறியும் மனம் நம்ப மறுத்தது.

ஆனால் ஏனோ ஏழாவது வீட்டு ஜகதீசும் டாக்டரின் மகளும் அது விஷயமாக டாக்டரிடம் எதுவுமே சொல்லவில்லை போல.

மகள் கல்யாணம் ஆகி பெங்களூர் போனார். ஒரே மாதத்தில் திரும்ப வந்தார். சுத்த ஜாதகர் படுக்கையைப் பார்த்தாலே பாய்ந்து உறங்கி விடுகிறானாம். ரொம்ப சுத்த ஜாதகன் போல.

"மனுஷன் வாழ்க்கல கொஞ்சம் அசுத்தம் இருக்கணும் சார். இல்லேட்டா அவன் செத்துடுவான்." என்று நான் சொன்னதை தத்துவம் என்றும் சொல்லலாம். *"It comes from your antibiotic mindset. Lets go probiotic."*

அதன்பிறகு ஆறு மாதங்கள் சண்டை, சமரச முயற்சிகள், சமரச முயற்சிகளில் பேசப்பட்ட தடித்த வார்த்தைகளால் ஏற்பட்ட இன்னும் பெரிய சண்டைகள் என்று போனது. முடிவில் விவாகரத்து.

நான் திரும்பவும் ஜகதீஷை மலையாளப் பட ஆர்வலராக துணையுடன் பார்க்க ஆரம்பித்தேன்.

இந்த ஜனவரியிலிருந்து டாக்டர் புதிய ஜாதகங்களுடன் என்னை ஆலோசிக்க ஆரம்பித்தார். இம்முறை 'உங்கள் சொல்படியே ஏழுல செவ்வாய் உள்ள ஜாதகத்தையே பார்க்கப்போறேன்"

நான் மறுபடி ஏழாம் வீட்டு ஜகதீஷ் பற்றி சொல்ல நினைத்து விட்டுவிட்டேன்.

நேற்று அவர் போன் பண்ணினார் "சார் கடேசில அதே மாதிரி ஒரு ஏழாம் வீடு செவ்வா உள்ள ஆளைப் பிடிச்சிட்டேன்."

''அப்படியா சந்தோஷம். எங்கே?"

"ஆச்சர்யம் பாருங்க. நாம எங்கெங்கேயோ தேடினோம். ஆளு பக்கத்லேயெ இருந்திருக்கான். அதே தெரு."

எனக்கு லேசாக சந்தேகம் தோன்றி "பையன் பேரு?"

"ஜகதீஷ்" என்றார். "ரொம்பத் தங்கமான பையன். வந்து பெண்ணைப் பாருப்பான்னேன். அப்பாம்மா பார்த்தா சரிதான் னுட்டான். கோள்களின் கோலாட்டத்தைப் பார்த்தீங்களா!"

14

காமதேனு

தாத்தா இளம்வயதிலேயே காச நோய் வந்து இறந்து விட்டார். அப்போது நாஞ்சில் நாட்டில் டிபி தாராளம். ஆசாரிப்பள்ளத்தில் வைத்துப் பார்த்தும் பயனில்லை. ஆச்சிக்குப் பெரிய படிப்பில்லை. பின்னால்தான் ஒரு கன்னியாஸ்திரியிடம் படித்தாள்.

ஆகவே மேனேஜர் ஏமாற்றி கையெழுத்து வாங்கி சொத்துக்களை எல்லாம் பிடுங்கி நடுத்தெருவில் மூன்று குழந்தைகளோடு அலையவிட்டான். அவனது ஒரே பெண் சித்த சுவாதீன மாறாட்டம் ஏற்பட்டு அஞ்சு கிராமம் கிணற்றில் விழுந்து இறந்தது வேறு கதை.

அப்பாவும் இரண்டு சகோதரர்களும் நெல்லைச் சீமையில் வெவ்வேறு இடங்களில் வளர்ந்தனர். ஆச்சி வேறு உறவினர் வீட்டில் பத்து பாத்திரம் தேய்த்துக்கொண்டிருந்தாள். இவர்கள் நால்வரும் வருடத்துக்கு ஒருமுறை பங்குனி உத்திரம் அன்று சந்திப்பார்கள்.

அப்பாவைக் கூட்டிப்போன அத்தைக்குப் பிள்ளை இல்லை. ஆனால் எட்டுப் பசுமாடுகள் இருந்தன. அவற்றைப் பராமரிக்கிற பொறுப்பு அப்பா மீது விழுந்தது. அப்பா எந்த ஒரு பசு மாடும் அருகில் போனால் பசுமாட்டுத்தனத்தோடு இருப்பதில்லை என்று கண்டுபிடித்தார். அவரது இளமைப் பருவம் முழுக்கவே அவருக்கு மாடுகளோடு மல்லாடிக் கழிந்தது. அப்பா நாத்திகரும் இல்லை, அதிக ஆத்திகரும் இல்லை. ஆனால் அவருக்கு இந்த கோமாதா குலமாதா அரசியல் மட்டும் பிடிக்காது.

ஆனால் அம்மாவுக்கு மாடுகள் வளர்க்க வேண்டும் என்ற ஒரு ஆசை இருந்தது. பால் விற்றே கட்டிக்கொடுக்கப் பட்டவள் அவள். இது விசயமாக அவர்களிடையே சண்டைகள் ஏற்பட்டுக்கொண்டே இருந்தன. ஒரு நாள் அம்மா அப்பாவைக் கேட்காமலே ஒரு மாட்டை வாங்கி விட்டாள். அப்பா ஆபிசிலிருந்து வருகிறார். வீட்டில் ஒரு மாடு நிற்கிறது. அப்பா பையை எடுத்துக்கொண்டு வெளியேறிவிட்டார். பதினைந்து

நாட்கள் வரவே இல்லை. அம்மா அதை வாங்கிய கோனாரிடமே பாதி விலைக்கு விற்றாள். அதை எப்படியோ தெரிந்துகொண்டு அப்பா மறுபடி வந்து சேர்ந்தார்.

அப்படிப்பட்ட பசு விரோதியான அப்பா இறந்தபின் ஒரு வினோதம் நிகழ்ந்தது. பதினாறாம் நாள் காரியம் முடிந்த அன்று மதிய உணவுக்கு எங்கிருந்தோ முப்பதுக்கும் அதிகமான மாடுகள் எங்கள் வீட்டுக்கு முன் வந்து தெருவையே அடைத்துக் கொண்டு நின்றன. எல்லா மாடுகளுக்கும் அம்மா தன் கையால் கண்ணீருடன் உணவளித்தாள்.

15

ஒரு நாள் கழிந்தது

இன்று காலை சரியாக 5:32 மணிக்கு நான் இந்திய சுதந்திரப் போராட்டத்தில் குதித்தேன். காந்தியிடம் கிலாபத் இயக்கத்தின் பாரிய விளைவுகள் பற்றி விவாதித்துக்கொண்டிருந்தபோது என் மனைவி பையுடன் வந்து பால் வாங்கி வரச்சொன்னாள்.

5:37 மணிக்கு நான் பிரஞ்சுப் புரட்சியில் இருந்தேன். இம்முறை நான் புரட்சிக்கு எதிர்த்தரப்பில் இருந்தேன். ராணி அந்தோணிட்டாவை அழைத்துக்கொண்டு தப்பித்து ஓடிக்கொண்டிருக்கும்போது “ரோட்டுல பார்த்துப் போவும்வே” என்று ஒரு குரல் கேட்டது. ஜார்ஜ் வாஷிங்டன் கழுத்து வரை பட்டன்களுடன் நின்றிருந்தார். நான் அவர் மூக்கை உடைக்க எண்ணி “தப்பித்துப்போன உமது அடிமை கிடைத்தானா ஜார்ஜே?”என்று கேட்டேன். அவர் முகம் சிவந்து விலகி ஓடினார்.

அப்போது களுக்கென்று ஒரு சிரிப்பொலி கேட்டது. யவனராணி. “ஆஹா அவர் ஓடியே விட்டார்” என்றாள்.

நான் அவளை ஆதுரத்துடன் நோக்கினேன். நன்கு விளைந்த அங்கங்களுடன் அவள் அங்கு நின்றது நிறைகனிகளுடன் ஒரு கொடி காற்றில் ஆடியாடி நிற்பது போல் இருந்தது.

“ஆமாம் இதென்ன வாகனம் யவனராணி? குழந்தைகள் விளையாடும் ஆடுகுதிரை போல? நீ ஆட வேண்டிய குதிரை

வேறல்லவா?"

அதைக் கேட்டதும் அவள் பலமாக நகைத்தாள். "இதை இப்போது ஸ்கூட்டி என்கிறார்கள்" என்றவள் "நீங்கள் இன்னும் மாறவே இல்லை" என்ற முத்தையும் உதிர்த்தாள். நான் அவளது கீழுதட்டின் நீர்மையை வியந்துகொண் டிருந்தபோது வெளியே என் மனைவி யாரிடமோ சொல்லிக் கொண்டிருந்தாள். "காலையில பால் வாங்க அனுப்பிச்சேன். இப்போ நடு ராத்திரில வந்து சேர்ந்திருக்காரு. தயிர் வாங்கிட்டு."

16

கவிகேரளம்

நான் பார்க்கும் முன்பு அவள் பார்த்துவிட்டாள். கை யசைத்தாள்.

நான் தயக்கத்துடன் அவள் அருகில் போனேன். உடன் ஒரு தடியன் மார்புவரை புரளும் தாடியுடன் இருந்தான்.

பார்த்தவுடன் தெரிந்தது. அவள் உறுதிப்படுத்தினாள். "சார்... மலையாளத்தில் பெரிய கவி" என்றாள்.

நான் "சாகித்ய அகாடமி வாங்கி விட்டாரா? எழுத்தச்சன்?" என்றேன்.

"இன்னும் இல்லை" என்றாள் அவள் சோகமாக. "இவருக்கு சரியாகப் பதிப்பாளர் அமையவில்லை. அது மட்டுமில்லாமல் ஒரு குடி விருந்தில் சச்சிதானந்தனை பார்த்து நீங்கள் யார்?" என்று கேட்டுவிட்டார்."

"அய்யோ மிகப் பெரிய பிழை!" என்றேன். "ஏறக்குறைய பஞ்சமா பாதகம்."

"அன்றைக்கு இவர் கண்ணாடி அணியவில்லை. உண்மை யில் அதன்பிறகே இவருக்குக் கண்ணாடி தேவை என்று தெரிய வந்தது. இப்போது அவர் உறங்கும்போது கூட கண்ணாடி அணிந்துகொள்கிறார்."

"நல்லது. பிராயச்சித்தம். என்றாவது பலனளிக்கும். இவர் இந்த நோன்பை மேற்கொள்ளுகிற விசயம் சச்சி காதில் விழும்

படி பார்த்துக்கொள்வது இன்னும் நல்லது."

"இவருக்கு என் கவிதைகளை வாசித்துக் காண்பித்துக் கொண்டிருந்தேன்."

"அப்படியானால் பிறகு வருகிறேன்" என்றேன் அவசரமாக.

அவள் என்னைப் பிடித்துக்கொண்டாள் "சேட்டா நிங்க ளோட கவிதா ஒண்ணு வாயிச்சோளு."

நான் தப்ப முயன்றேன். ஆனால் காலம் கடந்துவிட்டது.

அவன் சட்டென்று விறைப்பாக எழுந்தான். ஆறடி உயரம். கனத்த குரலில் "அந்திச்சூரியன் தனது கடைசி ரத்தத் துளியையும் பூமிக்குக் கொடுத்தப்போள்..." என்று ஆரம்பித்ததும் அந்த ஐந்து நட்சத்திர பார் திடுக்கிட்டு அமைதியாகியது. பக்கத்தில் அமர்ந் திருந்த சீக்கியப் பெண்மணியிடம் நான் "அய்யே ஞானில்லா" என்று சைகையில் காண்பித்தேன்.

"நிலவுப்பெண் வெள்ளை வஸ்திரம் உடுத்து தனது தைவத் யத்தைக் காண்பிக்க ஓடி வருகுன்னு..."

ஹாலில் சட்டென்று சிரிப்பொலி எழுந்தது. எனக்கு கொஞ்சம் வியப்பாக இருந்தது. பரவாயில்லை. இந்த இடத்திலும் கவிதை ரசனையும் அது பற்றிய விமர்சனமும் இருக்கிறதே!

ஆனால் விசயம் அதில்லை. பேரர் அருகில் வந்து "சார் அவரோட பேண்ட் கீழே கிடக்கிறது" என்று கிசுகிசுத்தான்.

நான் பதறிப் போய் கீழே பார்த்தேன். படுபாவி! சுதந்திரமாக வந்திருக்கிறான்! நான் தோழியிடம் விசயத்தைச் சொன்னேன். அவள் முகம் சிவந்தது.

"அவனுக்கு உதவி செய்!" என்றாள்.

நான் "சேட்டா கவிதா மதி. பேண்டை மாட்டிக்கொள்ளு" என்றேன். அவன் குனிந்து பார்த்தான். பிறகு சத்தம்போட்டு அழ ஆரம்பித்துவிட்டான்.

"நான் பொய் சொல்லிவிட்டேன்! அன்று சச்சிதானந்தன் முன்பும் இதுதான் நடந்தது!"

17

நதிமேல் விழும் சாயைகள்

வாழ்க்கையின் வினோதமான காலகட்டத்தில் நின்று கொண்டிருக்கிறேன். தொடர்ச்சியாகப் பிறப்பு செய்திகளும் இறப்புச் செய்திகளும் வந்துகொண்டே இருக்கின்றன. தெரிந்தவர்கள் எல்லோரும் விடைபெற்றுக்கொண்டிருக்கிறார்கள் சிலர் விடை பெற்றதே தெரியவில்லை. அவர்கள் எங்கு போய் விட்டார்கள்? பெருவெளியிலிருந்து அவர்கள்தான் ஒருவேளை புதியவர்களாக வந்துகொண்டே இருக்கிறார்களா என்று தேடுகிறேன். நேற்று ஒரு குழந்தையைக் காணப் போயிருந்தேன். மறைந்து போன தோழி ஒருவரின் கண் அதற்கு இருந்தது போலப் பட்டது.

"என்ன உளர்றே! அவங்களுக்கும் இவங்களுக்கும் என்ன சம்பந்தம்!"

நான் "ரத்த சம்பந்தம் மட்டுமேதான் ஒரு தொடர்ச்சியைக் கொண்டு வரவேண்டுமா என்ன?" என்றேன். பௌத்தம் ஆன்மா என்று நாம் நினைத்துக்கொள்வது அடுத்தடுத்து நெருக்கமாக இருக்கும் இரண்டு புள்ளிகள்தான் என்றுதானே சொல்கிறது. எங்கோ கிளம்பும் தீப்பொறி பறந்து வீழ்ந்து வேறிடத்தில் அக்கினியாக வளர்வதில்லையா!

அவள் பேசவில்லை.

எல்லாவற்றிலும் ஒரு நேர்கோடு இருக்கிறது. இருக்க வேண்டும் என்ற கட்சி அவளுடையது. எனக்கு அப்படியில்லை. ஒரு மூத்த எழுத்தாளரிடம் அப்பாவின் நிழல் அவ்வப்போது தங்கிப் போவதைப் பார்த்ததுண்டு. அப்பா என்றால் பரிவு, அக்கறை அந்த மாதிரி விஷயம் எல்லாம் இல்லை. அவரின் பதற்றம், அதனை கட்டுப்படுத்திக்கொள்வது போன்ற விஷயங்கள். இன்னொரு சக எழுத்தாளன் எனது பெரியம்மாவின் மகனேதான்.

இந்த மாதிரி சமயங்களில் என்னையே நான் திடுக்கிட்டுத் தடுத்துக்கொள்வேன். நான் இந்த உலகை எனது கடந்த காலத்தால் நிரப்புதல் கூடாது. அது ஒரு விஷத் தேக்கமாகும். மனமும் புத்தியும் உறைய ஆரம்பிக்கிறது என்பதைக் காட்டுகிறது.

ஒரு பெரிய நதியைக் கண்டதும் தயங்கி நிற்கும் ஒரு சிறிய நதியின் அச்சம் இது.

ஆனால் காலடி மண்ணையும் குழித்துப் பெயர்த்து எடுத்துச் செல்லும் மிகப்பெரிய ஒரு நதி அது, அச்சம் இயல்பானதே.

ம்ம்ம்...

"நீ இன்னொருமுறை கங்கையைப் போய்ப் பார்த்து விட்டு வா" என்றாள் அவள்.

"ஆமாம்"

18

பாருக்குட்டி

எப்போதும் என்னை தன் வீட்டு பாத்ரூமுக்குச் செல்ல அனுமதிப்பதில்லை. "நீ புறத்தே எவிடயும் போ." என்பாள். "உன் மணம் என்னைத் தொந்திரவு செய்கிறது. தூங்க விடுவதில்லை." இது என்னை மிகவும் அவமதிப்பது போல் எனக்குப் பட்டது. நான் அவளைக் காயப்படுத்தும் நோக்குடன் "உன் வீட்டுக்கு வரும் மற்ற ஆண்களிடம் இப்படிதான் சொல்கிறாயா" என்றேன்.

அவள் "இல்லை" என்றாள்.

"ஓ அவர்களது சிறுநீரெல்லாம் உனக்கு மணக்கிறதோ? இனிக்கக்கூட செய்யுமாய் இருக்கும்."

அவள் பேசாமல் இருந்தாள்.

"அவர்கள் என் வீட்டுக்கு வராத ஒரு நாளில் நான் உன்னை என் பாத்ரூமுக்குள் அனுமதிப்பேன்."

நான் "ச்சீவேசி" என்று சொல்லிவிட்டு வெளியேறிவிட்டேன்.

ஒரு வாரம் கழித்து ஒரு மலை வாசஸ்தல விடுதியில் அதிகாலையில் விழித்து பாத்ரூமுக்குப் போனேன்.

ஜன்னல் வழியே கீழே சாலையில் அரை இருளில் ஒரு பெண் குழந்தையைத் தூக்கிக்கொண்டு எங்கோ அவசரமாக ஓடுவது தெரிந்தது.

அவள் "மக்களே மக்களே" என்று கத்தியபடியே துவண்டு துவண்டு விழுந்துகொண்டிருந்த தன் குழந்தையின் உடலை உலுக்கியபடியே ஓடிக்கொண்டிருந்தாள்.

அவளுக்கு கால் வேறு சரியில்லை. நொண்டி நொண்டி ஓடிக்கொண்டிருந்தாள்.

அந்தக் குழந்தைக்கு என்ன?

நான் இருளில் அவள் ஓடிமறைவதைப் பார்த்தபடி நின்றிருந்தேன்.

"மற்ற ஆண்கள் என் வீட்டுக்கு வருவதை நிறுத்தும் நாளில் நான் உன்னை அனுமதிப்பேன்."

அய்யோ!

நான் அறைக்குள் ஓடிவந்து மிக அதிகாலை என்று தெரிந்தும் அவளை அழைத்தேன்.

எடுக்கவில்லை. திரும்பத் திரும்ப அழைத்தேன்.

ஒரு கட்டத்தில் அது ஏற்கப்பட்டு "ஹலோ?" என்ற குரல் எரிச்சலுடன் ஒலித்தது.

நான் மூச்சிரைக்க "பாரு எனக்கு புரிந்தது" என்றேன்.

"என்ன?"

"பாருக்குட்டி! எனக்குப் புரிந்தது!"

ஒரு கணம் மவுனம்.

அடுத்த கணம் அவள் குரல் சீறியது.

"போடா முட்டாள். உங்கள் உலகத்திற்குப் பெண்கள் எதற்கு?"

19

அந்தி மயங்கும் நேரத்தில் தனது சந்தியா கிரியைகளைச் செய்வதற்காக நதிக்கரையில் தனது சகடவண்டியை நிறுத்திய சிவராமன் குங்குமன் அங்கு தென்பட்ட காட்சியைக் கண்டு வெலவெலத்துப் போனான். நதிக்கரை முழுவதும் கண்ணுக்கெட்டிய தூரம் வரை பெண் எழுத்தாளர்கள்

காணப்பட்டார்கள். மறுகரையிலோ இன்னும் விசித்திரமான காட்சி. கரையே தெரியாதபடிக்கு சரித்திர நாவலாசிரியர்கள். அருகில் தனது ரதத்தை நிறுத்திய க்ருஷ்ணன் குமுதனோ தன்னை மறந்த நிலையில் 'ஒரு கோடி டர்ன் ஓவர்' என்ற சொல்லையே மந்திரம் போல் உச்சரித்துக்கொண்டிருந்தான். அப்போது எங்கோ யாரோ மேலிருந்து பற்களை நறநறவென்று கடிக்கும் ஓசை கேட்டது. அவர்கள் மேலே பார்த்தார்கள். அய்யோ அங்கே அவர்கள் கண்ட காட்சிதான் என்ன?

நதிக்கரையின் அருகிலிருந்த அம்பலத்தின் சுற்றுச் சுவர் மீதிருந்துதான் அந்த ஒலி கேட்டது. அங்கே அந்த மதிலின் மேலே வரிசையாக பல மண்டை ஓடுகள் அமர்ந்து பசி! பட்டினி! புறக்கணிப்பு! என்று முனகிக்கொண்டிருந்தன. அவர்கள் எல்லாம் தீவிர இலக்கியவாதிகள் என்று இருவரும் கண்டுகொண்டபோது அவர்கள் அச்சம் மேலும் பெருகியது. பயங்கரமான அந்தக் காட்சியிலிருந்து அவர்கள் விடுபடும் முன்பே அந்த சாலையில் யாரோ வரும் அரவம் கேட்டது. இருவரும் ஒரு ஆலமரத்தின் பின்னால் ஒளிந்துகொண்டார்கள். அந்தி ஒரு கெடுதியைப் போலத் திரண்டுவரும் அந்த நேரத்தில் ஒரு நடுத்தர உயரமுள்ள மனிதர் ஒரு குதிரையைப் பிடித்தவாறு நடந்துகொண்டிருந்தார். மயங்கிவரும் இருளில் அவர் முகம் தெரியவில்லை. அந்த மனிதர் யார்? அவர் குதிரையின் மீது ஏறிவராமல் ஏன் நடந்துவருகிறார்? என்று அவர்கள் குழம்பிக்கொண்டிருக்கும்போதே அவர்கள் ஐயத்துக்கு விடை பகிர்வதுபோல மார்கழி மாத ஐந்தாம் நிலவு சட்டென்று தன் திரையை விலக்கி வெளிவந்து அவர் முகத்தில் ஒளியைப் பாய்ச்சியது.

கிருஷ்ணன் குமுதன் ஏறக்குறைய "ஜெயமோகன் சேரன்!" என்று கத்தியே விட்டான். "பொன்னியின் செல்வன்" படத்துக்கு இவர்தான் வசனம் எழுதுகிறார். குதிரைகளைப் பற்றி பத்தாயிரம் பக்கம் இவரால் எழுத முடியும். ஆனால் குதிரையின் மீது நாம் ஏற்றிவைத்தால் கூட கீழே விழுந்து விடுவார்" என்றான். அவர்கள் அவர் கடந்துபோகிற வரை அப்படியே இருந்தார்கள். ஆனால் அவர்கள் அன்று கண்ட அற்புதங்கள் இன்னும் முடிந்துவிடவில்லை என்று சொல்வது போல அடுத்து நடந்த காட்சி அவர்களைக் கடும் குழப்பத்திலும் பீதியிலும் ஆழ்த்தியது.

ஜெயமோகன் சேரன் சென்ற சாலையில் இப்போது இன்னும் ஒருவர் வரும் ஒலி கேட்டது. அவர்கள் மறுபடியும் மறைந்து கொண்டார்கள். சற்று நேரத்தில் அந்த மனிதரும் வந்தார். அதே போல் ஒரு குதிரையை இழுத்துக்கொண்டு. ஆனால்...! அது குழந்தைகள் விளையாடும் மரக்குதிரை. அதனைத் தோளில் கட்டி இழுத்தபடி ஒரு பாடலை முணுமுணுத்தபடியே வந்து கொண்டிருந்தார்.

அதைப் பாடும்போது அவர் முகத்தில் ஒரு பயங்கரச் சாயை தென்பட்டது. "தனிமையே என் பாதை! பகடியே என் போதை!" கிருஷ்ணன் குமுதனுக்கு அவர் யாரென்று தெரிய வில்லை. ஆனால் சிவராமன் குங்குமனுக்கு ஒரு சந்தேகம் ஏற்பட்டு சற்றே முன்சென்று கூர்ந்து பார்த்தான். மறுகணம் அவன் முகம் பேய் அறைந்தது போல் வெளுத்தது. "நாசம்!இனி எல்லாம் சர்வ நாசம்!" என்று முணுமுணுத்தான். "கிருஷ்ணன் குமுதா! நாம் உடனே இங்கிருந்து கிளம்ப வேண்டும். நம்மைப் பெரும் ஆபத்து சூழ்ந்திருக்கிறது. இந்த மரக்குதிரையை இழுத்துக்கொண்டு போகும் விசித்திரச் சித்தனின் பெயர் போகன். அதி பயங்கரன்!" என்றான்.

20

மறுபடியும்

(குறுங்கதை)

2 பிப்ரவரி காலை பதினொரு மணி 2017.

சுசீலா படுக்கையில் சாய்ந்துகொண்டாள். இறுதியாக! அல்லது எல்லாம் இதற்குத்தானா? அவன் ஆடைகளை ஒவ் வொன்றாய் கழற்றுவதைப் பார்த்தாள். ஒருமுறை பதற்றத் துடன் அறையைச் சுற்றிப் பார்த்தாள். அந்த அறையை விட்டு உடனே வெளியேற வேண்டும் என்றும் அங்கேயே இருக்கவேண்டும் என்றும் இரண்டு முரண்பட்ட இச்சைகள் தனக்குள் போராடுவதை உணர்ந்தாள். அவன் தனது நகங்களைச் சீராக வெட்டியிருப்பதைக் கவனித்தாள். அவன் தோளில் ஒரு மரு இருந்தது. கட்கத்தில் முடியை கவனமாக செதுக்கி யிருந்தான். அவன் திரும்பி "ஒரு நிமிசம்" என்று பாத்ரூம்

உள்ளே போனான். சற்றே வேடிக்கையாக இருந்தது. கடைசி உள்ளாடையை அங்கே போய்தான் கழற்றுவானோ? அவள் எழுந்து விளக்குகளை அணைத்தாள். ஏசியை சற்று கூட்டி வைத்தாள். டிவி சத்தத்தை சற்று அதிகப்படுத்தினாள். படுக்கை விரிப்பை அதிருப்தியுடன் பார்த்தாள். மெதுவாக கதவைத்திறந்து அறையின் வெளியே விடப்பட்டிருந்த தனது செருப்புகளை காரிடாரில் யாருமில்லை என்று உறுதிப்படுத்திக்கொண்டு சட்டென்று உள்ளிழுத்துக்கொண்டாள். அவன் இன்னமும் வர வில்லை. என்ன செய்கிறான்? ஒரு பெருமூச்சுடன் படுக்கை யில் படுத்துக்கொண்டு சானல்களை மாற்றினாள். எல்லா சானல் களிலும் யாராவது ஒருவர் கத்திக்கொண்டிருந்தார்கள். ஒரு சானலில் யாரோ ஒரு பெண் உருகிப் பாடிக்கொண்டிருந்தாள். 'நீ இல்லாதபோது ஏங்கும் ஏக்கம் சொல்லாத கதை நூறு' அவளுக்கு ரொம்பப் பிடித்த பாட்டு. அதனுள் மூழ்கிப் போனாள். சதீஷ் எப்போது வந்தான் தெரியவில்லை. பிறந்தமேனியாய் இருந் தான். அவளைப் படுக்கையில் சாய்த்து முத்தினான். அவள் உடைகளைக் களைய உதவினான். அவள் கண்களை மூடிக் கொண்டாள். ஆனால் எப்போது அதனைக் கவனித்தாள் என்று தெரியவில்லை. சட்டென்று அவனைத் தள்ளிவிட்டு எழுந்து கொண்டாள். "என்ன இது?"

அவன் குழம்பி "எது ?" என்று பதற அவள் அதனைச் சுட்டிக் காண்பித்தாள் "இது"

அவன் "ஏன்? இதுதான் சேப். ஒரு மெடிக்கல் மேனாக இருந்துக்கிட்டு..."

"யூ பாஸ்டர்ட்."

"புரியலை சுசி. ஏன் கோபப்படறே?"

"இதை நீ எப்பவும் பையில வச்சிருப்பியா?"

"ஓ நோ. வரும்போது வாங்கினேன்"

"அப்போ உனக்கு வரும்போதே தெரியுமா இது இப்படி ஆகப் போவுதுன்னு?ப்ளான் பண்ணித்தான் வந்தியா?"

"கமான் சுசி. நீ இதை எதிர்பார்க்கலியா?"

"இல்லே. இது இயல்பா நடக்குதுன்னு நினைச்சேன்."

"இதுதான் சேப் சுசி!"

“சேப்டி பத்தி எனக்கு க்ளாஸ் எடுக்காத. நான் உன்னோட பேஷண்ட் இல்லே. நீ நடுவில போய் இதை வாங்கிட்டு வந்திருந்தா நான் இதை ஒரு குற்றச்சாட்டா சொல்லிருக்க மாட்டேன். நீ திட்டத்தோட வந்திருகே.”

அவள் சட்டென்று கண்ணீர் விட்டாள். “கமான். நான் எவ்ளோ முட்டாளா இருந்திருக்கேன். எல்லாம் இயல்பா நடக்குதுன்னு நினைச்சேன்.”

“இயல்பு இயற்கைங்கிற வார்த்தைல தொங்காதே சுசி. நாம இரண்டு பேரும் முப்பதுகளின் மத்தியில இருக்கோம்” “ஷட் அப், கடவுளே இந்த அறையில கேமிரா எதுவும் இருக்குமா தெரியலியே?”

“ஓ சுசி. நவ் யூ ஷட் அப். நீ ரொம்ப நெகடிவா இருக்கே. ஆனா ரொம்பப் புரிதலோட இருக்கற பொண்ணு மாதிரிப் பேசுனே”

“அய்யோ நான் இப்போ என்ன பண்ணுவேன்” அவள் அழ ஆரம்பித்தாள். சதீஷ் பயந்துவிட்டான். சடசடவென்று ஆடைகளை அணிந்துகொண்டான். “லுக் இப்போ எதுவும் நடக்கலை. நாம கிளம்புவோம்.”

அவள் படுக்கை நடுவே நிர்வாணமாக உட்கார்ந்து அழுது கொண்டே இருந்தாள். பிறகு அதன் அபத்தம் அவளுக்கே தோன்றி உடைகளை அணிந்துகொண்டள்.

அவர்கள் பிரியும்போது அவள் அவனிடம் “இனி ஒரு போதும் என்னைத் தொடர்பு கொள்ள முயற்சி பண்ணாதே” என்றாள் அவன் குழப்பத்துடன் “சரி” என்றான்.

2158 + கதை

வீட்டுக்குள் நுழையும்போதே கவனித்தேன். தாத்தா செர்விகல் காலர் அணிந்திருக்க பேரன் சோபா திண்டில் கால்களைத் திருப்பிப் போட்டு கழுத்தை இந்தப்பக்கம் டனா மாதிரி திருப்பி டிவி பார்த்துக்கொண்டிருந்தான். அருகில் கிடந்த பூனை கூட ஏறக்குறைய அட்டணக்கால் போட்டுக்கொண்டு தனது வயிற்றின் மேலாக என்னைப் பார்த்தது. கழுத்துவலி வந்ததிலிருந்து இப்படி எல்லோரும் அமரும் பொசிஷனையும்

கவனிப்பது வழக்கமாகிவிட்டது. பாட்டிக்கு இயல்பிலேயே கழுத்து கிடையாது. இப்போது கனமான இரண்டு தொங்கட்டான்கள் வேறு போட்டிருக்கிறாள். அவளுக்குக் கண்மையிலும் விருப்பம் உண்டு. மூத்த பேரன் கல்யாணம் வரை கொலுசு போட்டுக்கொண்டு திரிந்தாள். அந்த மறு மருமகள் ரொம்ப பயந்த சுபாவம். 'இந்த வீட்டுல ஏதோ இருக்குதுங்க. ராத்திரிலாம் சல் சல்னு சத்தம் கேக்கு" என்று பயந்து ரொம்ப நாள் தூங்காமல் இருந்து புட்டாரத்தி அம்மன் கோவில் வரை கேஸ் போனது. பாட்டி தன் மகனிடம் "எங்கம்மா எனக்கு கல்யாணத்துக்கு வாங்கிக் கொடுத்ததுடா. அதை நான் போட்டா உங்களை என்ன பண்ணுது?" என்றாள். அவர் ஒரு கணித புரபசர். இருபத்தி ஐந்து புத்தகங்கள் எழுதியிருக்கிறார். எல்லாம் வெளி நாட்டு பப்ளிகேஷன்ஸ். ஆகவே அவருக்கு அறிவு கொஞ்சம் மந்தம்தான். "பகல்ல போட்டுக்கலாமே?" என்றார். பாட்டி "பகல்லயா? அது பயர்மேன், ட்ரெக்கிங் பண்றவங் கல்லாம் போடற மாதிரி வர்க்கிங் அப்பாரல். அதை எப்படிடா பகல்ல போடறது?" என்றாள். அவர் "என்னம்மா சொல்றே?" என்று தலையைப் பிடித்துக்கொண்டார். இதுவரை மவுனமாக இருந்த தாத்தா "இவன் நம்ம குழந்தையான்னே சந்தேகமா இருக்கே. அந்த மலையாள நர்ஸ் மாத்தி வச்சுட்டா" என்றார். பாட்டி "எனக்கும் அந்த சந்தேகம் உண்டு. மூக்கைப் பாருங்க வாத்து மூக்கு" என்றவள் சட்டென்று தாத்தா பக்கம் திரும்பி பொளேரென்று முதுகில் ஒரு அறை வைத்தாள். "அந்த நேரத்திலயும் அவ கிட்டேயும் வழிஞ்சுகிட்டு நின்னீரே பாவி மனுஷா!"

22

துரத்திவந்த நாயிடமிருந்து பூனை பாய்ந்து குதித்து என் வீட்டுக்குள் ஓடிவிட்டது. என்னைப் பார்த்ததும் நாய் சடேரென்று வாக்கிங் போவதுபோல நிதானமாகி "உங்க பூனையா" என்பதுபோல் புன்னகையுடன் கேட்டுவிட்டு கடந்து போவதுபோல் நடித்தது. நான் விலகியதும் மறுபடி பரபரப்பாகித் திரும்ப வந்து கேட்டின் கிராதியைச் சுரண்டியது. நான் திரும்பி என்னா? என்பது போலப் பார்த்தேன். அது ஒன்னுமில்லை! என்பது போலப் பெருமூச்சு விட்டுவிட்டு

அடுத்த தெருவுக்கு சோர்வாக பின்புறத்தை ஆட்டியாட்டி நடந்து போனது. எதிர்வரிசையில் உள்ள வீட்டிலிருந்து ஒரு பெண்குரல் “அதும்பேரு சிவாஜி கணேசன்” என்று சொன்னது. “உங்க வீட்டுக்குள்ள போச்சே அதும்பேரு நயன்தாரா. இப்போ போயிப் பாருங்க. கண்ணாடி முன்னாலே நின்னு தன் மூஞ்சியைப் பார்த்துட்டிருக்கும்.”

23

இப்போதுதான் ஒரு இலக்கியக் கூட்டத்திலிருந்து வந்திருப் பார் போல. தலையெல்லாம் கலைந்து கண்கள் சிவந்திருந்தன. என்னைப் பார்த்ததும் நின்றார். “சுத்த... பசங்க” என்றார். நான் “டீ சாப்பிடறீங்களா?” என்றேன். அவர் “இவங்கல்லாம் என்னோட... மசிருக்குக் கூட ஆக மாட்டனுங்க. என்ன சொல்றீங்க?” நான் “டீ சாப்பிடுங்க” என்றேன். “அந்த... மவன் இன்னிக்கு சொல்றான்... ” நான் “டீ ஆறுதே?” என்றேன். அவர் சற்று சமனமாகி டீயைக் குடிக்க முயல்கையில் போன் அடித்தது. மறுமுனையில் உள்ளவர் கத்துவது தெளிவாகக் கேட்டது. “கவிதைன்னா என்னன்னு தெரியுமாய்யா?” இவர் பதிலுக்கு “ஏய் உனக்குத் தெரியுமாய்யா” என்று அலறினார்.

டீக்கடை முழுக்க மயான அமைதி. பக்கத்தில் இருந்தவர் கிசுகிசுப்பாய் “கவிதைன்னா என்னங்க?” என்று என்னிடம் கேட்டார். நான் அவரிடம் “இது வேற விஷயம் நீங்க டீயைக் குடிங்க” என்றேன். அவர் பரிதாபமாக “என் டீயைக் கொட்டிட்டாருங்க” என்றார்.

24

குரல்

முப்பது வயசு இருக்கும். திடீர்னு ஒருநாள் காலைல எந்திருக்கேன். என் குரல் மாறிடுச்சு. குரல் மாறுவதுன்னா தொண்டை கட்டிக்கறது இல்லே. இது வேற. வேற குரல். என் தொண்டைக்குள்ளருந்து வேற குரல் வருது. என் குரல் நல்ல ஆழமா இருக்கும். இது கீச்சு கீச்சுன்னு இருக்கு. நான் அப்பா கிட்டே சொல்றேன். அவர் ஔறாதடாங்கிறார். நான் ரெண்டு

நாள் பார்த்துட்டு ஒரு தொண்டை டாக்டரைப் பார்க்கப் போனேன். அவர் "பிரச்சினை ஒண்ணும் இருக்காப்ல தெரியலியே" ங்கார்.

நான் கீச்சுக்குரலில் "இல்லே டாக்டர் இது என் குரல் இல்லே" ங்கிறேன். அவர் ரெண்டு மாத்திரை எழுதிக் கொடுத்தார். அதைச் சாப்பிட்டா நல்லா வயத்தை வலிச்சு டாய்லட் போச்சு. அவ்வளவுதான். இரண்டு நாள் கழிச்சு ஒரு நாள் என்னோட காதலி எனக்கு போன் பண்ணா. அவ என் குரலைக் கேட்டதும் வேற யாரோன்னு போனை வச்சுட்டா. ஆக, என் குரல் மாறினது அவளுக்குத் தெரியுதே! அப்பா கிட்டே சொன்னா அது பத்திக் கேக்காம என்னது? காதலியா? என்னடா சொல்றே? முதுகுத்தொலி ஊறுதா? ன்னு அதுபத்தி விசாரிக்க ஆரம்பிச்சுட்டார். நான் பதில் பேசாம இருந்தேன். அவர் "என்னடா கேக்கறேன். மண்ணு மாதிரி இருக்கியே" ன்னு என்னைக் கன்னத்தில அறைஞ்சிட்டார். நான் "இந்தக் குரல்ல உங்ககிட்டே பேச விருப்பமில்லேன்னு சொன்னேன். அவருக்கு ரொம்பக் கோபம் வந்திடுச்சு. அப்புறம் ஒரு மாசம் யார்கிட்டேயும் பேசாமலே இருந்தேன். தினம் காலைல எந்திரிச்சி பாத்ரூம்ல போய் என் குரல் திரும்ப வந்திடுச்சான்னு பார்ப்பேன்.

பிறகு அப்பா என்னை வேறொரு டாக்டர் கிட்டே கூட்டிப் போனார். அந்த டாக்டர் என் தொண்டையைப் பார்க்காம கண்ணுக்குள்ளல்லாம் மருந்து விட்டுப் பார்த்தார். பிறகு சம்பந்தமில்லாம ஒழுங்கா தூக்கம் வருதா காதில குரல் கேக்குதான்னுல்லாம் கேட்டுட்டு இருந்தார்.

பிறகு "டெஸ்மாண்ட் பேக்லி கதை ஒண்ணுல இப்படி வரும். நீங்க அவரைப் படிச்சிருக்கீங்களா?" ன்னு கேட்டார். நான் பதிலே பேசலை. அவர் "எழுதிக் காட்டலாமே?" என்றார். அப்பதான் எனக்கும் அது தோணுச்சு. இந்த ஐடியா எனக்கு ஏன் முதல்லியே தோணலை? நான் அவர் கிட்டே ஒரு பேனாவை வாங்கி எழுத ஆரம்பிச்சேன். அவர் அதை வாங்கிப் பார்த்துவிட்டு "இதுல உங்களுக்கு எந்த பிரச்சினை யுமில்லே" ன்னு எழுதிருக்கீங்க! என்றார். நான் அவர்கிட்டே யிருந்து அந்த காகிதத்தைப் பிடுங்கிப் பார்த்தேன். அய்யோ!

அதில அப்பபடிதான் எழுதிருக்கு! நான் "அய்யோ! சார் இதை நான் எழுதலை. அந்தக் குரல் எழுதிருக்கு!" ன்னு கத்தினேன்.

என்னோட பழைய சொந்தக் குரலில்.

25

எஸ். எல். பி. மைதானத்தில் விடுமுறை நாளில் காலை நடை செல்வது ஒரு சர்ரியலிச அனுபவமாகும். சுரா ஏன் ரியலிசத்தை இறுக்கமாகப் பிடித்துக்கொண்டிருந்தார் என்பது பற்றிய விடை இங்கு கிடைக்கும். ரொம்பப் பயந்துபோயிருப்பார் போல.

"சவத்தெளவு அமெரிக்காவில எங்கயுமே சுக்காப்பி கிடைக்க மாட்டேங்கி" என்று கோபமாக ஒருவர் சொல்லிக்கொண்டே போனார். "மத்தபடி மருமகள்லாம் நல்ல குணம்தான். சாயங் காலம் ஏழு மணியானா போதும் மாமா நீங்க நல்ல ரெஸ்ட் எடுக்கணும்னு சொல்லி தூக்க மாத்திரையை எடுத்து நீட்டிடுவா."

"வே உன்னோட நடையைக் காத்துக்கொள்னு பைபிள்லயே சொல்லிருக்கு."

"அது அந்த நடை இல்லை" என்றார் ஒருவர் தீனமாக. புதிதாக நடக்க வந்தவர் போல.

"வே பைபிள் மாதிரி புஸ்தகங்கள்ல நிறைய விஷயங்களை மறைபொருள்ல சொல்லிருப்பாங்க. சுணை உள்ளவனுக்குப் புரியும்" மறுத்தவர் தனக்கு சுணை இல்லை என்று ஒத்துக் கொள்ள விரும்பாமல் ஆமா என்று அவர் கருத்தைஉடனே ஒத்துக்கொண்டார்.

ஒரு நடுவயதுப்பெண் காலையிலேயே அழுதுகொண் டிருந்தார். நான் திடுக்கிட்டேன். நண்பர் "இதைத்தான் கண்ணை நம்பாதீங்கன்னு சங்கரர் சொல்றார். அவங்க அழலை. சூரிய நமஸ்காரம் பண்றாங்க. கிழக்கைப் பார்த்து நிக்கறாங்க பாருங்க" ஆம். உண்மைதான். அந்தப் பெண்மணி சூரியனை முறைத்தே விரட்டிவிடும் சங்ககால மறப்பெண்களின் நேரடி வாரிசு என்று தெரிந்தது. 'அவர் கண்ணை சில பொழுதுகளிலாவது நம்புவது நல்லது,இல்லாவிடில். கூடிய சீக்கிரமே அது போக்காகி சங்கர நேத்திராலயா போகவேண்டி இருக்கலாம்' என்று சொல்லும் இச்சையைக் கஷ்டப்பட்டு அடக்கிக்கொண்டேன்.

ஒருவர் மரத்தைக் கட்டிப்பிடித்துக்கொண்டிருந்தார். நான் "அய்யே!" என்றேன். பிறகு அது எதுவும் விருக்ஷ யோகாவாவாக இருக்குமோ என்ற சந்தேகம் ஏற்பட்டது.

ஒருவர் வெயிலில் தனது தொப்பையை உலர்த்திக் கொண்டிருந்தார். "விடமின் டி" என்றார் நண்பர். விடமின் டியை அவர் தொப்பை மூலமாக உள்வாங்க முயல்வது வெளிப்படையாகத் தெரிந்தது.

"காற்றுதான் முக்கியம் இல்லியா" என்றார் காற்றுபோல் வேகமாகக் கடந்துபோன ஒருவர். "காத்து உள்ளே போகலின்னா நாம யாரு?" என்றார். "அவருக்கு ஆஸ்துமா பிரச்சினை உண்டு" என்றார் நண்பர்.

விடமின் டி விரும்பி இப்போது தொப்பையை உக்கி ஏதோ பண்ணிக்கொண்டிருந்தார். எனக்கென்னமோ அவர் வயிற்றுக்குள் ஒரு டைம்பாம் இருப்பதுபோலத் தோன்றியது. 'உடனே கிரவுண்ட்ல உள்ளே எல்லோரையும் எவாக்குவேட் பண்ணுங்க க்விக்' என்று கத்தும் பதட்டம் எழுந்தது.

"உள்ளே வந்த காத்து வெளியே போலைன்னா என்னாவும். அதுவும் பெரும்பிரச்சினைதான்." என்று முந்திய ஜோடி மறுபடி கடந்து போனது. பண்டைய இந்தியாவில் தர்க்க விவாதங்களை எப்படிச் செய்தார்களோ அதே முறையில்தான் இப்போதும் செய்கிறார்கள் என்பது எனக்கு மகிழ்ச்சியை அளித்தது. இந்த முறைக்கு குடம்/காற்று சமுச்சயம் என்று பெயர். மனிதன் குடம் என்றால் குடம். காற்று என்றால் காற்று.

உள்ளே வந்த காற்று வெளியே செல்லாவிட்டால் என்னாகும் என்றே கேள்வியை எழுப்பிய நபருக்கு பிரச்சினை என்ன என்று நண்பர் சொல்வதற்குள் அவரே பேப்பரைக் கிழிப்பது போல ஒரு சத்தத்தை வெளிப்படுத்தித் தெரிவித்துவிட்டார்.

அந்த சத்தத்தைக் கேட்டதும் ஒருகணம் அங்கே வெளியில் பெரிய அமைதி நிலவி பிறகு இயல்பு வாழ்க்கை தொடர்ந்தது. மரங்களிலிருந்து சில பறவைகள் வானில் எழுந்து திரும்பவும் மரத்துக்கே திரும்பின.

"வாக்கிங் பத்தி ஓல்ட் டெஸ்டமண்ட்ல ஒரு வசனம் வருது தெரியுமாவே?'

போகன் சங்கர் | 39

நான் நண்பரிடம் சொன்னேன் "நாம போயிடலாம். எனக்கு உடனே '*walking with old testament* னு ஒரு புஸ்தகம் எழுதணும்போல இருக்கு."

26

லஞ்ச்

(ஒரு உண்மைக் கதை)

எனது அபிமான நடிகையாக இருந்தார் அவர். கனவுக்கன்னி என்று சொன்னால் பெமினிஸ்டுகள் சிணுங்குவார்கள். (போச்! சிணுங்குவார்கள் என்று சொன்னால் மட்டும் கொஞ்சுவார்களா?) அவர் நெல்லைக்கு வந்திருக்கிறார் ஒரு ஷூட்டிங்குக்காக என்று செய்தி.

நான் சைக்கிளை எடுத்துக்கொண்டு குறுக்குத் துறைக்கு ஓடினேன்.

இப்போத்தான் நெல்லையப்பர் கோவிலுக்குப் போனார்கள், அங்கே ஷூட்டிங் என்றார்கள். அங்கே போனால் "என்னடே இப்போதான் முடிஞ்சது. ஒரு கனவுப்பாட்டு. கிட்டத்தில அப்படியே தங்கக் கிளி மாதிரி இருக்காடே! நான் கூட மேக்கப்பா இருக்கும் எல்லாம்னு நினைச்சேன்" என்று சொன்ன சிவகாமிநாதன் என் ஏமாற்றத்தைப் பார்த்து என்னிடம் மட்டும் ரகசியமாக "ஹோட்டல் ஆர்யாஸ்ல லஞ்ச் சாப்பிடறா. இப்போ போனாப் பார்க்கலாம்." என்றான்.

எனக்கு நான் பார்க்காததைவிட அவன் எனது கனவுக் கன்னியைப் பார்த்துவிட்டது அவமானமாக இருந்தது. நான் முயற்சியை சற்றும் கைவிடாமல் நல்ல ஒன்னாம் தரம் தின்னவேலி வெயிலில் சைக்கிளை அழைத்துக்கொண்டு சுட்ட பப்படம் போல் ஆரியாஸ் ஹோட்டலுக்கு வந்து சேர்ந்தேன்.

வியக்கும் விதமாக அங்கே கூட்டம் ஒன்றையும் காண வில்லை. நான் சந்தேகத்துடன் காவலாளியிடம் "நடிகை கானப்பிரியா போயிட்டாங்களா?" என்றேன்.

அவனுக்கு என் மேல் இரக்கம் தோன்றியிருக்க வேண்டும்.

"ரெஸ்டாரண்ட்ல இருக்கா. ஒரு மீல்ஸ் டோக்கன் வாங்கிட்டு

காஷுவலா போற மாதிரி போங்க தம்பி" என்று கிசுகிசுத்தான். நான் பையில் எவ்வளவு பைசா இருக்கிறது பார்த்தேன். என்னுடைய ஒரு மாத பாக்கட் மணி அப்போது. ஆனால் கானப்பிரியாவுக்காக ஒருவர் தனது வாழ்நாளையே கொடுக்கலாமே! நான் மீல்ஸ் டோக்கன் வாங்கிக் கொண்டு பாத்ரூம் போய் முகத்தைக் கழுவிவிட்டு தலையை உடையைச் சரிசெய்துகொண்டு இயல்பாக மதியம் லஞ்சுக்கு வருகிற ஆபிசர் போன்ற நடையுடன் போய் ரெஸ்டாரண்டின் கண்ணாடிக் கதவை ஒயிலாகத் திறந்தேன்.

அடுத்து நடந்தது என்னவென்று கொஞ்சம் மங்கலாகதான் இப்போது நினைவில் இருக்கிறது. என்னைத் தள்ளிக் கொண்டு ஒருவர் போனார். அப்புறம் இன்னொருவர் அப்புறம் ஒருவர்.

அப்புறம் ஒரு ஆபிசர் கூட்டமே 'லஞ்ச்' சாப்பிட ஆர்யாஸ் ரெஸ்டாரண்டுக்குள் நுழைந்தது.

நான் கதவைப் பிடித்துக்கொண்டே இருந்தேன். மூடவே முடியவில்லை.

ஒரே கூச்சல்.

பிறகு உள்ளே போன கூட்டம் அதே வேகத்தில் திரும்ப வந்தது.

நான் இப்போதும் கதவைப் பிடித்தபடி அப்படியே நின்றிருந்தேன்.

"ஜரிகைப்பேப்பர் மாதிரில்லா இருக்கா!" இவங்கல்லாம் தங்கபஸ்பம் சாப்பிடு வாங்கடா!" என்பது போன்ற ஆனந்தக் கூக்குரல்கள்.

கடைசி ஆளும் போனபோது என் கை உலக்கை போல் வீங்கியிருந்தது.

சைக்கிளை எடுக்கும்போது காவல்காரர் என் பக்கத்தில் வந்து "என்ன தம்பி பார்த்தீங்களா!" என்றார்.

பிறகு என் முகத்தைப் பார்த்ததும் "அய்யோ பார்க்கலியா முதல்லியே போனீங்களே! கூட்டத்தைப் பார்த்ததும் அவங்களப் பின்வழியா அழைச்சுட்டுப் போயிட்டாங்க" என்றார்.

27

முன்பொரு காலத்தில்...

ஒரு உண்மைக்கதை.

(சில உண்மைகள் மாற்றப்பட்டுள்ளன)

ஒரு எழுத்தாளரைப் பார்க்க அவர் ஊருக்குச் சென்றிருந்தேன். நகரமும் இல்லாத கிராமமும் இல்லாத ஒரு ஊர்.

ஊரில் இறங்கியது மாலை நேரம். ஊரில் எழுத்தாளர் பேரைச் சொன்னால் எல்லாருக்கும் தெரிந்திருக்கும் என்று நினைத்திருந்தேன். அப்படி ஒரு ஆள் இல்லை என்பதோடு அப்படி ஒரு பெயரையே யாரும் இங்கே வைத்துக்கொள்ள மாட்டார்கள் என்று சொல்லி விட்டார்கள். அப்போதுதான் அது அவர் புனைப்பெயர் என்று எனக்கு உறைத்தது. அவர் உண்மையான பெயர் எனக்குத் தெரியாது! எழுத்தாளர் 'புரட்சிப் பித்தன்' என்றால் யாருக்கும் தெரியாதா! பெட்டிக்கடைக் காரர் "ஆரோட மவன்?" என்றார். நான் சற்று யோசித்து "அது தெரி யாது. ஆனா அவரோட காதலியின் பெயர் தெரியும்" என்றேன். அவர் என்னை ஒருமாதிரி பார்த்தார் "அவரோட காதலி பேர் தெரிஞ்சிருக்கு. அவரோட அப்பனுக்க பேர் தெரியலியா?"

"அவர் தன்னோட கவிதைகள்ல அப்பனோட பேரை ஒரு முறை கூட சொல்லலியே?"

"சரி. அவர் காதலி பேருதான் என்ன?"

"லட்சுமி. லட்சுமியோ வழியெங்கும் பூத்துக் கிடக்கிறாள்ங் கிற அவரோட புகழ்பெற்ற கவிதை ஒண்ணு உண்டு"

"இங்கே அவ்வளவா புகழ் பெறலை. இங்கே லட்சுமின்னு ஆயிரம் பேர் இருக்காக. எங்க ஆச்சி பேரு கூட லட்சுமிதான். அது கொண்டு ஒண்ணும் நடக்காது. உங்க ஆளு அங்க அடையாளம் ஏதாவது சொல்லுங்க பார்ப்போம்"

நான் அவரது புத்தகங்களின் பின்னட்டை போட்டோவை

நினைவு கூர்ந்து "மாநிறம்னு நினைக்கேன். உயரம் கொஞ்சம் கூடக் குறைய இருக்கலாம்."

அவர் போடே! என்பது போல் பார்த்தார்.

"படிக்கும்போது மட்டும் கண்ணாடி போடுவார்னு நினைக்கேன்."

கடைக்காரர் "அவர் எப்போ படிப்பாராம்? கக்கூஸ்லியா?" என்றார். "ஆளுக்கு ஜோலி எதுவும் உண்டா? எப்பவும் எழுதிட்டேதான் இருப்பாரா?"

எனக்குள் சட்டென்று ஒரு ஜோதி எரிந்தது. "அவரு நிச்சயமா ஒரு ஆபிஸ்ல வேலை பார்க்கிறார். அதைப் பத்தி நிறைய எழுதியிருக்கார்"

"எந்த ஆபிஸ்? இங்கே நிறைய ஆபிஸ் இருக்கு"

எனது ஜோதி காற்று இறங்கி "நிறைய அழகான ஸ்டெனோக்கள், காப்பி வாங்கித் தருகிற ப்யூன்கள் லட்சுமி தெருவில போகும்போது தெரியற... ஒரு ஆபிஸ்"

நான் அவர் முறைப்பது கண்டு அவசரமாக "ஆளு சிலப்ப மீசை வச்சிருப்பாருங்க" என்றேன்.

"சிலப்ப வச்சிருக்க மாட்டார் இல்லியா. முதல்ல இடத்தைக் காலி பண்ணும்வே. மூஞ்சி கருக்கிற நேரத்தில வந்து எழுத்தாளர் கிளுத்தாளர்னுட்டு. "

நான் அடுத்து என்ன செய்வதென்று தெரியாமல் பரிதாபமாக அங்கேயே நிற்கும்போதுதான் ஆபத்பாந்தவனாக அவன் வந்து சேர்ந்தான். மூசா. மூசா ரகுமான். அவன் கடைக்காரரிடம் "என்ன இது இங்கே கலாட்டா" என்றபடி என்னைப் பார்த்தான்.

விஷயத்தைக் கேட்டதும் அவன் முகம் ஒரு கணம் சிந்தனையில் ஆழ்ந்தது. பிறகு "எழுத்தாளர்னா சொன்னீங்க? உண்மையா?" என்றான். "ஆமாங்க அவர் எழுத்தைப் படிச்சுட்டு அவரைப் பார்க்க தொலைவிலிருந்து வந்திருக்கேன்."

கடைக்காரர் 'இப்படி ஒரு லூசு உண்டுமா மூசா?" என்பது போல் அவனைப் பார்த்தார்.

மூசா "ஆசானே எனக்கு ஆளு பிடி கிட்டிச்சு" என்றான். பிறகு "நீங்க சைக்கிள்ல ஏறுங்கோ" என்று என்னிடம் சொன்னான்.

நான் ஏறினேன். மூசாவின் பிடி சரிதான்.

நான் எழுத்தாளரோடு ஆனந்தமாக அளவளாவிவிட்டுத் திரும்ப வந்தபோது மூசா அதே கடையில் நின்றிருந்தான். நான் அவனுக்கு இரண்டு ரூபாயும் கொடுத்து நன்றியும் சொன்னேன். பிறகு

"இந்த ஊரில் நீர் ஒருவர்தான் இலக்கியம் படிப்பவர் போல. இல்லியா?"என்றேன்.

அவன் அதற்கு "அய்யே அந்த இழவுக்கெல்லாம் எனக்கு எங்கே நேரம். நீங்க சொன்ன ஆசாமி ஆபிஸ் உடையில் ஜாக்கிங் கும் ஜாக்கிங் உடையில் ஆபிசுக்கும் அடிக்கடி போவார். சிலப்பம் பேண்ட் போட்டுக்கொண்டு கைலியையும் கழற்றா மல் கடைத்தெருவில் திரிவார். அதைவைத்து யூகித்தேன்."

28

காலம்

"**சா**ர்!"

நான் முப்பதாவது முறையாகக் கத்தினேன். எனக்கு சாரைப் பார்க்க வேண்டி இருந்தது. சார் இல்லாவிட்டால் மேடமாவது இருப்பார்களே? வெளியே போய்விட்டார்களோ?ஆனால் கதவு திறந்திருக்கிறதே? நான் திரும்பிப் போகலாம் என்று நினைத்தபோது ஒரு சிறுமி வந்து "மேலே வாங்க" என்றாள். நான் தயக்கமாக மேலே போனேன்.

"சார்வருவாரு"என்றுசொல்லிவிட்டுஅந்தசிறுமிஎன்கையில் ஒரு பேப்பரைத் திணித்தாள். "நான் போயி சாயா கொண்டு வாரேன்" என்று நான் தடுப்பதற்குள் போய்விட்டாள். எனக்கு என் கையில் உள்ள பொதியை அவளிடம் கொடுத்தால் போதுமானதாக இருந்தது. நான் வேறு வழியில்லாமல் அவள் கொடுத்த பேப்பரை படிக்கத் தொடங்கினேன். இரண்டு பக்கம் படித்த பிறகுதான் அது மிகப் பழைய பேப்பர் என்று கண்டுபிடித்தேன். ஜெயலலிதாவிரைவில் ஆஸ்பத்திரியிலிருந்து வீடு திரும்புவார் என்று அதில் போட்டிருந்தது. மூன்றாம் பக்கம் வரை எனக்கு சந்தேகமே வரவில்லை என்பது வியப்பாக இருந்தது. நான் பேப்பரை வைத்துவிட்டு சுற்றிலும் கவனிக்கத்

தொடங்கினேன்.

ஹால் முழுக்க நிறைய போட்டோக்கள் இருந்தன பார்த்தேன். எல்லாவற்றிலும் சார் இருந்தார். மிகச் சிறுவயதில் ஒரு நடைவண்டி போன்ற ஒரு சாதனத்தில் கன்னத்தில் பொட்டும் கண்மையுடனும் கூட. போட்டோக்களைத் தவிர்த்து அவர் வாங்கிய அவார்டுகள். ஆலப்புழை தமிழ்ச் சங்கத்தில் கூட சார் மேஜிக் செய்திருக்கிறார். நான் பொறுமை இழந்தவனாக மணி பார்த்தேன். அது நின்றிருந்தது. வினோதமாக ஹாலில் இருந்த கடிகாரமும் நின்றிருந்தது. அதில் ஏதோ ஒரு வினோதம் இருப்பதாகத் தோன்றி உறுத்திக்கொண்டே இருந்தது. நான் சலித்து உள்ளே பார்த்தேன்.

சாயா கொண்டுவரப் போன சிறுமியையும் காணவில்லை. அவள் தள்ளிப் போன திரைச் சீலை இன்னமும் அசைந்து கொண்டிருந்தது. ச்சே அது எப்படி? அவள் போய் அரை மணி நேரமாவது இருக்குமே. நான் அந்தப் பொதியை வைத்து விட்டுப் போய்விடலாமா என்று நினைத்தேன். ஆனால் அது மரியாதைக் குறைவாக இருக்கும். நான் அப்படி யோசித்துக்கொண்டிருக்கும்போதே கடிகாரம் மணி அடித்தது. நான் அதிர்ந்தேன். கடிகாரம் நின்று போயிருந்ததே. நான் எழுந்து நின்று அதைப் பார்த்தேன். அது இப்போதும் நின்றுதான் போயிருந்ததது. என் வாட்ச் நின்றுபோயிருந்த அதே நேரத்தில். பிறகு எப்படி அது அடிக்கிறது! நான் யோசித்துக் கொண்டிருக்கும்போதே உள்ளிருந்து யாரோ இல்லை எதுவோ வரும் கிறீச் கிறீச் என்ற சத்தம் கேட்டது. உள்ளே நான் பார்த்த காட்சியைப் புரிந்துகொள்ள எனக்கு சற்று சமயம் எடுத்தது. உள்ளிருந்து சார் வந்துகொண்டிருந்தார். போட்டோவில் இருந்தது போலவே ஒரு நடைவண்டியைத் தள்ளிக்கொண்டு கன்னத்தில் பொட்டுடன் கண்ணில் மையுடன். நான் பொதியை வீசிவிட்டு ஓடி வந்துவிட்டேன்.

*

சில நாட்களுக்குப் பிறகு சாரை பஜாரில் சந்தித்தேன். அருகில் ஒரு பெண் நின்றிருந்தாள். அவள் கையில் கன்னத்தில் பொட்டுடன் கண்ணில் மைபோட்டு ஒரு குழந்தை இருந்தது. அது என்னை அசுவராசியமாய்ப் பார்த்தது.

29

பாஷாணம்

ஜோலி என்ற அம்மா கேரளாவில் மாமியார், மாமனார் முன்னாள் கணவர், இன்னாள் கணவரின் முன்னாள் மனைவி அவர் குழந்தை என்று பதினாலு வருடத்தில் சுமார் ஆறு பேரைப் போட்டுத் தள்ளி இருக்கிறார். ஆறாவது ஆளையும் சயனைடு வைத்துக் கொன்று ஒரு வருடத்துக்குப் பிறகு கொல்லப்பட்டவரின் பிரதருக்கு 'லேசாக' சந்தேகம் வந்து போலிசில் புகார் கொடுக்க பிடித்துவிட்டார்கள். நேற்று அவரின் சகோதரி ஒரு பேட்டி கொடுக்கிறார். "ஆண்டவரின் கை எங்களைக் காப்பாற்றிவிட்டது!"

எம்ஜியார் அவர் படங்களில் இரண்டு அடி மட்டும் பொறுத்துக்கொண்டு மூன்றாவது அடியில் திருப்பி அடிப்பார்.

என் சித்தப்பா ஒரு எம்ஜியார் ரசிகர். அவர் அடிக்கடி சொல்வார்" "தலைவரு கடவுளை விட வேகமானவரு"

உண்மைதான் போல.

நேற்று முழுக்க ஜோலி செய்த கொலைகள் பற்றி கேரள டிவிகளில் பார்த்துக்கொண்டிருந்தேன். பதினாலு வருடமாக ஒரு பெரிய கல்லூரியில் பேராசிரியராகப் பணி புரிவதாக வேறு ஜோலி எல்லோரையும் ஏமாற்றிக்கொண்டிருந்திருக் கிறார். சொந்த மகன்களைக் கூட. தினமும் மதபூர்வமாக காலையிலேயே ஆபிசுக்குக் கிளம்பி அந்த கல்லூரியின் கேண்டினில் உட்கார்ந்திருந்து விட்டு வந்துவிடுவாராம். யாருக்கும் சந்தேகமே வரவில்லை. கேண்டீன் ஓனருக்குக்கூட! அவர் கொன்றவர்களைத் தவிர மற்றவர்கள் எல்லோரும் ஜோலியைப் பற்றி ரொம்ப நன்றாகவே சொல்கிறார்களாம். ஆறு பேரையும் "முடிஞ்சிடுச்சுங்க" என்று சொன்னது ஒரே ஆஸ்பத்திரி. அவர்கள் "எங்களுக்கு லேசா சந்தேகம் வந்துது. ஆனா உறவினர் யாருக்கும் வரலியே "என்கிறார்கள்.

நேற்று ஜோலியின் நாத்தனார் 'ஆண்டவரின் கை' பற்றிப் பேசியதைக் கேட்டுவிட்டுத் தூங்கப் போனேன். அதில் ஜோலி ஏழாவது நபருக்கு சயனைடு கொடுக்கப் போகிறார். அந்த

நபர் ஜோலி வைத்திருந்த பொளிச்ச மீன் நன்றாக இல்லை என்று சொல்லிவிட்டதே காரணம். அவ்வாறு அவர் கொடுக்கப் போகும்போது ஆண்டவர் திடீரென்று தோன்றி "ஜோலி வேணாம். ஆறு கொலை பொறுத்துக்கிட்டேன். இது ஓவர். என் திறமையே இங்கே கேள்விக்குறியா இருக்கு" என்று கெஞ்சுகிறார். "இங்கே எம்ஜியார் வேற இருந்துக்கிட்டு சுண்டைச் சுண்டைத் தடவறார்."

ஜோலி பற்றி பாருக்குட்டியிடம் நீண்ட நாட்கள் கழித்துப் பேசிக்கொண்டு இருந்தேன். அவள் "எடோ இதெலென்ன அதிசயம்! ஒவ்வொரு ஸ்திரீயும் காமுகியும் அம்மையும் வாழ்வில் சில முறைகளாகவாது தனக்குப் பிரியமானவர்களைக் கொல்ல நினைக்கிறாள்" என்றாள். நான் "அம்மையுமா?" என்றேன். அவள் "ஆமாம். சமீபத்தில் கூட சென்னையில் ஒரு அம்மை தனது இரண்டு மகன்களைக் கொன்றாள் அல்லவா? பிள்ளை தின்னும் யட்சிகள் காவுக்கு அடுத்த வீடு ஒன்றில்தானே நீ இருந்தாய்? இவற்றையெல்லாம் தாண்டிதான் மனிதர்கள் ஜீவிக்கிறார்கள். ஒவ்வொரு ஸ்திரீயும் வாழ்வில் சில முறை யாவது ஆத்மஹத்தி செய்ய முயன்றிருப்பாள். தன்னைக் கொன்றுகொள்ள நினைப்பவளுக்கு பிறரைக் கொல்லத் தோன்றதா?"

நான் "இருந்தாலும்... பிரியமுள்ளவரையும் கொல்லுவார்களோ?" என்றேன். அவள் சிரித்து "பிரியம் மூத்தால் மரணம் தன்னே. பிரியத்துக்கு என்னிக்கும் ஒரு ஆயுசுக்குறைவு உண்டு" என்றாள். "நான் பிரியமாக வளர்த்த நாணுவை அது என் அனியத்தியின் பர்த்தாவிடம் காட்டிய அடுப்பம் காரணமாக பாஷாணம் வைத்துக் கொன்றேன். "

எனக்கு கை நடுங்க ஆரம்பித்தது. நாணு அவளது நாய். அது இறந்தது எனக்குத் தெரியும். அப்போது அவள் அழுததும் எனக்கு நினைவுக்கு வந்தது. பாருக்குட்டி அப்படி அழுது நான் பார்த்ததில்லை.

தங்கையின் கணவரிடம் வாலாட்டியதற்காக பாருக்குட்டி ஏன் நாணுவைக் கொல்லவேண்டும்?

நான் "வாரேன்" என்று கிளம்பி வந்துவிட்டேன். வீட்டுக்கு வரும் வழியிலேயே அவளுக்கு மீண்டும் போன் செய்தேன்.

"பாரு, நீ எப்போதாவது என்னைக் கொல்ல நினைச்சதுண்டோ?"

மறுமுனை மவுனமாக இருந்தது. நான் "ஹலோ ஹலோ?" என்று கத்தினேன்.

அவள் ஏதோ சொன்னாள். இரைச்சலில் கேட்கவில்லை. அடுத்த முறையும் போன் செய்து அதே கேள்வியைக் கேட்டேன். சிக்னல் துண்டாகித் துண்டாகி வந்தது.

நான் பதற்றத்துடன் பஸ்சை நிறுத்தி நடுவழியிலேயே பாய்ந்து இறங்கினேன். வெளியே பலத்த மழை பெய்துகொண் டிருந்தது. ஒரு ராட்சத மின்னல் நீண்ட வெள்ளி அரிவாள் போல வானத்தைப் பிளந்துகொண்டு போவதைப் பார்த்தேன்.

நான் என்ன பதிலை எதிர்பார்க்கிறேன் என்று எனக்கே புதிராக இருந்தது. எது பதிலாகக் கிடைத்தாலும் அது என்னைப் பிளந்துபோடும் என்று தோன்றியது.

பாருக்குட்டி ஆம் என்று சொன்னாளா இல்லை என்று சொன் னாளா? ஆம் என்று சொல்லவேண்டுமா இல்லை என்று சொல்லவேண்டுமா?

நான் கொட்டும் மழையில் அப்படியே கொஞ்ச நேரம் நின்றிருந்தேன். பிறகு காலியாக வந்த ஒரு பேருந்தில் ஏறினேன். பேருந்தின் உள்ளும் மழை கொட்டிக்கொண்டிருந்தது. நனையாத ரூபாய் நோட்டுகளைத் தேடிக்கொண்டு இருந்தபோது போன் அடித்தது. அவள்தான். நான் எடுக்கவில்லை.

30

ஒரு இலக்கிய விழா

"**எ**ல்லா காவியங்களுக்கும் ஆதி குருவான வியாசரை வணங்கி..."

"சார் காலை டிபன் சாப்பிட்டீங்களா? தேங்கா சாதம் போட்டிருக்காங்க. அப்படியே கரைஞ்சு போறது."

"பாரதீய பாரம்பரியத்தில் இலக்கியத்துக்கு..."

"காபி பில்டர் காபிதான். நிஜப் பசும்பால்ல கள்ளிச் சொட்டு மாதிரி போட்டுருக்காங்க."

“காளிதாசன் ஆயிரம் சேக்ஸ்பியருக்குச் சமமானவன்.”

“மதியம் பத்து சித்திரான்னங்கள். ஸ்ரிவில்லிபுதூர் பெருமாள் கோவில் அக்கார அடிசலை அப்படியே நாக்குல கொண்டு வரவர் ஒர்த்தர்தான் குக்.”

“சாகுந்தலத்திலே ஒரு இடம்.”

“வெங்காய பஜ்ஜி பரவால்லே. அவ்வளவுதான். இல்லியா ஆனா கேசரி பிரமாதம்.”

“கம்பனை மறக்க முடியுமா?”

“கம்பர்ன உடனே ஞாபகம் வரது. சாயங்காலம் இஷ்டம் உள்ளவங்களுக்கு தீர்த்தப் பரிகாரம் உண்டு. எல்லாமே இம்போர்டட். இஷ்டம் உள்ளவங்களுக்கு மட்டும்தான். கம்பல்சரி இல்லை.”

31

இன்று காலை குழித்துறை பேருந்து நிலையத்தில்...

(ஒரு நவீன சிற்றிதழ்ச் சிறுகதை)

நின்றுகொண்டிருந்தேன். மழை பொழிந்து கொண்டிருக்க ஓடிவந்து என்னுடன் மாம்பழ நிற சேலை அணிந்த பெண் ஒருத்தியும் வந்து நின்றுகொண்டாள். அழகி. புன்னகைத்தேன். அவளும் புன்னகைத்தாள். பெருமையுடன் எதிர்ப்பக்கம் பார்த்தேன். அங்கேயும் அவள் நின்றுகொண்டு என்னைப் பார்த்துப் புன்னகைத்தாள். அட! என்று பக்கத்தில் திரும்பினேன். அங்கேயும் அவள் மறுபடியும் நின்றுகொண்டு புன்னகைத்தாள். என் புன்னகை நின்றது. சட்டென்று எதிரே பார்த்தேன். அங்கேயும் அவள் திரும்பவும் நின்றாள். எனக்குத் தலை சுற்றியது. இறுதியாக என் தலை பொட்டியே விட்டதா?நான் அவசரமாக போனைத் திறந்து எனது உளவியல் மருத்துவ நண்பர் எண்ணைத் தேடினேன். இரண்டு எண்கள் இருந்தன. எது சரியான எண்? எனக்கு இது சரியில்லை என்று தோன்றிவிட்டது. வீட்டுக்கு எவ்வளவு சீக்கிரம் முடியுமோ அவ்வளவு சீக்கிரம் போய்விட வேண்டும். நாகர்கோவில் வண்டி வந்தது. பாய்ந்து ஏறினேன்.

அந்த மாம்பழச் சேலைக்காரியும் ஏறினாள். வண்டி நகரும் போது இரண்டாவது முறையும் அவள் ஓடிவந்து ஏறினாள். நான் சட்டென்று பஸ்சிலிருந்து குதித்துவிட்டேன். கொஞ்சம் ஆசுவாசமாக இருந்தது.

நான் அப்படியே நகர்ந்து ஒரு சிகரெட்டைப் பற்றவைத்தேன். கடைக்காரர் “இரட்டைப் பிறவிகள் இந்தப் பொண்ணுகள்” என்றார். ”அப்பன் கிட்டே ஒரு பொண்ணும் அம்மை கிட்டே ஒரு பொண்ணும் நிக்குது. அவங்களுக்குள்ளே ஏதோ தகராறு “

நான் “தெரியும்” என்பதுபோல் தலையசைத்துவிட்டு சாவ தானமாக மீண்டும் பஸ் நிறுத்தத்தில் வந்து நின்றேன்.

32

“இங்கேயே அசையாமல் அமர்ந்துகொண்டு நான் யார்? என்று உனக்குள் கேட்டுக்கொண்டிரு” என்று சொல்லி விட்டு குரு வெளியே போய்விட்டார். சீடனும் கண்ணை மூடி அப்படியே செய்துகொண்டிருந்தான்.

கொஞ்ச நேரத்தில் குரு வளர்க்கும் பூனை வந்து பாலுக்காகக் கத்தியது. பிறகு போய்விட்டது. . இன்னும் சற்று நேரத்தில் வெளியே ஒரு கழுதை வந்து கத்திக்கொண்டிருந்தது. பிறகு அதை யாரோ பிடித்துக்கொண்டு போனார்கள்.

மாலையில் குரு வந்தார். சீடனிடம் “எழுந்திரு? நீ யார் என்று தெரிந்ததா?” என்றார்.

“ஆம் குருவே. ரொம்ப பயங்கரம். முதலில் நான் ஒரு பூனை என்று தெரியவந்தது ஆனால் பிறகு எப்படியோ ஒரு கழுதையாகிவிட்டேன்.”

*

குரு “நான் என்பது உன் உடலா மனமா வேறு ஏதாவதுமா? என்று விசாரணை செய்” என்றார்.

சீடன் தியானம் செய்ய ஆரம்பித்ததும் ஒரு பல் வலிக்க ஆரம்பித்தது. அவன் நினைத்தான் “நான் என்பது இந்தப் பல்”

கொஞ்ச நேரத்தில் கால் முட்டி வலிக்க ஆரம்பித்தது. “நான் என்பது இந்த முட்டிதான்.”

சற்று நேரத்தில் அவன் அருகிலிருந்த போன் விடாது அதிரத் தொடங்கியது. அவன் எரிச்சலுடன் அதை எடுத்துப் பார்த்தான். அவன் மனைவி.

சீடன் நினைத்தான்.

"நன்றாக விசாரணை செய்துவிட்டேன். நான் என்பது என் பொண்டாட்டிதான்."

33

அதிகாலை நாய்கள்

அதிகாலையில் தனியாக நடை செல்வதில் எதிர்கொள்ள வேண்டிய விஷயங்களில் ஒன்று நாய்கள். நாய்கள் எப்போதும் நமது உடல்மொழியைக் கவனித்தபடியே வருகின்றன. குறிப்பாக உங்கள் கைகளை. அவற்றை எப்போதும் போலிஸ்காரர்கள் எதிர்பார்ப்பதுபோல தெரிவது போலவே வைத்திரு என்பார் அப்பா.

நாய்கள் பெரும்பாலும் தங்கள் உடல்மொழி மூலம் நான் நண்பன், கோபக்காரன், கிட்டே வராதே, சாப்பிட எதாவது வச்சிருக்கியா என்று செய்திகளை வெளிப்படுத்திய வண்ணமே உள்ளன. நாமும் அதற்குப் பதில் சொல்லிவிட்டால் பிரச்சினை இல்லை.

'நானும் நண்பன்தான். சும்மா வாக்கிங் வந்தேன். இல்லே கல் எறிய மாட்டேன். கடந்து போயிடுவேன். அய்யோ என் கிட்டே ஒரு சின்னத்துண்டு ரொட்டி கூட இல்லியே' என்பது போன்ற செய்திகள். ரொம்பக் காதலாகி உருகினால் கூடவே வந்துவிடும் அபாயமும் உண்டு.

கிராமத்தில் உள்ளவர்க்குப் பெரும்பாலும் இந்த உடல்மொழி தெரியும். நகரவாழ்க்கை நமது உடலுடன் மனதுக்கு உள்ள தொடர்பைக் குழப்பிவிட்டது. ஆகவே நமது உடல் நாம் சொல்ல விரும்பாத செய்திகளைச் சொல்லிப் பிரச்சினைகளில் ஆழ்த்திவிடுகிறது.

நான் இதை உணர்ந்து ரோமர்கள் காலத்தில் செய்ததுபோல எதிரே வரும் நாய்களிடம் *"I am just passing*" என்று வாய்விட்டு சொல்லிவிடுவேன். எனது ஆசிரியர் ஒருவருக்கு இந்த பிரச்சினை இருந்தது. பள்ளிக்கூடத்தில் தலைமை ஆசிரியர் மாணவர்கள் உட்பட அனைவரும் கடுமையாக அஞ்சும் அவரை தெருவில் உள்ள நாய்கள் கொஞ்சமும் அஞ்சாமல் மாறி மாறிக் கடித்தன. தொப்புளைச் சுற்றி அவர் போட்ட ஊசிகளுக்குக் கணக்கே இல்லை.

ஒவ்வொரு ஊசி போட்ட பிறகும் அவர் வகுப்பில் வந்து 'காந்தியே தெருநாய்களைச் சுட்டுக் கொல்லச் சொல்லி யிருக்கிறார்!. பாளையங்கோட்டை நிர்வாகம் என்ன மயிரைப் புடுங்குதா!" என்று கொதிப்புடன் பேசிக்கொண்டு இருப்பார். கடைசிவரை கம்பீரமாக நடப்பதாக நினைத்துக் கைகளைப் பின்னால் கட்டிக்கொண்டு நடக்கும் அவரது பழக்கம்தான் நாய்களிடம் கடி வாங்கித் தருகிறது என்று யாரும் அவரிடம் சொல்லாமலே அவர் மாற்றலாகிப் போனார். சொல்ல யாருக்கும் துணிவு இல்லை என்பதே உண்மை.

போகும்போது "சொந்த ஊருக்குப் போறேன். அந்த ஊர் நிர்வாகம் இப்படி இல்லே. ஒரு பட்டி என்கிட்டே வாலாட்ட முடியாது" என்றார்.

போன வருடம் ஒரு நாள் செய்தித்தாளைப் புரட்டுகையில் ஒரு கடிதம் பார்த்தேன்.

"நாகர்கோவில் நகராட்சியில் நாய்த் தொல்லை. நிர்வாகம் தூங்குகிறதா?"

நான் ஏதோ தோன்றி எழுதியது யார் என்று பார்த்தேன்.

அவர்தான்.

*

ஒரு நண்பர் நாய் பற்றிய என்னுடைய வியாசத்துக்குப் போன் பண்ணி பாராட்டு தெரிவித்தார். "நீங்க சொல்ல மறந்தது இன்றைய நாய்களுக்கு குழப்பம் தருகின்ற விஷயம் வாக்கிங் போகிற ஆண்டிகளும் ஆன்டிகளும் கைகால் மூக்கு காது என்று எல்லாவற்றையும் புசுபுசு வென்று குல்லா ஸ்வெட்டர் மூக்கில் பஞ்சு ஷூ என்று மூடிக்கொண்டு போவது. போதாக்குறைக்கு கண்ணாடி வேறு" என்றார்.

"முன்பெல்லாம் திருடர்கள் தான் இப்படி வருவார்கள்."

"அதற்காக நிர்வாணமாகப் போக முடியாதில்லையா. அது வேறு பிரச்சினைகளைக் கொண்டு வருமே."

"ஆமாம். இளைஞர்கள் இதைச் செய்கிறார்கள். ஷார்ட்ஸ், மினி ஸ்கர்ட் என்று போகிறார்கள். நாய் கட்டுப்பாடு இல்லாமல் அசையும் எதையும் பயத்துடனே பார்க்கும்."

"ஆமாம். இது தவிர கையில் செங்கல் போலத் தடிமனான போன். காதில் எதையோ மாட்டிக்கொண்டு தனியே பேசிக் கொண்டே போகிறார்கள். நாய் தன்னிடம்தான் பேசுகிறார்கள் என்று நினைத்துக் கொள்ளும்" என்றார் இன்னொரு நண்பர்.

பொதுவாக காவல் நாய் என்று தனியாக வளர்த்தாலும் எல்லா நாய்களுமே தாங்கள் எதையோ காவல் காப்பதாகவே நினைத்துக் கொள்கின்றன.

ஒரு வீடு கிடைக்காவிட்டால் ஒரு ஏரியாவைத் தானே காவல் காக்கத் தேர்ந்தெடுத்துக் கொள்ளும். பிறகு அதுதான் அதன் வீடு. நீங்கள் அதனிடம் சென்று பட்டா இருக்கா யாரைக் கேட்டு இந்த இடத்தை ஆக்கிரமிச்சிருக்கே? என்றெல்லாம் கேட்க முடியாது.

அதனுடைய இந்த 'வீட்டில்' நம் வீடு போலவே நம் கண்ணுக்குத் தெரியாத வரவேற்பறை, கூடம், ஸ்டோர் ரூம். பெட் ரூம், கக்கூஸ் எல்லாம் உண்டு. அதனூடே வருகிற பிற நாய்களை, நம்மை அது சற்று எரிச்சலோடுதான் பார்க்கும். நம்மைப் போலவே அதுவும் தனது வீட்டை 'பொதுவழி' ஆக்க விரும்புவதில்லை.

கோபக்கார நாயாக இருந்தால் குரைக்கும், விரட்டும். சற்று பொறுமையான நாயாக இருந்தால் உங்கள் பின்னாலேயே அதன் வீடு கடக்கிற வரை வரும்.

நீங்கள் அது உங்கள் முக ஒளியில் மயங்கி அன்பு செய்வதாக நினைத்துக் கொண்டு வீட்டுக்குப் போய் கவிதை எழுதலாம். அது என்னவோ 'இவன் முழியே சரியில்லை. இவனை நம்ம ஏரியாவை விட்டு வெளியே அனுப்பி வைச்சாதான் நிம்மதி' என்றுதான் நினைத்துக்கொள்கிறது.

34

சொதியின் நினைவில் வாழும்...

திருநெல்வேலியில் பிறந்து வளர்ந்ததால் எனக்கு ஏற்பட்ட துன்பங்களில் ஒன்று, சொதி. எனக்குப் பிடிக்கவே பிடிக்காது. கல்யாணம் காட்சி என்றால் கூடப் பரவாயில்லை. எந்த வீட்டுக்குப் போனாலும் அவர்கள் அன்பைக் காட்ட "சொதி பண்றேன் உங்களுக்காக' என்று தேங்காய்த் துருவலோடு கிளம்பிவிடுவார்கள். நான் "எனக்க மேல உண்மையிலேயே அன்பைக் காட்டணும்னா நீங்க தயவுசெய்து சொதி பண்ணா தீங்க" என்று கையைப் பிடித்துக்கொண்டு கெஞ்சுவேன். அவர்கள் நம்பாமல் "வேற எங்கியோ சரியாப் பண்ணலை போலிருக்கு. நான் பண்றேன் பாருங்க" என்பார்கள். அந்த சொதி சொல்லத் தேவையில்லை. "வேற எங்கியோ" பண்ணியதை விட மோசமாகத்தான் இருக்கும். மறுநாள் டாக்டரிடமும் போக வேண்டி இருக்கும். இதில் இரண்டு மாதத்துக்கு ஒரு முறை யாராவது வெளியூர் நண்பர்கள் வந்து "இங்கே சொதி தானே ஸ்பெசல். எங்கியாவது சாப்பிடக் கூட்டிட்டுப் போடா" என்று உயிரை வாங்குவார்கள். இவர்கள் தொல்லைக்குப் பயந்தே நாரோயில் வந்துவிட்டேன். பிரச்சினை என்னவெனில் இங்கேயும் நாஞ்சில் நாட்டு அன்பர்கள் அவர்கள் வீடுகளுக்குச் செல்லும்போது நான் வளர்ந்தது நெல்லையில் என்று தெரிந்ததும் 'அவர்களது சொதியை' வைத்து அன்பைக் காட்டி துன்புறுத்துவது உண்டு. சோதனை முடிந்ததும் *'comparative review'* வேறு கேட்பார்கள். நான் அவர்களிடம் "நான் இப்போ நாரோயில் ஆஸ்பத்திரில சேரணுமா? திருனவேலியிலா?" என்பேன். நிஜத்தில் நெல்லையில் சொதியை நன்றாக வைக்கத் தெரிந்தவர்கள் என்று இன்று யாருமே இல்லை. ஒரு காலத்தில் இருந்திருக்கலாம். காவிரி வராவிட்டாலும் காவிரிக்கரை என்றே இப்போது சொல்வதில்லையா? அதுபோல...

*

"முதலூர் மஸ்கோத் அல்வாவைப் பத்தி ஒண்ணும் சொல் லலியே நீங்க? அதுவும் தேங்காப்பால்ல பண்றதுதான்..."

மஸ்கோத் அல்வா கடித்துச் சாப்பிட நன்றாக இருக்கும். ரொம்ப நாள் ஆடிக்கொண்டே இருந்த பற்களையெல்லாம் டாக்டர் துணை இல்லாமலே பிடுங்கிவிடுவதைப் பார்த்திருக்கிறேன். ஒரு தடவை எடுக்கும்போது காலில் விழுந்து நிறைய செலவு வைத்துவிட்டது.

இந்தப் புறங்களில் எல்லாம் கிடைப்பது கோழிக்கோடன் அல்வாதான். குலுக்கி சர்பத் என்ற விநோதமான பானத்துக்கும் கோழிக்கோடு பேர் பெற்றது. அதைக் குடித்தவர்கள் எஸ் ரா போல் குலுங்கிக் குலுங்கிச் சிரித்துக்கொண்டேயிருப்பார்கள். சிரிப்பு நின்று வாய் கோணும்போது அப்படியே அணைத்து வைத்தியரிடம் தூக்கிப் போய்விடவேண்டும். அவர் "இவரை இரண்டு நாள் டாய்லெட் பக்கமே படுக்க வைங்க" என்ற பத்தியத்தோடு மருந்து தருவார். கோழிக்கோடன் அல்வா இதற்கு நேர் எதிர். அதைச் சாப்பிட்டால் ஒரு வாரத்துக்கு டாய்லட் போவது பற்றியே யோசிக்க வேண்டாம். இதனால் எவ்வளவு நேரம் மிச்சமாகும் தெரியுமா! பொதுவாகக் கருப்பாக பயங்கரமாக இருக்கும் இந்த அல்வாவைச் சாப்பிடுகிறவர்க்கு பெருமூச்சு பெருமூச்சாக வரும். செய்தித்தாள்க் கவிதைகளுக்கே கண்ணீர் வரும். ஒருமுறை இங்கு வந்த தமிழ் இலக்கியவாதி ஒருவருக்கு வாங்கிக் கொடுத்தேன். ஊருக்குப் போனதிலிருந்து இளம் கவிஞர்கள் புத்தகங்களுக்கு முன்னுரையாக எழுதித் தள்ளிக்கொண்டிருக்கிறார். இதுவரை பத்துப் புத்தகங்களுக்கு பதினேழு முன்னுரை எழுதி இருக்கிறார்

*

குமரிக்காரர்கள் சாம்பாரில் துளி கூட பருப்பைக் கரண்டிக்குக் காட்டாது வெள்ளரிக்காயையும் அதில் நீந்தவிட்டு "இளைச்சுராதா?" என்று யாரோ திருனவேலிக்காரன் கேட்டு விட்டதால் அதைச் சரி பண்ண ஒரு பாக்கெட் மிளகாய்ப் பொடியையும் அதில் நேரடியாகக் கொட்டி ஒரே நேரத்தில் சவசவ என்றும் எரி எரி என்றும் உணரும்படி பண்ணுவதில் வல்லவர்கள். அதை பரோட்டாவில் ஊற்றி வேறு பயமில்லாமல் சாப்பிடுவார்கள். பலர் இலை போட்டதும் சாம்பாரால் அதைக் கழுவிக் கொள்வதை நானே நேரில் பார்த்திருக்கிறேன். அவர்கள் சாம்பாரின் மாண்பை மீட்கக் கோரும் இந்த சரித்திரப் போராட்டத்தில் கலந்துகொள்ள வேண்டாம் என்று கேட்டுக் கொள்ளப்படுகிறார்கள்.

35

இன்று காலைநடையில் வயல்வெளியின் நடுவில் ஒரு வெள்ளைப்பூனையைப்பார்த்தேன். வீட்டுப்பூனை. பொதுவாக வீட்டுப் பூனைகளை வயல்களில் பார்க்க முடிவதில்லை. ஒரு ஓடையின் அருகே நின்று தனது பிம்பத்தை உற்று நோக்கிக் கொண்டிருந்தது. அருகே நாரைகளும் கூழைக்கடாக்களும் மேய்ந்துகொண்டிருந்தன. பூனை நான் பார்த்ததும் சற்று சங்கடத்துடன் நெளிவதுபோல் பட்டது. 'சும்மா வாக்கிங் வந்தேன். இப்போ போயிடுவேன். என்ன இந்த இடமெல்லாம் ஒரே குருவியா இருக்கு?' என்பது போல.

நாய்களை அவ்வப்போது அங்கே காண்பதுண்டு அவை ஒன்றை ஒன்று துரத்திக்கொண்டும் பறவைகளை விரட்டிக் கொண்டும் இருக்கும்.

ஒரு நாள் ஒரு நாய் வயலின் நடுவே உள்ள வரப்பில் படுத்துக் கிடந்தது. அப்போது திடீரென்று ஒரு காற்று உருவாகியது. அது தூரத்தில் பச்சை வயல்களூடே ஒரு அலை போலக் கிளம்பி நாயை நோக்கி வந்தது. நாய் திடுக்கிட்டது. ஓட ஆரம்பித்தது. காற்று இன்னும் வேகம் பெற்று நாயைத் துரத்த நாய் வயல்களை விட்டே ஓடிவிட்டது.

நாய் ஓடியதும் காற்று நின்றுவிட்டது.

36

ஒருமுறை திருவனந்தபுரத்தில் ஒரு தமிழ் இலக்கிய நண்பரைச் சந்திக்கும்போது அன்று அங்கிருந்த பாருக்குட்டியும் இந்தியன் காப்பி ஹவுஸில் என்னைக் காண வந்தாள். கொஞ்ச நேரம் நாங்கள் பேசுவதைக் கேட்டுக்கொண்டிருந்த அவள் "பெண்டுகளுக்கு எப்போதும் தாங்கள் செய்யும் படைக்கும் காரியம் எல்லாம் தங்கள் குழந்தைகளைப் போலே என்ற எண்ணம் உண்டு. நீங்கள் அதை விமர்சனம் செய்யும்போ உனக்க பிள்ள சரியில்லை என்று சொல்வது போலாக்கும்" என்றாள்.

முற்போக்கு நண்பர் அந்த அவதானிப்பால் கடுமையாகச் சீண்டப்பட்டு. 'அப்போ ஆண்களோட படைப்புகளோ?' என்றார்.

“ஆணுங்களுக்கு எப்போதும் தனது கொச்சுகள் உட்பட எல்லா கொச்சுகளும் தனது கொச்சுங்கதானா என்னும் சம்சயம் உண்டு. அவனிடம் நீ எழுதுன்னது இன்னொருத்தர் எழுதுன்னது போலதன்னஎன்னு சொன்னால் அவனுக்குக் கடும் கோபம் வரும். தான் சுயம். கொச்சு என்னுதுன்னு காமிக்க தலைகீழா நின்னு தண்ணி குடிப்பான்.”

நண்பரின் வாயிலிருந்த சிகரெட் கீழே விழுந்துவிட்டது. “போகன் இது யாராக்கும்?” என்றார்.

பாருக்குட்டி என்னிடம் திரும்பி “நீ இதை எழுது “ என்றாள்.

நான் அவளிடம் ‘’நீ என்னைக் கொல்லான் ஸ்ரமிச்சு அல்லே?”என்றேன்.

37

“போகன், இலக்கியத்தில் குரு சிஷ்யன் உறவு எப்படி இருக்கும்? இலக்கியத்தைப் போதிக்க முடியுமா?”

ஒரு ஜென் கதை.

ஒரு ஜென் குருவிடம் அவர் சீடன் வந்து “குருவே எனக்கு ஞானத்தைப் போதியுங்கள்” என்றான்.

அவர் அவனைப் பளார் என்று அறைந்து “ராத்திரி சாப் பாட்டுக்கு உருளைக்கிழங்கு உரி போ” என்றார்.

அவன் உரித்துவிட்டு வந்து ”குருவே உரித்துவிட்டேன். இப்போது ஞானத்தைப் போதியுங்கள்”என்றான்.

அவர் மறுபடியும் அவனைப் பளார் என்று அறைந்து “காலைச் சாப்பாட்டுக்குப் புத்தரா உரிப்பார்? போய் அதையும் உரி” என்றார்.

அவன் அதையும் உரித்துவிட்டு திரும்ப வந்தான். அவர் மறுபடியும் அவனை அறைந்து “மதியம் நாங்கள் பட்டினியாகக் கிடக்கவா? அதையும் உரி போ “ என்றார்.

சற்று நேரம் கழித்து அவன் பணிவுடன் வந்து “நாளை இரவுச் சாப்பாட்டுக்கும் சேர்த்தே உரித்தே விட்டேன். இப்போது எனக்கு ஞானத்தை போதியுங்கள்.”

இப்போது குரு இன்னும் அவனைப் பலமாக அடித்து உதைத்தார். "மூன்று வேளையும் உருளைக் கிழங்கு தின்ன நான் என்ன பன்னியா? ஏன் அப்படிச் செய்தாய்?"

சீடன் அடி தாங்காமல் மடத்தைவிட்டே ஓடி திரும்பவும் அவன் முன்பு செய்துகொண்டிருந்த வேலைக்கே போய் விட்டான். அவனுக்கு ஒரே ஒரு சந்தேகம்தான்.

முன்பு அவன் ஒரு ஹோட்டலில் உருளைக்கிழங்கு உரிக்கும் வேலைதான் செய்துகொண்டு இருந்தான்.

அது எப்படி குருவுக்குத் தெரிந்தது?

38

"எடோ நீ எவிட உண்டு?" - மெசேஜ்

"**மா**ர்த்தாண்டம். ஏன்?"

"எக்சாக்ட் ஸ்பாட் பற. ஞான் ஒரு மண்டத்தனம் செய்து. நீயென்னு விசாரிச்சு ஞான் ஒரு ஆள் காரில ஏறி"

"வாட்?"

"அதே. பெட்டென்னு காணம்போ... பின் சீட்டிலிருந்து இரண்டு மூணு வெட்டித்தனங்களும் பறஞ்சு."

"ஏது வெட்டித்தனம்?"

"நீ வேகம் வாடோ."

"ஆசாமி எங்கன உண்டு?"

"இதுவரை குழப்பமில்லா. இப்பதன்னே ஒரு சீத்த சினிமாப்பாட்டு இட்டிருக்குன்னு."

"நீ மேற்கொண்டு வெட்டித்தனங்கள் பறையாத தம் பிடிச்சி இரி. ஞான் இப்ப வராம்."

சிராயன் குழிக்கு அருகே வண்டியை மறித்து அவளைக் காப்பாற்றிய பின்பு அவன் கேட்டான்.

"எடி எனக்கு கார் ஓட்டான் அறியில்லன்னு நீ அறியில்லே?"

"ஆனோ? பின்னேஇரண்டொரு சொப்பனங்களில்காரோட்டி வந்தது யாரா?"

39

குழந்தை அறையின் ஓரத்தில் ஒரு சிறிய பிளாஸ்டிக் நாற்காலியில் தனியாக அமர்ந்திருந்தது.

கையில் ஒரு ஸ்லேட். அதில் ஏதோ குச்சியால் தீவிரமாக அழித்து அழித்து எழுதிக் கொண்டிருந்தது.

லேசாக மூக்கு ஒழுகியது. ஒரு ஈசுற்றிப் பறந்து கொண்டிருந்தது. பின்னால் யாரோ லேசாக அழும் ஒலி.

"அந்தப் புள்ளையை யாராவது தூக்கினான்ன?" என்று கேட்டாலும் யாரும் தூக்கவில்லை.

" மூணு மணிக்கு பார்த்தேன். தண்ணி கோரிட்டுப் போனா."

"அக்கா வீட்டுக்கு ஆள் போயிருக்கு"

"போன தடவை அவளையும் புடிச்சி அடிச்சான்"

"கால் தரைல தொட்டிருக்கே? யாரு இறக்குனது?"

"போலிஸ் வந்தா கேப்பாங்க."

"அவனை எங்க?"

"அவன் இன்னுமா இங்க நிக்கான்!"

"நீங்கல்லாம் இவ கூட வேலை பார்க்கிறவங்க என்ன?"

விசும்பல்.

"புள்ளய யாராவது தூக்குங்க."

நான் சென்று "வா மோளே என்றேன்."

குழந்தை காத்திருந்தது போல நாற்காலியிலிருந்து கவனமாக இறங்கியது.

கைபிடித்து நடந்தது.

கடக்கும்போது தரையில் ஒரு வினோத கோணத்தில் கால் தொய்ய கழுத்தில் சேலையை முடிச்சிட்டுக்கொண்டு தூரப் பார்த்துக்கொண்டிருக்கும் அம்மையை ஒரு கணம் பார்த்தது.

சட்டென்று "இன்னா" என்று சிலேட்டை அவள் முன்பு நீட்டியது.

அதில் அது தன் முதல் 'அ' வை எழுதியிருந்தது.

40

கண்ணும் காதும் எப்போதோ பொட்டிய முத்தச்சி குச்சியால் தட்டி மகளை அழைத்துக்கொண்டே இருக்கிறாள். அருகில் இருந்து குனிந்து வீட்டுப்பாடம் எழுதிக்கொண்டிருக்கும் சிறுமி நிமிர்ந்து அவளைப் பார்க்கிறாள். பின்பு எழுந்து அடுக்களைக்குள் செல்கிறாள். பாத்திரத்தின் அடியில் கொஞ்சம் நைந்த சோறு கிடக்கிறது. அதை எடுத்து வட்டிலில் இட்டு முத்தச்சியின் முன்னால் வைக்கிறாள். பிறகு அவள் கையைப் பிடித்து வட்டிலைத் தொட்டுக்காண்பிக்கிறாள். கிழவி வேகமாக உண்கிறாள். சிறுமி பிறகு வெளியே சென்று தரையில் அமர்ந்து ஒண்ணுக்குப் போகிறாள். அவள் பின்னால் ஒரு நாய்க்குட்டி நிற்கிறது. அதனிடம் "ச்சீ மானம் கெட்டது. லேடீஸ் பாத்ரூம் போறப்ப பார்க்கலாமா"என்கிறாள். அது வாலாட்டி வாலாட்டி அவள் முகத்தையே பார்த்தபடி நிற்கிறது. அவள் உள்ளே போய் கிழவியையே பார்த்தபடி நின்று ஒரு இடைத் தருணத்தில் வட்டிலிலிருந்து ஒரு குத்து சோறை எடுத்துக்கொண்டு வெளியே ஓடிவந்து நாய்க்குட்டிக்கு வைக்கிறாள். அது ஆவலுடன் தின்கிறது.

சிறுமி பின்பு திண்ணையில் முழங்காலைக் கட்டிக்கொண்டு அமர்கிறாள். அருகிலிருக்கும் வீட்டிலிருந்து ஒரு இறகுப்பந்து விழுகிறது. எடுத்துக் கொடுக்கிறாள். அங்கிருந்து வரும் சிரிப்பொலிகளை உற்றுக் கேட்கிறாள். சாலையில் ஒரு சைக்கிள் போகிறது. ஒரு பறவை செருமுகிறது.

நிலவு வானத்தில் எழுந்து வருகிறது. நாய்க்குட்டி எங்கோ போய்விட்டது. முத்தச்சி சோறு போதாமல் மறுபடி கூவத் துவங்குகிறாள். சிறுமி உள்ளே ஓடிச் சென்று "சத்தம்! மனுசங்க வாழவேண்டாமா?" என்று அதட்டுகிறாள். பிறகு அவள் நோட்டிலிருந்து ஒரு பக்கத்தைக் கிழித்துக்கொண்டு வெளியே வந்து ஒரு மாம்பழத்தை வரைகிறாள். அதையே பார்த்தபடி சற்றுநேரம் அமர்ந்திருக்கிறாள். பிறகு பெருமூச்சுடன் இன்னும் பிரகாசமாகிவிட்ட நிலவைப் பார்க்கிறாள். பிறகு அவளுக்கும் நிலவுக்கும் மட்டுமே தெரிந்த ஒரு ரகசியப் பாடலைப் பாடுகிறாள்.

"அம்பிலி அம்பிலி
அஞ்சாம் அம்பிலி
அம்மையைக் கொண்டுவா."

41

அன்றொரு நாள் இதே வழியில்...

ஒரு பெண் தன் மகளை அடித்தபடியே போய்க்கொண்டிருந்தாள். என் மகள் வயது என்பதால் இருக்கலாம், வண்டியை நிறுத்தி "பெண்பிள்ளையை நடுவீதியிலே அடிக்கறியேம்மா? " என்று கத்திவிட்டேன்

அந்தப் பெண் ஒரு கணம் அதிர்ந்து நின்று பிறகு மகளை இழுத்துக்கொண்டு விடுவிடுவென்று போய்விட்டாள்.

அதன்பிறகே எனக்கு என் செயலின் மடத்தனம் உறைத்தது. நடுத்தெருவில் அவள் மகளை அடித்தது தவறெனில் நான் முன்பின் தெரியாத பெண்ணை அவ்வாறு திட்டியதும் தவறு.

அவள் வீட்டுக்குப் போய் 'இப்படி கண்டவன்கிட்டே ஏச்சு வாங்கிக் கொடுத்திட்டியே?' என்று இன்னும் பலமாக மகளை அடிக்கலாம்.

அன்று ஞாயிறு. நல்லதாக உடை உடுத்திப் போய்க்கொண்டிருந்தார்கள் இருவரும். சர்ச்சுக்குப் போய்க்கொண்டு இருக்கலாம். பூவும் பொட்டும் பட்டுப் பாவாடையுமாக இருந்தால் ஆர். சி. சர்ச்சைச் சேர்ந்தவர்களாக இருக்கலாம். நான் இப்படியெல்லாம் மனதை சில நாட்கள் உழப்பிக்கொண்டு திரிந்தேன்.

அதன்பிறகு அந்தப் பெண்ணை எதிர்பாரா விதமாக ஜெராக்ஸ் கடை ஒன்றில் சந்தித்தேன். அங்கு வேலை பார்க்கிறார் போல. மன்னிப்பு கேட்கலாமா என்று நினைத்தேன். ஆனால் அவர் தாடையின் இறுக்கம் பயமுறுத்தியது.

அடுத்த ஞாயிறு அவர்கள் அதே சாலையில் காலையில் போய்க்கொண்டு இருந்தார்கள். நான் தயக்கத்துடன் வண்டியிலிருந்துகொண்டு திரும்பிப் பார்த்தேன்.

மகள் கண்டுகொண்டு உற்சாகம் பெற்று "பை" என்பது போல கை அசைத்தாள்.

பெண் "கொஞ்சம் அடங்கி இரட்டி" என்றது கேட்டது.

சொல்லிவிட்டு ஒரு தாழ்ந்த பார்வையில் என்னை ஒருமுறை பார்த்துவிட்டு விலக்கிக்கொண்டாள்.

அப்போது ஒரு கணம் அவள் தாடை தளர்ந்தது. உதட்டுக்கோடு மேல் நோக்கி வளைந்தது.

ஒரு சிறிய புன்னகை.

42

நான் போனபோது சார் மேல்மாடியில் நாற்காலியில் அமர்ந்தபடி மழையை வெறித்துக் கொண்டிருந்தார்.

நண்பன் சொன்னான் "இரண்டு நாளாச்சு வந்து. அப்படியே அதே இடத்தில உக்கார்ந்திருக்கார்."

நான் "என்னாச்சு?" என்றேன்.

நண்பனின் மனைவி வந்து ரகசியமாக "வீட்டுல பெரிய சண்டை போலிருக்கு" என்றாள். "மகன் இவரை அடிச்சிட் டான்னு சொல்றாங்க."

நான் அதிர்ந்தேன்.

நான் விமலை நன்கு அறிவேன் "சேச்சே. இருக்காது."

நண்பன் "அவம் இப்ப ரொம்ப மாறிட்டாண்டே. அவம் பொண்டாட்டிக்கு இவரைச் சுத்தமா பிடிக்கலை."

முன் அறையில் நாங்கள் ட்யூஷன் படித்துக் கொண்டிருக் கும்போது முற்றத்தில் விமல் விளையாடிக் கொண்டிருப்பான். அவர் அவன் மீது ஒரு கண்ணும் உள்ளே சமையல் மீது ஒரு கண்ணுமாய் எங்களுக்கு பாடம் நடத்திக்கொண்டிருப்பார்.

நான் மேலே போய் அவர் அருகே தரையில் அமர்ந்தேன்.

"சார்..."

அவர் பேசவே இல்லை. மழையையே பார்த்துக்கொண் டிருந்தார்.

“சார். சாப்பிடலாமா?”

மவுனம்.

“சார் சாரலடிக்குது. உள்ளே போலாமா?”

மவுனம்.

நான் அவர் தோளைத் தொட்டேன். மெதுவாகத் தாங்கி எழுப்பினேன். ரொம்பத் தளர்ந்திருந்தார். நடத்தி உள்ளே படுக்கையில் கிடத்தினேன். போர்வையால் மூடும்போது அவர் சட்டென்று, “அவனது அம்மை இறந்தபோது ஒரு மலைப்பிரதேச ஊரில் இருந்தேன்” என்றார்.

“சார்?”

“அங்கே மழைக்காலம் கடுமையாக இருக்கும். அப்போது அவனுக்கு நான்கு வயது பகலில் ஓரளவு சரியாக இருக்கும். அவன் இரவானதும் அவன் அம்மா எங்கோ ஒளிந்து கொண்டிருக்கிறாள் என்று தோன்றி ஒவ்வொரு அறையாகத் தேட ஆரம்பித்துவிடுவான்” என்றார். ”மழைக் காலங்களில் பெரும்பாலும் அங்கே மின்சாரம் இருக்காது. இதே போன்று வராண்டாவில் நான் மழையை வெறித்தபடி அமர்ந்திருப்பேன். அவன் பாதி பயத்திலும் அவளைத் தேடித் தேடி சோர்விலும் அழுகையுடன் என்னைத் தேடி வருவான். வந்து என் நெஞ்சில் ஏறிச் சுருண்டு கொள்வான். அவனது அம்மா எங்கே என்று கேட்பான். நான் ஊருக்குப் போயிருப்பதாகச் சொல்வேன். அவன்தனதுசிறியகரங்களால்அவளைக்கூட்டிட்டுவாகூட்டிட்டு வா என்று கத்தியபடியே முகத்தில் அடிப்பான். அப்படியே தூங்கிப் போவான்.” என்றார். “ என்னால் இப்போதும் நெஞ்சில் அவன் உஷ்ணத்தை உணரமுடிகிறது என்றார்.” “அவன் கண்ணீர்த் துளிகள் என் நெஞ்சின் மீது வீழ்ந்ததை. முகத்தில் அவன் அடியை” என்றார்.

இதைச் செல்லும்போது அவர் கண்களிலிருந்து ஒரு சொட்டு நீர் கீழிறங்கியது.

“அவன் - விமல் - என் நெஞ்சில் உறங்கியவன் - இன்றும் என்னை அடித்தான்.”

43

மழைக்காலம் எப்படி நம் தனிமையைப் பெருக்குகிறது! எனக்கு மழைக்காலத்தில் மட்டும் போன் செய்கிற ஒரு தோழி இருக்கிறாள். மற்றப் பருவங்களில் அவள் எங்கிருக்கிறாள் என்பதே தெரியாது.

துயர் மிகுந்த வாழ்வு அவளுடையது. மற்ற காலங்களில் பொறுத்துக் கொள்ளக் கூடியதாக உள்ள அது மழைக்காலங்களில் மட்டும் ஒரு பெரிய கேவலாக வெளிப்பட்டுவிடுகிறது என்று அவள் சொன்னாள்.

எங்கள் இருவருக்கும் பிடித்த மழைக்காலப் பாடல்கள் உள்ளன. நாங்கள் மாற்றி மாற்றி அதைப் பாடிக்கொண்டிருப்போம். நாங்கள் காதலித்தோமா? என்று ஒருமுறை எங்களை நாங்களே கேட்டுக்கொண்டோம்.

ஆம். மற்றும் இல்லை. துல்லியமாகச் சொன்னால் நாங்கள் மழை நாட்களைக் காதலித்தோம். மழை நாட்களில் காதலிக்கப் பட விரும்பினோம். யாரோ ஒருவருக்காக ஏங்கவும் யாரோ ஒருவர் எங்களுக்காக ஏங்கவும் செய்ய வேண்டும் என்று நினைத்தோம்.

ஏதோ ஒரு காட்டு பங்களாவில் இரவு முழுக்கப் பெய்யும் மழை ஒன்றைக் கண்டபடி மழையைப் பற்றி மட்டும் பேசியபடி விழித்திருக்க விரும்பினோம்.

காதல் என்பது உண்மையில் என்னதான்? இருவர் விழித்திருக்கும் மழைக்காலம்.

போன மழைக்காலம் அவளிடமிருந்து அழைப்பு இல்லை. அவள் மகன் அவளுக்குப் பக்கவாதம் வந்து பேச முடியாமல் படுக்கையில் இருப்பதாகச் சொன்னான்.

நான் "சரி " என்றேன்.

அவன் "ஏதாவது சொல்ல வேண்டுமா?" என்று கேட்டான்.

நான் "இங்கு நன்கு மழை பெய்கிறது என்று மட்டும் சொல்" என்றேன்.

44

“அப்பபப்ப்போ அம்மம்ம்மோ அய்யோ தங்கங்களா...” என்பது போன்ற குரல்கள் உள்ளிருந்து கேட்டவண்ணமே இருந்தன. நான் ஹாலில் டீக் கோப்பையை உருட்டிய வண்ணம் அசவுகரியமாக அமர்ந்திருந்தேன். பொதுவாக இதுபோன்ற சந்தர்ப்பங்களை நான் தவிர்த்துவிடுவேன். ஆனால் இதுவரை *identical twins* குழந்தைகளை நான் பார்த்ததில்லை என்ற விஷயம் ஒரு தூண்டுதலாக இருந்திருக்குமோ? ஆனால் இப்போது ஏனோ தயக்கமாக இருந்தது. வீடு முழுவதும் குழந்தைகள் வாசனை அடிப்பது போல் இருந்தது. எனக்கு தும்மல் வருவதுபோல் இருந்தது. ஆனால் குழந்தைகள் இருக்கும் வீட்டில் தும்மலாமா?

உள்ளே போய்விட்டு வந்தவள் “உள்ளே போய் பாருங்க” என்றாள். நான் “பரவாயில்லை. குழந்தைங்க டயர்டா இருக்கும்” என்றேன்.

அவள் “அதெல்லாம் இல்லை. போய்ப் பாருங்க. எப்ப இனி இதையெல்லாம் பார்க்கப் போறோம்?” என்றதில் ஏதோ பொடி இருந்ததோ?

நான் மறுபடியும் வேண்டாம் என்று மறுப்பதற்குள் குழந்தைகளின் பாட்டி உள்ளிருந்து வந்து “நல்லாருக்கே. மாமா வீடு வரை வந்துட்டு மருமகள்கள் முகம் கூட பார்க்காமப் போனா எப்படி?” என்றாள்.

நான் சரிவாகச் சிரித்து சரிவாக எழுந்து தயக்கமாய் அறைக்குள் போனேன். எதுவோ வழுக்குவது போல் இருந்தது.

உள்ளே மிக மென்மையான விளக்கு மட்டுமே எரிந்தது. அறையின் ஓரத்தில் இருந்த நவீனத் தொட்டிலில் மேலே ஒரு சிறிய சுழலும் பொம்மையின் கீழ் துணிக் குவியலின் நடுவே... குழந்தைகளைக் காணவில்லை.

நான்அசட்டுத்தனமாக “குழந்தைங்கவெளியேபோயிருக்கா” என்றேன்.

அவள் ஹாலில் இருந்துகொண்டே சொன்னாள். “அங்கே தான்.கிடக்காங்க நல்லாப் பாருங்க.”

நான் மறுபடி பார்த்தேன். ஆமாம் அங்கேதான் இரண்டு குழந்தைகளும் முழுதும் துணி சுற்றிக் கிடந்ததில் முதலில் தெரியவில்லை.

இரண்டு குழந்தைகளும் உறங்கிக் கொண்டிருந்தன.

நான் "தூங்குதுங்க" என்றேன்.

"அதுக்குள்ளயா" என்றாள் பாட்டி. "நல்லா கொட்டு கொட்டுன்னு முழிச்சிக்கிட்டு கிடந்ததுங்களே..."

நான் "இப்போ தூங்குதுங்க" எனறேன். ஏனோ அவை தூங்குவதில் சற்று ஆசுவாசமாக உணர்ந்து அவற்றை உற்றுப் பார்த்தேன். ஆமாம் முதல் குழந்தை மூக்கில் என்ன? ஏதோ ஈ மாதிரி? அல்லது கொசுவா?

இருட்டில் சரியாகத் தெரியாமல் இருக்கவே நான் இன்னும் குனிந்து கிட்டே போய்ப் பார்த்தேன். குழந்தைகளின் மெல்லிய மூச்சுக்காற்றுச் சத்தம்.

ஈ இல்லை. மச்சம்தான் என்று உணர்ந்த அந்த வினாடிதான் அது நிகழ்ந்தது.

இரண்டு குழந்தைகளும் சட்டென்று ஒரே நேரத்தில் கண்ணை விழித்து என்னைப் பார்த்தன.

நான் "அய்யோ!" என்று கத்தியபடி கீழே விழுந்துவிட்டேன்.

45

ஜோ சிம்ப்சன் என்ற மலையேற்றக்காரர் ஒருமுறை ஆண்டிஸ் மலைத்தொடரில் ஏறும்போது கீழே விழுந்துவிட்டார். மரத்தில் தொங்கிக்கொண்டிருந்த அவரை இறந்துவிட்டார் என்று நினைத்து மற்றவர்கள் விட்டுவிட்டுப் போய்விட அவர் அரை நினைவில் கிடக்க திடுமென அவர் மண்டைக்குள் போனி எம்மின் 'brown girl in the ring' என்ற பாட்டு ஒலிக்கத் துவங்குகிறது. பிரச்சினை என்னவெனில் அது அவருக்குப் பிடிக்கவே பிடிக்காத பாட்டு. சாகும்போது தலைக்குள் இந்தப் பாடலோடு சாவதா என்ற எரிச்சலில் அவர் பிழைத்துவிட்டார்!

நாம் எல்லோருக்குள்ளும் நம்மைப் பகடி செய்யும் ஒரு ஆள் இருக்கிறான் என்பதை நான் உணர்ந்திருக்கிறேன். அவன் நமது

ஒவ்வொரு செயலையும் பகடி செய்த வண்ணமே இருக்கிறான் என்று தோன்றியதுண்டு.

இருபதுகளில் எனக்கு ஏற்பட்ட கன்றுக்குட்டிக் காதல்களில் முக்கியமானவள் சொப்னா. (வேறு பெயர்)

வழக்கமாக இந்தக்காதல்கள் இரக்கமின்றி நிராகரிக்கப்படும். ஆனால் சொப்னா சரி என்று சொன்னது முதலில் இன்ப அதிர்ச்சியாகவும் பிறகு வெறும் அதிர்ச்சியாகவும் மாறியது. காதலை ஒத்துக்கொண்ட முதல் நாளில் இருந்து சொப்னா எனக்கு வாழ்க்கையில் பொறுப்பாக இருப்பது எப்படி என்று வகுப்பு எடுக்க ஆரம்பித்தாள். எனது சம்பளம் என்ன? அவள் சம்பளம் என்ன? எங்களுக்கு எத்தனை குழந்தைகள் வேண்டும்? தனிக் குடித்தனமா? கூட்டுக் குடித்தனமா? எங்கள் குடும்ப வீட்டில் யார் யாருக்கெல்லாம் பங்கு இருக்கிறது? பாதுகாப்பான குடும்பக் கட்டுப்பாட்டு முறை எது?நான் பொறியில் மாட்டிக் கொண்ட எலி மாதிரி உணர்ந்தேன் என்று சொல்லத் தேவை யில்லை.

ஒருமுறை அவள் இதுபோன்ற ஒரு வாழ்க்கைத் 'திட்ட மிடலை' என் முன் நிகழ்த்திக் கொண்டிருந்தபோது எனக்கு இந்தப் பாடல் நினைவுக்கு வந்தது. அதன்பிறகு அவள் எப்போது எது என்னிடம் பேசினாலும் இந்தப் பாடல் எனக்குள் ஓட ஆரம்பித்தது.

சொப்னா கொஞ்ச நாட்களாகவே நான் ஒரு மாதிரி மந்த காசமாக இளித்துக் கொண்டிருப்பதைப் பார்த்து "என்ன கொஞ்ச நாளாவே கவனிக்கேன். நான் சீரியசா பேசறப்பல்லாம் ஒருமாதிரி கேனத்தனமா பல்லைக் காட்டிட்டே இருக்கியே? " என்றாள். நான் காரணத்தைச் சொன்னேன்.

அவளுக்கு அந்தப் பாடல் தெரிந்திருக்கவில்லை. அதனால் அப்போது பெரிய பிரச்சினை ஏற்படவில்லை. ஆனால் சில மாதங்கள் கழித்து விதிவசமாக ஒரு நாள் மாலை அதை டிவியில் போட்டார்கள். "வா வாத்தியாரே வூட்டாண்டே. நீ வராங்காட்டி நான்விடமாட்டேன். நான்ஜாம்பஜார்ஜக்கு" அத்தோடு எங்களது 'வாழ்க்கைத் திட்டமிடல்'ஒரு முடிவுக்கு வந்தது.

46

தியானராதா

விபாசனா தியானம் பற்றிய அனுபவங்களை சில நண்பர்கள் என்னிடம் பகிர்ந்து கொண்டிருக்கிறார்கள். பல நல்ல அனுபவங்களும் சில எதிர்மறை அனுபவங்களும். விபாசனாவின் பயன்கள் பற்றி விதந்தோதும் புத்தகங்கள் நடுவே விபாசனாவின் அபாயங்கள் என்றும் ஆங்கிலத்தில் ஒருவர் புத்தகம் எழுதியிருக்கிறார்.

ஒரு நண்பர் ஏழாவது நாள் சுவரேறிக் குதித்து வந்தேன் என்றார். 'மூன்றாவது நாள் வரை மனம் அமைதியடையவே இல்லை. நான்காம் நாள் சட்டென்று எல்லாம் அமைதியாகி விட்டது. ஒரு சத்தம் கூட இல்லை. எனக்கே பயம் தோன்றி 'யாராவது இருக்கீங்களா?' என்று கேட்டுக்கொண்டேன். எல்லா விசயங்களும் துல்லியமாகத் தெரிந்தன, கேட்டன. நான் கண்ணாடி போடுவேன். அது தேவையே படாதது வியப்பாக இருந்தது."

'நல்லதுதானே? பிறகு ஏன் ஓடி வந்தீர்கள்?"

"ஐந்தாவது நாள் காலையில் எழுந்ததும் அப்படித்தான். உள்ளே ஒரு சத்தமும் இல்லை. கோழி கூவுவது இடிமுழக்கம் போலக் கேட்டது. தியான அறைக்குச் செல்லும்போது எதிரே ஒரு பெண் குளித்துவிட்டுப் போய்க்கொண்டு இருந்தார். அவர் முகத்தில் மஞ்சள் பூசி இருந்தார். நான் உள்ளே சென்று தியானம் செய்ய ஆரம்பித்தேன். அப்போது தான் அது நிகழ்ந்தது."

"என்ன?"

"முதலில் எங்கோ வெளியே போடுகிறார்கள் என்று நினைத் தேன். என் மண்டைதான் அந்த பாட்டைப் போடுகிறது என்று புரிந்துகொள்ள சற்று நேரமாகியது."

"என்ன பாட்டு அது?"

"மஞ்சள் பூசி மன்றம் வந்த ராதா ராதா மந்திரத்தைச் சொல்லி விடு சீதா சீதா. ஏதோ ஒரு படத்தில் தேங்காயும் மனோரமாவும் பாடும் பாட்டு. என் மனம் அந்தப் பாட்டைத் திரும்பத்

திரும்பப் பாடத் துவங்கியது. நிற்காமல். இன்னமும் வேகமுடன்... ”

“கஷ்டம்தான்.”

“மஞ்சள் பூசி என்று தொடங்கும் நல்ல பாடல்கள் உள்ளன. மஞ்சள் பூசும் வஞ்சிப் பூங்கொடி,மஞ்சள் பிரசாதமும் நெற்றியில் சாத்தி... என் மனம் ஏன் இந்தப் பாடலைத் தேர்ந்தெடுத்தது தெரியவில்லை. அதுவும் இந்த ஒரே ஒரு வரி மட்டும். என் மண்டை முழுக்க கோவை சுந்தர்ராஜன் குரல் அதிர்ந்தது. தலை வலிக்க ஆரம்பித்தது. நான் களைத்து உறங்கிவிட்டேன். ஆறாம் நாள் எழுந்தேன். உள்ளே பாட்டு நின்றிருந்தது. உற்சாகமாக இருந்தது. அது ஒரு தற்காலிக *glitch* என்று நினைத்துக்கொண்டேன். ஆர்வத்துடன் தியான அறையை நோக்கிப் போனேன். எதிரே அதே பெண் குளித்துவிட்டுப் போய்க்கொண்டிருந்தார். நான் தியானத்தில் அமர்ந்தேன். அமைதி.

ஒரு கணம் அளித்த பிறகு என் மண்டை ஒலி பரப்பத் தொடங்கியது.

“தசரதன் மகன் நான்
ஜனகனின் மகள் நீ
மஞ்சள் பூசி மன்றம் வந்த ராதா ராதா”

நான் ஓடிவந்து விட்டேன்.

*

போனமுறை இதே போன்ற ஒரு ‘தியான முகாமில்’ ஒரு வாரம் இருந்துவிட்டு வெளியே வந்தபிறகு என் மூஞ்சியே ‘தெளிச்சல்’ ஆகிவிட்டதாக குடும்பத்துக்குள் ஒரு செய்தி பரவியது. ”ஏய் இந்தப் பயல் எங்கியோ போய் ஒருவாரம் இருந்துட்டு வந்திருக்காம்ல. முந்தி சீக்குக்கோழி மாதிரி இருப்பாம்லா. இப்போ ஆளு கந்தன் கருணை சிவக்குமார் மாதிரி ஆயிட்டானாம். ”

“கந்தன் கருணை சிவகுமாரா? சிவாஜில்லா?”

“போட்டி மூளைசெத்தவளே. கந்தன்கருணைல சிவக்குமாரா வர்றது யாரு?”

மதனி அந்த இலக்கணப்பிழையில் பேதலித்து "யாரு?" என்றாள்.

இப்போது அவரே குழம்பி " இப்போ அதுவா முக்கியம். இவனுக்கு முடி கூட கருத்துட்டாம்ட்டி."

"அப்படியா... உங்களுக்கும் அப்படிக் கருத்தா தேவலை. டை அடிச்சுக் கரைஞ்சிட்டா வறுத்த வான்கோழி மாதிரி இருக்கு. சரி. என்னன்னு கேளுங்க. நாமும் போவோம். அவன் இப்படித்தான் பல சமயம் லூசு மாதிரி இருந்தாலும் சிலப்ப கருத்தா ஏதாவது செஞ்சிடுவான்"

அண்ணன் அன்றைக்கே போன் செய்து என்னிடம் 'தியான முகாமின் 'விலாசம்' போன்நம்பர்எல்லாம்வாங்கிக் கொண்டார். ஒரு தேதியில் அவரும் மதனியும் போக புக்கும் செய்துவிட்டார். ஆனால் அதன்பிறகு தான் அவருக்கு சந்தேகங்கள் வர ஆரம்பித்தன.

தினம் இரவு எனக்கு போன் பண்ணி இம்சை பண்ண ஆரம்பித்தார்.

"லாகிரி வஸ்து கூடாதுன்னு போட்டிருக்கான். நான் எப்பவாவது பொடி போடுவேன். என்னமும் சொல்வானோ?"

"அண்ணே பொடி கேடுதாண்ணே. வேண்டாம். "

"அப்படி ஒண்ணும் கெடுதி இல்லை. ச்சே அது இல்லைன்னா ஒத்த கையைப் புடுங்குனாப்ல இருக்குமே?"

ஒருநாள் "அவாள் எல்லாம் போலிச் சாமியார்லாம் இல்லையே. ஏன்னா பொம்பளையாளக் கூட்டிட்டுப் போகுது?" என்றார்.

இன்னொரு நாள் தயங்கித் தயங்கிக் கேட்டார். "இதெல்லாம் பண்ணா குடும்ப வாழ்க்கைல ஈடுபாடு குறைஞ்சிடும்ங்கிறாளே உண்மையா"

"அதெல்லாம் இல்லேண்ணே. சொல்லிக் கொடுக்கிறவரே குடும்ப வாழ்க்கைல உள்ளவர்தான்."

"அதாவது குடும்ப வாழ்க்கைன்னு நான் சொல்றது..."

"புரியுதுண்ணே."

மதனிக்கு எந்த சந்தேகமும் ஏற்படாதது எனக்கு வியப்பளித்தது. நானே போன் செய்தேன். அண்ணன் தினமும் போன் செய்து 'தவங்குவதைச்' சொன்னேன்

அவள் "ஆமா அவருக்கு இப்போ குடும்ப வாழ்க்கைல ரொம்ப ஈடுபாடு இருக்காக்கும். விட்டுத் தள்ளு. ஒரே ஒரு விஷயம் மட்டும் எனக்குச் சொல்லு. போற இடத்துல சாப்பாட்டுக்கு எதுவும் பிரச்சினை இருக்காதுல்லா?"

"இருக்கவே இருக்காது மதனி. காலையிலும் மாலையிலும் இயற்கையா விளைவிச்ச பழங்கள் நிறைய கொடுப்பாங்க."

"பழங்கள் சரி. சாப்பாடு?"

"மதனி அதுதான் சாப்பாடு."

"என்னது அதுதான் சாப்பாடா. இது நமக்கு சரிப்படாது. நாங்க தியானத்துக்குப் போகலை."

47

தெய்வமும் பூசாரியும்

மனநலப் பிரச்சினைகள் பற்றி அடிக்கடி ஏனோ என்னிடம் ஆலோசனை கேட்கப்படுவதுண்டு. ' இவன் நம்மாளுடா' என்ற தோணலாக இருக்கலாம். நான் யாராவது ஒரு மருத்துவரைக் கைகாட்டி விடுவேன். போய்விட்டு வந்து 'எப்படி கொள்ளாமா?' என்று கேட்பேன். "கொள்ளாம்" என்பார்கள். "ஆனா அவருக்கே கொஞ்சம் சுகக்கேடு உண்டு போல இல்லையா? பாவம்"

மற்ற மருத்துவர்களை விட மனநல மருத்துவர்களில் 'பல சைஸ்களை ' பார்க்கலாம்.

ஒரு நண்பரைக் கூட்டிப்போன மருத்துவரின் அறையில் பெரிய சாய்பாபா படம் இருந்தது. நண்பருக்கு பிரச்சினை சாய்பாபாவின் ஆன்மா தனக்குள் புகுந்துவிட்டது என்பதுதான்! நிறைய மனநலப்பிரச்சினைகள் '*religious mania*' என்ற வகையில் வரும். பார்க்கப் போகிற டாக்டர் பெரிய குங்குமப்பொட்டு தாடி மாங்காடு அம்மன் படம் என்றெல்லாம் இருக்கும்போது நோயாளிக்கு டாக்டர் மேலும் தனது பிரமைகள் மேலும்

கூடுதல் பிரியம் ஏற்பட்டு விடுகிறது. நான் அறிந்த இன்னொரு டாக்டர் இல்லுமினாட்டி சதி, பாடி லாங்குவேஜ் போன்ற விஷயங்களில் தீவிர நம்பிக்கை கொண்டவர். அவர் கொஞ்ச காலத்துக்கு முன்பு மோடியின் புகைப்படம் ஒன்றைப் பார்த்து " கடும் தோல்வியின் உடல்மொழி. ஐம்பது சீட் கூடத் தேறாது'என்று அடித்துச் சொன்னார். டி டி வி தினகரன் தான் தமிழகத்தின் விடிவெள்ளி என்று நம்புகிற டாக்டர் இருக்கிறார். அது அவர் கருத்து என்று சொல்லிவிடலாம் தான். ஆனால் அதை நம்பாதவர்களை அவர் கெட்ட வார்த்தை போட்டு திட்டுவதை அப்படிச் சொல்லிவிட முடியாது.

மதுரையில் ஒரு டாக்டரை நேரடியாகப் பார்க்க முடியாது. நிறைய ரெக்கமண்டேசன் வேண்டும். அவர் க்ளினிக்கும் கண்டுபிடிக்க முடியாத சந்தில் இருக்கும். கடந்த தடவை நண்பருடன் போன போது போர்டையும் எடுத்துவிட்டிருந்தார். ஏன் என்று கேட்டபோது "பேஷண்ட் வந்துடுவாங்கல்ல?" என்றார்.

பணிக்குச் சேர்ந்த ஆரம்ப காலத்தில் மருத்துவ முகாம்களுக்கு எங்களுடன் வரும் மனநல மருத்துவர் கூடவே அவரது மனைவியும் வருவார். நான் ரொம்ப நாளாக அவர்தான் மருத்துவர் என்று நினைத்துக்கொண்டு இருந்தேன். "கொஞ்சம் கேப் கிடைச்சாலும் குடிச்சு மட்டை ஆயிடறாருங்க" என்றார் அவர் ஒரு நாள். முகாமில் அந்த மருத்துவரிடம் வருகிற கேஸ்கள் ஏறக்குறைய எல்லாமே குடிப் பழக்கக் கேஸ்களாகவே இருக்கும் என்பதை எல்லாம் இறைவனின் விளையாட்டாகவே எடுத்துக்கொள்ள வேண்டும்.

நெல்லையில் ஒரு டாக்டர் இசைப்பிரியர். நோயாளிகளை அவர் இசையால் குணப்படுத்த முயல்வதாகச் சொல்கிறார்கள். உள்ளே அறையில் டாக்டர் நோயாளி இரண்டு பேருமே 'ஒருநாள் போதுமா?' என்று மாற்றி மாற்றிப் பாடுவதை ஈரக்குலையைக் கையில் பிடித்தபடி கேட்டுக்கொண்டிருக்கும் நர்சின் முகத்தை ஒருமுறை பார்த்தவர்கள் அதன்பிறகு இசைப் பக்கமே போகமாட்டார்கள்.

48

தொலைவில் உணர்தல்

நான் நம் வாழ்க்கையில் கண்ணுக்குத் தெரியாத பருவங்களும் சுழல்களும் தாள கதியும் இருப்பதாக நம்புகிறேன்.

சில நாட்களில் நான் ஒரே பாடலை பல்வேறு இடங்களில் கேட்டுக் கொண்டிருப்பேன். அது புதிய பாடலாக இருக்காது. ஒரே விஷயத்தைப் பற்றி தொடர்பே இல்லாத மனிதர்கள் சம்பந்தமில்லாத இடங்களில் என்னிடம் பேசத்துவங்குவார்கள். என் மனதை வருத்திக் கொண்டிருக்கிற விஷயத்தை மொபைலில் யாரோ பேசிக்கொண்டே போவார். பிரபஞ்சமே எனது பிரச்சினையைக் குறித்துக் கவலை கொண்டிருப்பது போலவும் எனக்காக அதை அவிழ்க்க முயல்வது போலவும் தோன்றும். சில நாட்கள் அதற்கு நேர் எதிரானவை. என்னிடம் எதையும் பேச மறுக்கும் ஊமை நாட்கள்.

ஒரு மழை நாளில் திடீரென்று என் வாழ்விலிருந்து முற்றிலும் தொலைந்து போய்விட்ட மூன்று தோழிகள் தொடர்ந்து உலகின் மூன்று மூலைகளிலிருந்து போன் செய்தார்கள். ஒருவரை ஒருவர் அறியாதவர்கள்.

எனக்கு அந்த ஒழுங்கு ஒரு பரபரப்பை ஊட்டியது. மீண்டும் ஒரு போன் வந்தபோது ஏறக்குறைய பால்யத்தில் இருந்து பிரபஞ்சம் எழுப்பிக் கூட்டி வந்த இன்னொரு குரல் என்றே நினைத்தேன்.

ஆனால் அது பாருக்குட்டி.

“குருவாயூர் வந்தேன். உனது ஓர்மை வந்தது” என்றாள்.

நான் பரபரப்புடன் அன்று எனக்கு வந்த மூன்று போன் அழைப்புகளை பற்றிச் சொன்னேன்.

அவள் “தெரியும்” என்றாள்.

நான் வியந்து “தெரியுமா எப்படி?”என்றேன்.

அவள் “நேற்று ஒரு சொப்பனம். கடற்கரையில் நீயும் நானும் அமர்ந்திருக்கிறோம். மூன்று பெண்கள் வருகிறார்கள். நீ அவர்களோடு போய்விடுகிறாய். நான் கண்ணீர் விடுகிறேன்”

என்கிறாள். நான் இன்னும் கிளர்ச்சியுற்று கார்ல் யுங், *synchronicity, eternal recurrence,* கனவுகளில் குறியீடுகள் என்றெல்லாம் பேசுகிறேன்.

அவள் நெடு நேரம் மவுனமாகக் கவனிக்கிறாள்.

பிறகு "கனவில் நான் ஏன் அழுதேன்? என்று நீ கேட்க மாட்டாயா?" என்றபடி போனை வைக்கிறாள்.

49

Men are from Mechanic shop.

"**சா**ர் ஒரு ஆனை விலைக்கு வந்திருக்கு வேணுமா?"

"ஆனையா? ஆனையை விலைக்கு விக்கக் கூடாதே?"

"ஆனைன்னா ஆனையா? உங்க நண்பர் இந்த நம்பர் கொடுத்தாரே"

"அப்ப ஆனைன்னா ஆனை கிடையாதா? எந்த நண்பர்? ஓ? சரி சரி... ஆனை தேவை எனக்கில்லை. பூனையை ஓட்டறதே கஷ்டமா இருக்கு. அது இன்னொரு நண்பருக்கு. அவர்ட்டே சொல்றேன்."

"சீக்கிரம்சொல்லுங்க. நல்லதிருச்சூர்ப்பூரம் யானையாக்கும். விட்டா ஓடிரும்"

நான் போனை வைத்துவிட்டு நண்பருக்கு போன் செய்து ரகசியமாகச் சொன்னேன். "நண்பா யானை வந்திருக்கு."

மறுபுறம் அவன் மனைவி "என்னது யானை வந்திருக்கா?"

"ஓ இல்லம்மா. அவன் எந்திருக்கலியா?"

"இல்லே. ராத்திரி முழுக்க ஏதோ பைக் ரேஸ் பார்த்துட்டு தூங்கிட்டிருக்கார். அது கிடக்கட்டும். ஏதோ யானைன்னு சொன்னீங்க?"

"அய்யோ அது ஒண்ணுமில்லம்மா."

"எனக்குத் தெரியும். யானைன்னா ஒரு பொண்ணு. திரிச்சூர்ப் பொண்ணு. அதானே" அழுகை.

"அய்யய்யோ. ஆனைன்னா இம்பொர்டட் பைக்மா. கேரளத்

துல நிறைய செகண்ட் ஹேண்ட் கிடைக்கும். ஒவ்வொண் ணுக்கும் ஒரு சங்கேதப் பேரு உண்டு. ஆனைன்னா...”

“புழுகாதீங்க. இன்னிக்கு அவர் எந்திருக்கட்டும்”

போன் வைக்கப்பட்டுவிட்டது.

சற்று நேரத்திலேயே முதல் நபர் போன். “ என்ன சார் . ஆனை வேணுமா இல்லியா?”

“ஆனை வேணாம். இங்கே இருக்கு. துறட்டிதான் வேணும்”

50

He is alive!

ஒரு இருபது வருடங்கள் முன்பு இருக்கும். நெல்லையில் இருந்தேன். ஒரு புதருக்குள் எதற்கோ போனபோது ஏதோ கடித்துவிட்டது. கைகால் எல்லாம் விறுவிறுவென்று ஏறி மயக்கம் போல வந்துவிட வீட்டில் கொத்து வேலை பார்த்துக்கொண்டிருந்தவர் ஹைக்கிரவுண்டில் கொண்டு போய் சேர்த்துவிட்டார். போனது நான்கு மணி வாக்கில். . . அவர்கள் விஷ வார்டில் என்னை சேர்த்துக் கண்காணித்தார்கள். அப்போது பாம்புக்கடி, நாய்க்கடி மருந்துகள் எல்லாம் அரசு மருத்துவ மனைகளில் மட்டுமே கிடைக்கும். ஏழு மணிக்கு எல்லாம் எனக்குத் ‘தெளிந்து’ விட்டது. என்னைப் ‘பெருசுகள்’ எதுவும் தீண்டவில்லை.

நான் ‘அப்போ வீட்டுக்குப் போறேன்’ என்ற போதுதான் அவர்கள் அந்த பயங்கரமான தகவலைச் சொன்னார்கள். அதாவது மாலை ஆறு மணிக்கு மேல் யாரையும் டிஸ்சார்ஜ் செய்ய மாட்டார்களாம். நடுவில் நாம் போனால் *absconded!* என்று எழுதி விடுவார்களாம். அதன்பிறகு ஏற்படும் சட்டப் பிரச்சினைகளுக்கு நாம்தான் பொறுப்பாம். இப்போது இதற்குள் என்னைக் காண வந்திருந்த சித்தப்பா வேறு ‘நீ இப்படிப் போனா நாளைக்கே உன் டிபார்ட்மெண்ட்டுக்கு எழுதி இன்கிரிமெண்டைக் கட் பண்ணிடுவாங்க!”என்று ஒரு ‘ நடத்தை விதி’யைச் சொன்னார். நானும் ஒரு நாள் இரவுதானே என்று இருந்தேன்.

அந்த ஒரு நாள் இரவு முழுவதும் எங்கிருந்து எல்லாமோ 'பாய்சன் கேஸ்'கள் வந்துகொண்டிருந்தன. தவறுதலாக விஷம் குடித்தவர்கள், தற்கொலை செய்துகொள்ள விரும்பி விஷம் குடித்தவர்கள், கொலை முயற்சியில் விஷம் கொடுக்கப் பட்டவர்கள்.

என் இடது பக்கத்தில் இருந்த பெண்மணியின் வாயில் சோப்புக் கரைசலைப் புனல் வழியாக ஊற்றிக்கொண்டே இருந்தார்கள். வலது பக்கத்தில் இருந்த ஆண் 'ஏவ் ஏவ்' என்று வாந்தி எடுத்துக்கொண்டே இருந்தார். நடுநடுவே 'அந்த சிறுக்கி முண்டை' என்று கத்தினார். அதிகாலையில் இரண்டும் நின்று கண்கள் விட்டத்தில் நிலைத்தபோது நான் தெறித்து ஒரு இன்கிரிமெண்ட் போனாலும் பரவாயில்லை என்று துணிந்து 'abscond' ஆகிவிட்டேன். அதன்பிறகு சுமார் ஒரு ஆறு மாதம் எனது அலுவலகத்தில் "ஹைகிரவுண்டு விஷ வார்டில் இருந்து எனக்கு எதுவும் தபால் வந்திருக்கிறதா? என்று கேட்டுக் கொண்டே இருந்தேன்.

அதன்பிறகும் ஒரு ஆறு மாதம் கழித்து அன்று எனது வலது பாரிசத்தில் மரித்தவரை நாசரேத் பேருந்தில் பார்த்து அதிர்ச்சி அடைந்து "நீங்கள் அன்றைக்கு ஹைகிரவுண்டில் செத்துப் போகவில்லையா!" என்று கத்தினேன். அவர் "முதலில் செத்துப் போனேன்தான்" என்றார். "பிறகு யோசித்தேன். அந்த முண்டை உயிரோடு இருக்கும்போது நான் ஏன் சாக வேண்டும்?" ஆகவே உங்களைப் போலவே absconded! ஆகிவிட்டேன்."

51

Somewhere over the rainbow

நாகர்கோவிலுக்கு நேற்று மழை வந்துவிட்டது.

நேற்று மதியத்திலிருந்தே உடல் மிகுந்த தொந்திரவுகளை அளித்துக்கொண்டிருந்தது. நாள் செல்ல செல்ல அது புதிய வலி இலக்குகளை அடைவதை சற்று வியப்புடன் பார்த்துக் கொண்டிருந்தேன். நேற்று முதன்முறையாக என்னை வாட்டிக் கொண்டிருக்கும் உடல் வாதைகள் பற்றி மனைவியிடம் சற்று விளக்கமாகச் சொன்னேன்.

மருத்துவமனையில் சேர்க்கப்படும்போது டாக்டரிடம் விளக்க நான் போதத்துடன் இருக்க மாட்டேன் என்று தோன்றிவிட்டது. இரவு கொஞ்ச நேரம் படித்தேன். *Tim parks* எழுதிய *Teach us to sit still.* அது உடல் வாதைகளுடனான அவரது போராட்டத்தின் வரலாறு ஆகும். அதில் அவர் *quote* பண்ணியிருந்த *Coleridge* இன் *I pass like night from land to land, I have strange powers of speech* என்ற வரியோடு தூங்கிவிட்டேன்.

காலையில் எழும்போது வெளியே மழை பெய்திருந்தது. மனைவி "ஆஸ்பத்திரி போகணுமா?" என்றாள். நான் "ஒரு நடை போயிட்டு வாரேன்" என்றேன்.

இறங்கும்போது வெயில் சுள்ளென்று அடித்தது. நான் திரும்பிவிடலாமா என்று யோசித்தேன். எதுவோ என்னை உந்தித் தள்ளியது. நாற்கர சாலைகளின் அழிவு வேலைக்குத் தப்பிய வயல்கள் கிளறி விடப்பட்டிருந்தன. ரயில் பூச்சிகள் எங்கோ வேகமாகப் போய்க்கொண்டிருந்தன. இன்று ஓய்வு நாள் என்பது அவற்றுக்குத் தெரியாதோ? வேளி மலையில் முகில்கள் மிக அடர்த்தியான வண்டுக்கூட்டம் போல மொய்த்துக் கிடந்தன. வானில் ஒரு பக்கம் பளிங்கு போன்ற நீலத்தில் வெண்ணிற மேகங்கள். இன்னொரு புறம் கருத்த முகில்கள். இரண்டும் ஒன்றை நோக்கி ஒன்று நகரும் விளையாட்டு அணிகள் போல தோன்றின. அல்லது படைகளா?

நான் களைத்துப் போய் ஒரு திண்டில் அமர்ந்தேன். வயல்களில் ஒரு நாய்க் கூட்டம் பறவைகளை விரட்டிக் கொண்டிருந்தது. விளையாட்டா வேட்டையா தெரியவில்லை. மிருகங்களிடையே இரண்டுக்கும் தெளிவான எல்லைகள் இல்லை என்பதைக் கவனித்திருக்கிறேன். மனிதர்கள் இடையிலும்தான். பறவைகளின் கூச்சல் வெளியை நிறைத்தது. எனக்கு காண சற்று பதற்றமாக இருந்தது. அது ஒருவகையில் என் உடல்நிலையைக் காட்சிப்படுத்துவது போல எனக்குத் தோன்றியது. என் உடலுக்குள் உறையும் பறவையை விரட்டும் நாய்கள்... விளையாட்டா வேட்டையா?

வயல்களிலிருந்து அதுவரை கண்ணில் படாத சில மண் நிறப் பறவைகள் திடுக்கிட்டு எழுந்து பறந்தன. அதுவரை அவை தாயின் சீலையில் கிடந்த குழந்தைகள் போல ஒளிந்திருந்தன.

நல்லவேளையாகப் பறவைகள் எதையும் நாய்கள் பிடித்து விடவில்லை. ஒரு நாய் மூச்சிரைக்க ஓடிவந்து என் காலடியில் அமர்ந்தது.

அமைதி.

நான் நாய் பார்த்துக் கொண்டிருந்த திசையை நோக்கினேன். மழை ஒரு சவ்வு போல வந்து கொண்டிருந்தது. நாங்கள் எழுந்து அருகில் இருந்த சிறிய கட்டடத்தின் நிழலில் ஒளிய முயன்றோம். ஆனாலும் நனைந்து விட்டோம். அந்த இடம் போதவில்லை. மேலும் அது மழை எங்களை நோக்கி வரும் திசையில்தான் இருந்தது. நான் இறங்கி மழையில் நடந்தேன். அப்போதுதான் அதைக் கவனித்தேன்.

வானவில்!

இதுவரை இவ்வளவு முழுமையான வானவில்லை நான் கண்டதே இல்லை.

மேலும் இந்த வானவில் பூமியிலிருந்து புறப்பட்டு பூமியில் முடிந்தது.

வானவில்லைக் கடவுள் மனிதனுடன் செய்துகொண்ட ஒப்பந்தம் என்று விவிலியம் கூறுகிறது. அது அவரது பாதுகாப்பின் உறுதிமொழி. The covenant.

நாங்கள் இருவரும் வசியப் படுத்தப்பட்டவர் போல அதையே பார்த்துக் கொண்டு நின்றிருந்தோம்.

அப்போது எனக்கு ஒரு வினோத அனுபவம் ஏற்பட்டது.

வானவில் நகர்ந்து எங்களை நோக்கி வருவதுபோல் தோன்றியது. நான் அது ஒரு காட்சிப்பிழை என்று நினைத்தேன். அல்லது வலி என் மூளையைப் பற்றி விட்டது.

ஆனால் அந்த பிரமை நீடித்தது. வானவில் நகர்ந்து நகர்ந்து எங்களை நோக்கி வந்தது.

ஒரு கட்டத்தில் நாங்கள் வானவில்லின் நடுவில் இருந்தோம். என் கை கன்னம் காது நுனிகள் எல்லாம் அதன் நிறங்கள் பட்டு மினுமினுத்ததைக் கண்டேன். நாயின் வாலில் மூக்கில் நிறங்கள் பட்டுச் சிதறின. காலக் கணக்கிட முடியாத ஒரு கணம் நாங்கள் அதன் மடியில் இருந்தோம்.

பிறகு அது விலகிச் சென்றது.

வெயில் மறுபடியும் அடிக்கத் தொடங்கியது.

வானிலிருந்து எங்கள் இருவரையும் நோக்கி ஒரு குரல் கேட்டது.

"How was that?"

52

இந்து மதத்தின் ஆறு தரிசனங்கள்

இந்த முத்தாரம்மன் மாரியம்மன் கோவில் கொடைகளில் போடும் பாடல்களில் ஒரு கிராமர் இருப்பதை இன்று கண்டு பிடித்தேன்.

பெரும்பாலும் அம்மன் கோவிலாக இருந்தாலும் அதிகாலை பெருமாளைத்தான் துயில் எழுப்புகிறார்கள். அதற்காக சுப்ர பாதம் பாடுவதில்லை.

பெரும்பாலும் 'கோகுலத்துப் பசுக்கள் எல்லாம் கோபாலன் பெயரைச் சொல்லி...' அல்லது 'குருவாயூருக்கு வாருங்கள்...' ஒரு குழந்தை சிரிப்பதைப் பாருங்கள் பசுக்கள் எல்லாம் நான்கு படி பால்கறந்து முடித்ததும்தான்அவர்களுக்கு நாம் வணங்குவது அம்மன் என்ற போதம் வந்து ஏறக்குறைய மன்னிப்பு கேட்கும் தொனியுடன் 'கற்பூர நாயகியே கனகவல்லி" என்கிறார்கள்.

காலை பூசை முடிந்ததும் வெயில் ஏறுகிறது. பாடல்களிலும் உக்கிரம் ஏறுகிறது. 'செல்லாத்தா அட மாரியாத்தா எங்கள் சிந்தையில் ஆடி அறையில் வந்து நில்லாத்தா ' அதன் பிறகு ' அந்த ஊர்க் காளி இந்த ஊர்க் காளி ' என்று ஒரே ஹை பிட்ச் பக்தி. பெரும்பாலும் எல் ஆர் ஈஸ்வரி.

பிறகு இரண்டு மணி நேரம் ஓய்வு. நான்கு மணிக்கு என்ன தான் நாம் மொழியால் வேறுபட்டிருந்தாலும் சக்தியில் ஒன்று என்பதை உணர்ந்து 'அம்மே நாராயணா லக்ஷ்மி நாராயணா' என்று உருகுகிறார்கள். சரியாக சந்தி பூஜைக்கு முன்பாக சக்திக்குத் தன் புதல்வன் நினைவு வந்துவிடுகிறது. குரல் தழைந்து, ' சஷ்டியை நோக்க சரவணபவன சிஸ்டர்க்கு உதவும்... '

சந்தியா பூஜை வரும்போது வீரம் உக்கிரம் எல்லாவற்றையும் விட்டுவிட்டு படிப்புதான் முக்கியம் என்று எல்லோருக்கும் உணர்வு ஏற்பட்டு 'கலைவாணி நின் கருணை தேன்மழையே விளையாடும் என் நாவில் தமிழ் மழையே...

இப்போது எட்டு மணியாகிவிட்டது. இப்போதுதான் இதுவரை ஒதுங்கியிருந்த குடும்பப் பெரியவர் நினைவு சிலருக்கு வருகிறது. நமது குடும்பங்களில் கூட அப்படித்தான் இல்லையா? இரவு எட்டு மணி வரைக்கும் யாரும் நம்மைத் தேடுவதில்லையே?

பெரியவர் மிகச்சரியாக எட்டு மணிக்கு 'தில்லையம்பல நடராசா' என்ற மோகன விளியோடு அரங்கத்தின் உள்ளே நுழைகிறார். ' அல்லல் தீர்த்தாட வா. வாவா அமிழ்ந்தாட வா!' இதுவரை துள்ளிக் குதித்துக் கொண்டிருந்த விடலைகள் கூட திடீரென்று கிராப்பு வளர்த்துக் கொண்டு பாகவதர்கள் போலாகிவிடுவதை நாம் இப்போது காண்கிறோம்.

இதுவரை ஒடுங்கியிருந்த பெருசுகள் நிமிர்ந்து உட்கார்ந்து கொண்டு 'அடங்குங்கடா' என்பதுபோல் மற்றவர்களைப் பார்ப் பதையும் மற்றவர்கள் அவர்களை மரியாதையாகப் பார்ப் பதையும் பார்க்கிறோம். அதன்பிறகு பத்து மணி வரை ஒரே 'சிவசிவா ' தான்.

பதினோரு மணிக்கு இரவு வந்துவிடுகிறது.

மைக் செட் காரரை விட்டுவிட்டு எல்லோரும் உறங்கப் போய்விடுகிறார்கள்.

அவருக்கு இது நிலையாமையையும் பட்டினத்தாரையும் நினைவு படுத்துகிறது. 'இது முறையாகுமோ நீதியாகுமோ?' என்று நம்மிடம் கேட்கும் அவர் 'காதற்ற ஊசியும் வாராதே கடைக்கே" என்ற பாடலுடன் கடையைச் சாத்தி விடுகிறார்.

நாதத்தின் மூலமாகவே ஞானத்தை அடையும் நாதோ பாசனை என்பது வேறு ஒன்றுமில்லை. இதுதான் அது என்று உங்களுக்கு தோன்றிவிடுகிறது.

53

A ghost to die for...

பிராய்டுக்கு யுங் ஆவியுலகம், ஐ சிங் என்று அலைவது பிடிக்கவில்லை. ஒரு நாள் வியன்னாவின் பழைய நூலகம் ஒன்றில் யுங்கை வரவழைத்துக் கண்டிக்கிறார்.

"நீ நிஜமாகவே ஆவியுலகத் தொடர்பை நம்புகிறாயா?" என்கிறார். யுங் மவுனமாக இருக்கிறார். அப்போது அந்த மர நூலகத்தின் மேற்கூரையில் ஆவியுலக சந்திப்புகளில் நிகழ்வது போல யாரோ தட்டுவதுபோல் ஒலிகள் கேட்கின்றன. பிராய்டு "குளிரில் மரப் பலகைகள் சுருங்குகின்றன. அவ்வளவுதான். யுங் உனக்கு என்னாயிற்று? சரி. உனக்கு ஒரு வாய்ப்பு தருகிறேன். இந்த மேஜையிலிருந்து உன் ஆவிகளால் ஒரு பதிலை அளிக்க முடியுமா?"

பிராய்டு கேள்வியை முடிக்கவில்லை. மேஜையிலிருந்து மிகப் பெரிய சத்தம்! படார் படார்! பிராய்டுக்கு வலிப்பு வந்துவிடுகிறது.

சரியான பிறகு பிராய்டு கோபத்துடன் அந்த இடத்தை விட்டுச்சென்று விடுகிறார். அவர்கள் பிரிவு அங்கே நிகழ்கிறது. அவர் கடைசி வரை நான் ஏதோ ட்ரிக் செய்துவிட்டேன் என்றே நம்பினார் என்கிறார் யுங். 'ஆனால் நான் அந்த ஒலியை எழுப்பவில்லை'

பாருக்குட்டியிடம் நான் ஒரு நாள் பேய்கள், யக்ஷிகள், கந்தர்வர்கள் பற்றிப் பேசிக்கொண்டிருந்தேன். அவள் "அவசானம் எல்லாம் கதை தன்னே" என்றாள்.

நான் கடுமையாக அதை மறுத்தேன். அவள் " புளுவடிக்காதடோ. நான் ஒருபாடு அல்ப ஆயுசு மரணங்கள் கண்டுட்டுண்டு." என்றாள்.

உண்மைதான். ஐந்து வயதில் அவளது தந்தையை அரசியல் எதிரிகள் அவள் கண் முன்பு வீடு புகுந்து வெட்டிக் கொன்றார்கள். அவளது அம்மாவும் இளவயதிலேயே கேரளத்தில் ஒரு பகுதியில் அதிகம் காணப்படும் sickle cell anemia வந்து இறந்து போனாள். "கரல் கரைஞ்சு விளிச்சப்போலும் யாரும் திரிச்சி மறுபடி

பறைஞ்ஞில்லா" என்றாள் அவள். "பைசாசங்கள் அல்லா. பைசாசங்கள் அல்லாத லோகம்தன்னே பயங்கரம்." நான் ஏதோ தோன்றியது போல "இப்போது இந்த அறையில் உன் அம்மை உண்டு" என்றேன்.

அவள் "எடோ கழிக்க. மதியம் வாங்கிய சாம்பார்" என்றாள்.

நான் "உண்டு" என்றேன். "அவள் இப்போ உனக்கு ஒரு உத்திரம் பறயும்."

அவள் "சாப்பிடு" என்றாள்.

நான் "அம்மே வா" என்றேன்.

ஒரு கணம் பெரிய அமைதி அங்கே.

அதன்பிறகு சட்டென்று நாங்கள் சாப்பிட்டுக் கொண்டிருந்த மேசையில் இருந்த ஊறுகாய் ஜாடி உயர்ந்து எழுந்து பலத்த சத்தத்துடன் கீழே விழுந்து உடைந்தது.

நான் மயங்கிவிட்டேன். எழும்போது பாருக்குட்டி என் முகத்தை விசிறிக் கொண்டிருந்தாள்.

"எடோ எருவினி. அது நான் எறிஞ்சதா."

54
நற்கதி

பாருக்குட்டியின் வீட்டில் முன்பு இருந்த குடும்பம் கடன் தொல்லையால் தற்கொலை செய்துகொண்டதாக ஒருநாள் அவள் சொன்னாள்.

அதனால்தான் அங்கே யாரும் வரவில்லை. ஆனால் பாருக்குட்டிக்குப் பயமில்லை என்பதோடு மட்டு மில்லை 'நமக்கு வேற எதுமாதிரி வீடு கிட்டும்டே?'என்ற எண்ணமும் இருந்தது.

பாருக்குட்டிக்கு அது ஒரு பிரச்சினையாக இருக்கவில்லை. ஆனால் அவளது வாடிக்கையாளர்கள் அவ்வப்போது அந்த வீட்டில் சில உருவங்களைக் கண்டிருக்கிறார்கள்.

நான் ஒருமுறை அவள் வீட்டுக் கிணற்றின் திண்டில் ஒரு சிறுமி உட்கார்ந்து கொண்டிருந்ததைப் பார்த்தேன்.

நான் பக்கத்து வீட்டுக் குழந்தை என்று நினைத்து "பார்த்து... விழுந்துடப் போறே. உன்னோட அம்மா எங்கே?" என்றேன்.

அந்தக் கிணற்றில்தான் கணவனும் மனைவியும் தங்கள் மகளோடு சாடி இறந்திருக்கிறார்கள்.

பாருக்குட்டி அவர்களை அவ்வீட்டில் உணர்ந்தது கூட இல்லை என்பது எனக்கு வியப்பாக இருந்தது. ஒரே ஒரு மறைமுகமான தருணம் தவிர.

களியக்காவிளைக்கு வந்த புதிய எஸ்.ஐ. ஒருவன் பாருக் குட்டியை உடல், மன அளவில் மிகவும் துன்புறுத்திக் கொண் டிருந்தான். பொதுவாக இது மாதிரி மனிதர்களை அவள் சமாளிக்கக் கூடியவள் எனினும் இவன் அரக்கன் போல இருந்தான். அதிகாரம் வேறு.

ஒருநாள் குடித்துவிட்டு இரவில் ரொம்ப அவளைத் துன் புறுத்திவிட்டு புழக்கடைக்குப் போனவன் அலறிக்கொண்டு ஓடிவந்தான். அவன் அங்கு எதைக் கண்டான் என்பது தெரிய வில்லை. ஆனால் அவன் திரும்ப அங்கே வரவில்லை.

நான் ஒரு நாள் அவர்களை அவ்வீட்டிலிருந்து அகற்ற முடியும் என்றேன். அவள் 'இது அவர்கள் வீடும் அல்லவா? ஏன் அகற்ற வேண்டும்?" என்று கேட்டாள். "ஆனால் இந்த வீட்டில் அவர்கள் சந்தோஷமாக இல்லையே. அவர்கள் நற்கதி அடைய உதவலாம்"

அவள் சற்று மவுனமாக இருந்தாள். பிறகு "செய்யலாம்" என்றாள்.

பிறகு கேரளத்தில் எனது நண்பர் ஒருவர் சொன்னபடி சில சடங்குகளைச் செய்துவிட்டு திரும்ப வந்தாள்.

வந்த அன்று போன் செய்தாள்.

"அவர்கள் போய்விட்டார்கள். எனக்குத் தெரிகிறது. அதென்ன சொல்வாய்? நற்கதி... அவர்களுக்குக் கிடைத்து விட்டது" என்றாள். பிறகு அழ ஆரம்பித்தாள்.

55

அலையும் கடலும்

இம்முறை வர்கலைக்குச் சென்றபோது ஏறக்குறைய தற் கொலை மனநிலையில் இருந்தேன். போன முறை சற்று உற்சாகமாகப் போனேன். அப்போது சீஸன் சமயம். நிறைய வெள்ளைக்காரர்கள் தென்பட்டார்கள்.

மாலை மங்கும்போது ஒரு குழு சிறிய தீ வளர்த்து அதைச் சுற்றி ஆடியது. அதில் ஒரு பெண் என்னையும் ஆட அழைத்தாள். நான் என் உடல் முற்றிலும் ஆட மறுப்பதை மறந்துவிட்டதை உணர்ந்தேன். என் உடல் இப்போது சைக்கிள் விடுதலையும் மறந்துவிட்டது. அவர்கள் ஓஷோவினால் உந்தப்பட்ட ஒரு குழு என்று தெரிந்தது. நான் ஓஷோவின் குரு குர்ட்ஜீப் பற்றி அவர் சீடர் அவுஸ்பென்ஸ்கி பற்றி கோலின் வில்சன் பற்றி *dancing with masters* பற்றி அலன் வாட்ஸ் பற்றி நாராயண குரு பற்றி யதி பற்றி எல்லாம் அவர்களிடம் பேசினேன். சிலருக்குத் தெரிந்திருந்தது.

குர்ட்ஜீப் நமக்கு சுயம் என்ற ஒன்றே இல்லை என்கிறார். நான் என்ற ஒன்று இல்லை. அல்லது நாம் என்பது பல நான்களின் வரிசை. அடிப்படையில் நாம் எல்லோரும் இயந்திரங்கள். கவிதை எழுதுகிறவர்களும் கூட இயந்திரங்களே. சற்று நுட்ப மான இயந்திரங்கள். அல்லது நுட்பமான இயந்திரங்கள் என்று நினைத்துக்கொள்ளும்படி வடிவமைக்கப்பட்ட இயந்திரங்கள்.

இறப்பிற்குப் பிறகு வாழ்க்கை இருக்கிறதா என்ற கேள்விக்கு இறப்புக்கு முன்பே உங்களுக்கு வாழ்க்கை இல்லை என்றார்.

மறைந்த ந.முத்துசாமிக்கு குர்ட்ஜீப் தாக்கம் இருந்தது. சிற்றிதழ்களில் கொஞ்சம் அவர் பற்றி பேசியிருக்கிறார்கள். ஓஷோ குர்ட்ஜீபிடம் நிறைய கடன் பெற்றிருக்கிறார்.

கேரளத்தில் குர்ட்ஜீப் சிந்தனைகளால் வழி நடத்தப்படும் ஒரு ஆசிரமம் இருக்கிறது. குர்ட்ஜீப் வாழ்க்கை பற்றி நாவல் வடிவில் அந்த ஆசிரமம் நடத்துகிற ஆனந்த் என்ற தமிழர் எழுதி இருக்கிறார். நாங்கள் பேசிப்பேசி நள்ளிரவு வரை இருந்தோம். கிளம்பும்போது ஒரே ஒரு வெள்ளைக்காரப் பெண்மணி பின் தங்கி என்னுடன் நடந்து வந்தார்.

பிறகு "ஒரு வேண்டுகோள். விரும்பவில்லை என்றால் மறுத்து விடுங்கள்." என்றார். "நீங்கள் ஒருமுறை என் தலையில் கை வைக்க முடியுமா?"

நான் வியந்து "ஏன்?" என்றேன்.

"என்னுடைய இந்த உடல் முற்றிலும் உளுத்துவிட்டது. வலி வலி மட்டுமே நிரம்பியதாக ஆகிவிட்டது. நான் இந்த உடலைவிட்டு வெளியேற வேண்டும் குறைந்த வலியோடு."

"நான் யோகியோ ஞானியோ அல்லவே."

"பரவாயில்லை. எனக்கு அப்படித் தோன்றுகிறது. அவ்வளவு தான். நீங்கள் ஒருமுறை என்னை தொட்டால் என் வலி குறையும் என்று தோன்றுகிறது. குர்ட்ஜீப் இதைப்பற்றியும் பேசி இருக்கிறார் இல்லையா? சரி விருப்பமில்லை எனில் விட்டு விடுங்கள். Grace should not be forced."

நான் அவர் தலையின் மீது கையை வைத்தேன்.

இந்த முறை கடற்கரை ஏறக்குறையத் தனியாக இருந்தது. நானும் ஒரு நாயும் மட்டும்.

நான் இப்போது ஏறக்குறைய அந்த பெண்ணின் நிலையில் தான் இருந்தேன். உடல் முழுக்க வலி. வலி நிறைந்த இந்த உடலை விட்டு வெளியேறினால் போதும்.

கடற்கரையில் இருந்த கடைசி நபரும் போனபோது எனக்கு சட்டென்று அந்த எண்ணம் எழுந்தது. அந்த வெள்ளைப் பெண்மணியின் வலியும் நோக்காடும் தான் எனக்குள் புகுந்து விட்டது! எனக்குள் கடும் சினம் எழுந்து உடல் நடுங்கியது. பிட்ச்! என்று அவளைச் சபித்தேன். ஆனால் அது எழும்போதே அது எவ்வளவு கீழ்மையான எண்ணம் என்றும் தோன்றி என்னை நானே கசந்து அழுதேன்.

குர்ட்ஜீப் சொல்வது உண்மையே. நாம் என்பது ஒற்றை நான் இல்லை. நான் எழுந்து கடலை நோக்கிச் சென்று அலையில் கால் நனைய நின்றிருந்தேன். உடல்வலி குறைவது போல் தோன்றியது. தற்கொலை எண்ணமும்.

அதுவரை படுத்துக் கிடந்த நாய் எழுந்து வந்து எனது காலைத் தனது உடலால் உரசியது.

அந்த வெள்ளைப் பெண்மணிக்கு முன்பு நான் செய்ததைத் தான் இப்போது அது எனக்கு செய்கிறது என்பது எனக்குப் புரிய காலம் தேவைப்படவில்லை.

56

"**சும்**மா தமாஷுக்குப்பேசறது இன்னா... பிடிக்கலைன்னா 'வே நீரு பேசறது எனக்கு இஷ்டப்படலைன்னு சொல்லணும். தலையை எடுத்துடப்படாது."

"... ... ..."

"என்கிட்டே இப்ப சல்லிக் காசு கூட இல்லை. ஒன்றரை நா கழிச்சு இப்பதான் ஒரு சமோசாவைக் காணுதேன். இல்லேன்னா உனக்குத் தர என்ன?"

"... ... ..."

"ஆனா இன்னிக்கு பணி உண்டு. வைய நேரம் சரியா ஏழு மணிக்கு இங்கே வா. இஷ்டம்போல வாங்கித் தரேன்"

"... ... ..."

நான் அவர் யாரிடம் பேசுகிறார் என்று எட்டிப் பார்த்தேன்.

சமோசாவைக் கடித்துக்கொண்டு டீயை உறிஞ்சிக்கொண் டிருந்த அவர் முன்பு ஒரு நாய் உட்கார்ந்து அவர் பேசுவதையே பார்த்துக்கொண்டிருந்தது.

அவர் நான் கவனிப்பதைப் பார்த்து "இது சின்னத்துரை சார். என்னை மாதிரியே அந்தக் காலத்துல பெரிய பணிக்காரன். இப்போ வயசாயிடிச்சு." என்றார்.

"சின்னத்துரைக்கு நான் ஏதாவது வாங்கிக் கொடுக்கட்டா"

"கொடு சார். ஆனா மரியாதையா இதமா பேசிக் கொடுக் கணும். இல்லேன்னா சாப்பிட மாட்டான்" என்று சிரித்தார். சிரிக்கும்போதே அவர் கண்கள் செம்மி இடுங்குவதைப் பார்த்தேன். பிறகு "என்னை மாதிரியே" என்றபடி சட்டென்று எழுந்துபோனார்.

57

அத்வைதம் பலவிதம்...

போன வாரம் வர்கலைக்குப் போயிருந்தேன். நாராயண குருகுலம் போய் நடராஜ குருவின் *Autobiography of an absolutist* யதி பதஞ்சலி யோகம் பற்றி எழுதிய புத்தகம் எல்லாம் வாங்கினேன். சங்கரரின் அத்வைதத்துக்கும் நாராயண குருவின் அத்வைதத்துக்கும் வேறுபாடுகள் உண்டு. ஆத்மாநந்தா என்ற கிருஷ்ண மேனனின் அத்வைதம் இன்னொரு வகை

ஆர்தர் கோஸ்லர் இவரை வந்து பார்த்து 'எனக்கு இந்த அத்வைதம் என்பது சுத்தமாக புரியவில்லை' என்று போய் விட்டார். "கிருஷ்ண மேனன் நாள் முழுவதும் ஈசி சேரில் சும்மா உட்கார்ந்திருக்கிறார். அவர் பக்கத்தில் கீழே நான்கு பேர். அவர் ஏப்பம் விடுவதைக் கேட்டுக்கொண்டு. இதுதான் அத்வைதமா?"

நாராயண குருவின் அத்வைதம் இவ்வளவு வறண்டதல்ல. அது இலக்கியம், இசை, சமகாலத் தத்துவம், உளவியல், அரசியல் எல்லாவற்றின் உடனும் உரையாடலை மேற்கொண்டது.

நான் என்னுடைய வழக்கமான கவலை மனதுடன் முன் கூட்டியே ஒரு அறையை ஆப்பில் பதிவு செய்து ஒரு நண்பரிடமும் சொல்லிவைத்திருந்தேன். அவர் தனது நண்பரிடம் சொல்லி, அவர் ஹோட்டலில் ஒரு அறை பதிவு செய்துகொடுத்தார்.

"நீங்கள் ஒரு கலைஞர்னு சொன்னாங்க" என்றார் அவர் என்னைப் பார்த்ததும்.

"கவிஞர்"

"கலைஞர் கவிஞர்தானே?"

நான் "அப்படியும் சொல்லலாம்" என்றேன்.

அவர் "இல்லா. உங்க சி எம் கலைஞரும் ஒரு கவிஞர்தானே?"

நான் ஒரு சதியை உணர்ந்து "அகாங்" என்றேன் மையமாக.

அவர் போனதும் ரூம்பாய் "நான் ரூம் பாய் மாத்திரமல்லா. நான் ஒரு களரி வீரரும் கூட" என்றார்.

"மார்த்தாண்டம் புஷ்பராசு மாஸ்டர்..."

"அவர்கிட்டே படிச்சதா?"

"இல்லா. நான் கொறைச்ச காலம் அவர் வீட்டு அடுக்களைல நின்னு. உங்களுக்கு கழுத்து வலி இருக்கா?"

"இருக்கே."

"எனக்கு மருத்துவமும் தெரியும். மசாஜ். கிழி."

"சரி."

"டிஸ்க் ப்ராப்ளம் அதுவும் இருக்கு. சரியாக்கித் தரலாம்"

"பொறவு. . "

"ரத்த ஓட்டம் மூளைக்கு சரியா ஓடாது"

"ஓ"

எனக்கென்னவோ மூளைக்கு ரத்தம் அதிகமாக ஓடுவதைக் குறைத்தால் போதும் என்று தோன்றியது.

நான் வெளியே கிளம்பிப் போய்விட்டேன்.

இரவில் அவர் கதவைத் தட்டி "நான் அத்வைதியும்கூட" என்றார்.

நான் ஆர்வம் காட்டாதது கண்டு "ஏதாவது வேணுமா?"

"எது?"

"பீர்? பொண்ணு?"

நான் எரிச்சலுடன் "எனக்கு உறக்கம் வேணும். ஊர்ல தூங்க முடியலை. அதானு ஞான் இங்கே வந்தது."

அவர் முகம் கடுமையாக மாறியது.

"உங்களுக்கு கடுமையான மன ரோகமும் இருக்கு" என்றார்.

நான் வியப்புற்று "ஏன் அப்படி சொல்றீங்க?" என்றேன். என் மனைவியாய் இருந்தால் "எப்படி கண்டுபிடிச்சீங்க!" என்றிருப்பாள்.

"பின்ன என்ன? கலைஞர்னு சொல்றீங்க? ஒரு பிடி வேண்டாம். கிழி வேண்டாம். கள்ளு வேண்டாம். பொண்ணு வேணாம். அத்வைதமும் வேணாம்னா?"

58

பேருந்தில் முன் இருக்கையில் இருக்கிற இரண்டு பெண் குழந்தைகளும் அவளது தம்பியும் பேசிக்கொண்டே பாடிக் கொண்டே வருகிறார்கள்.

அவர்களைக் கவனிப்பது தெரிந்ததும் இளையவள் நாணினாள்.

பிறகு சட்டென்று பாட ஆரம்பித்தாள்.

பள்ளியில் சொல்லிக் கொடுத்ததாக இருக்கலாம்.

"என்னைப் போல எல்லாரும் நல்லாரே
நல்லாரே எல்லாரும் எல்லாரும்"

எனக்கு கண்ணீர் வந்துவிட்டது.

நான் "ஆமாம் மகளே" என்றேன்.

"உன்னைப் போல எல்லாரும்.
எல்லாரும்"

திருவனந்தபுரத்தில் இறங்கி நாரய்ங்கவெள்ளம் குடிக்கை யில் அந்த வரி மீண்டும் தாக்கிற்று. அது எனது அகம் வேறு சிந்தனைகளில் இருந்து விடுபடுவதற்காகக் காத்திருந்தது என்று உணர்ந்தேன்.

'என்னைப்போல எல்லாரும் நல்லாரே
நல்லாரே நல்லாரே
எல்லாரும் எல்லாரும் "

உலகத்தின் நீதி போதனைகள், மத நூல்கள் அனைத்தும் போதித்ததின் சாரமும் ஒரே வரியில் வந்துவிட்டது போலத் தோன்றியது.

இல்லை. மத நூல்கள் முதலிலேயே தான், பிறர் என பிரித்துக் கொள்கின்றன. பிறரையோ தன்னையோ பாவி என்று நேராகவோ மறைமுகமாகவோ சொல்கின்றன.

ஆனால் இந்த வரிகளில் குற்றம் சாட்டும் தொனியோ தன்னிரக்கத் தொனியோ இல்லவே இல்லை. தான் நல்லவர் என்று ஆணித்தரமாக நம்பும் மனம் அதே உறுதியோடு மற்றவரை நீயும் அப்படித்தான் என்று சொல்கிறது.

இந்த வரிகளை எழுதியது யார்? பாடத் திட்டத்தில் உள்ளதா? தெரியவில்லை.

நான் இந்த வரிகளை எழுதாத நபராய் இருந்துவிட்டது குறித்து கடும் வெட்கமடைந்தேன்.

என்னையறியாமல் விம்மினேன்.

நான் தள்ளாடுவது கண்டு கடைக்காரர் "என்னாச்சு? உட்கார்ந்துக்கோங்க" என்றார்.

எனக்கு உடனே ஹரிணியைப் பார்க்க வேண்டும் எனத் தோன்றியது. நான் என்னை ஆசுவாசப்படுத்திக் கொண்டு அப்படியே அமர்ந்திருந்தேன். நான் கொஞ்சம் மாற்றி நினைத்தேன்.

எல்லோரையும் போல நானும் நல்லவன் தானே?

59

பாருக்குட்டியிடம் எதை வேண்டுமானாலும் பேசலாம். இலக்கியம், அரசியல், அறிவியல் கூட. ஒன்றின் விதியை இன்னொன்றில் போட்டுக் குழப்பிப் பார்ப்பது என்னுடைய பலவீனங்களில் ஒன்று. இவற்றை எல்லாம் பாருக்குட்டியிடம் தான் முதலில் பரீட்சை செய்வேன்.

ஒருமுறை அவள் படுக்கையில் படுத்துக்கொண்டு வெப்ப இயங்கியலின் இரண்டாம் விதியைக் கொண்டு அமெரிக்காவில் டிரம்பின் வெற்றியை அவளுக்கு விளக்க முயன்று கொண்டிருந்தேன். பொதுவாக அவளுக்கு எளிதில் புரிந்துவிடும். அன்று கொஞ்சம் கஷ்டப்பட்டாள். நான் தளர்ந்து "பொதுவாக உலகில் குழப்பம் கூடிக்கொண்டே போகும். இது ஒரு விதி" என்றேன்.

அப்போது கதவு தட்டப்பட்டது. அவள் எழும்பி ஒரு துவர்த்தை எடுத்துப் போர்த்திக்கொண்டு பக்க சன்னல் வழியாக எட்டிப் பார்த்தாள்.

"நீ சொன்னது சரிதான். இப்போது புரிகிறது. உலகில் குழப்பம் கூடிக்கொண்டே செல்லும்" என்றாள்.

நான் குழம்பி "என்ன? யார்?" என்றேன்.

அவள் தலையை முடிந்துகொண்டு "அவன்தான். குழப்பக் காரன்" என்றாள்.

"என்னைக் கட்டினவன்."

*

பாருக்குட்டியிடம் ஒரு விலைமாதுவிடம் வருகிற மனிதர்கள் பற்றி விதம் விதமான சித்திரங்கள் உண்டு. ஒரு நாயர் எப்படி அவளிடம் வருவார், ஒரு சகாவு எப்படி வருவார், ஒரு கிறித்துவர் எப்படி வருவார், ஒரு நாடார் எப்படி வருவார் என்றெல்லாம் நடித்துக் காண்பிப்பாள். "இதையெல்லாம் நீ எழுது" என்பாள்.

நான் "இதையெல்லாம் ஒருபோதும் தமிழில் எழுத முடியாது" என்பேன். "எல்லோரும் கத்தியை எடுத்துக்கொண்டு வெட்ட வருவினம்."

அவள் "ஏன்?" என்பாள்.

நான் பல்வேறு பதில்களை யோசித்து "ஏனென்றால் தமிழர்கள் ஒரு வீரம் செறிந்த இனம்" என்பேன்.

அவள் "என்ன வீரமோ! ஆனால் அவர்கள் இங்கு கொண்டு வருகிற கத்திகளில் ஒருபோதும் நான் அந்த வீரத்தைக் கண்டிட்டில்லா!"

*

காலையிலேயே பாருக்குட்டி போனடித்தாள்.

"எடோ ப்ரீயா?"

"இல்லா. நல்ல பனி. லீவு."

"சாரமில்லை. எனக்கு ஒரு காரியம் சொல்லணும்."

"சரி சொல்லித் தொலை."

"எடோ நேத்து ராத்திரி ஒரு மலையாளத்தான் வந்திருந்தான்."

"இது ஒரு நூஸுன்னு என்னோட பனி ஒறக்கத்தைக் கலைக்கியா நீ?"

"கேளுடா. ஆளு கொஞ்சம் செரியில்லைன்னு எனக்கு முதல்லியே ஒரு தோணல்."

"ஏன்? என்ன பண்ணான்?"

“கதவை மூடினதும் அழுதுட்டான்.”

“ஓ...”

“முண்டை கழற்ற ஆரம்பிச்சதும் ஒரே கரைச்சல். அம்மே வேணாம். ஞான் உன்னை தர்சிக்க மாத்திரமே வந்நுன்னு கையெடுத்து ஒரு கும்பிடு.”

நான் எழுந்து உட்கார்ந்துகொண்டு “ஆசாமி ஒரு நாயரோனோ?” என்றேன்.

“அப்படித்தான் தோணுது. கையிலே ஒரு பழைய போன். கொஞ்சம் எழுதக்கூடிய ஆளுன்னு அவனே சொன்னான். ராத்திரி முழுக்க என் உண்மையான பேரு என்னா நான் எப்படி இதுக்குள்ள வந்தேன்னு கேட்டுக்கிட்டே இருந்தான். நடு நடுவில கரல் பொட்டி ஒரு அழுகை. விடிகாலைல என் காலைத் தொட்டுக் கும்பிட்டிட்டு என் செருப்பை மாத்திப் போட்டுட்டு போயிட்டான். நான் உன் பேரைச் சொன்னேன்.

அவனுக்குத் தெரியலை. ஆனா கவிதை எழுதறவன்னு சொன்னதும் எழுந்து நின்னு கும்பிட்டான்” என்றாள் அவள். ”டா இது யாரடா?யாரா இருக்கிம்?”

நான் “குழம்ப ஒன்னுமில்லை பாருக்குட்டி. அது ஒரு மாத்ரு பூமி ரிப்போர்ட்டர். நாளையோ அடுத்த நாளோ உன்னைக் குறிச்சி வாராந்திர பூமில ‘தமிழ் பூமியிலே சில அகல்யகள்’னு ஒரு கட்டுரை வரப்போகுது.”

60

ஒரு இந்தியப் பயணத் திட்டம்

பயணத் திட்டம் என்றதும் எனக்கு அவர் நினைவுக்கு வந்தது. அவருக்கு திட்டமிட்டுப் பயணம் செய்வதே பிடிக்காது.

“அரையில் ஒரு துண்டும் மனசில துணிவும் இருந்தாப் போறும். அந்தக் காலத்தில துறவிங்க கையில் மேப் இருந்துச்சா ஆப் இருந்துச்சா? பப்பா ராமதாஸ் அப்படித்தான் செய்தார்” என்பார். ஆனால் போன வருடம் அவரது வாழ்க்கைப் பார்வை மாறியது.

வடகிழக்கு மாநிலம் ஒன்றில் தனியாகப் பயணம் செய்து கொண்டிருந்த அவர் வழியில் ஒரு நதியைப் பார்த்ததும் இறங்கிக் குளித்துக்கொண்டிருந்திருக்கிறார்.

அப்போது அவ்வழி வந்த இருவர் கரையில் இருந்த அவர் பொருட்களை எடுத்துப் பார்த்திருக்கிறார்கள்.

அவர் நீரிலிருந்து கொண்டே "மேரா சாமான் மேரா சாமான்" என்று கத்தியிருக்கிறார்.

அதில் ஒருவன் "இந்தியன்?" என்று கேட்டிருக்கிறான்.

அவர் "ஹே" என்றிருக்கிறார். அவர்கள் "உன் டெல்லிக்கு இப்படியே நடந்து செல்" என்று சொல்லிவிட்டு சாமானைத் தூக்கிப் போய்விட்டார்கள்.

அவர் அரையில் துண்டுடன் நடந்து நடந்து பொது சாலைக்கு வந்திருக்கிறார். இருட்டில் ஒரே ஒரு வாகனம் வந்திருக்கிறது. அதை நிறுத்தி லிப்ட் கேட்டிருக்கிறார். ஓட்டி வந்தவர் கண்ணாடியை தாழ்த்தி "இந்தியன்?" என்றிருக்கிறார்.

அவர் பதறி "நைநை. மதராசி. தமிழன்"என்றிருக்கிறார். அவர் ஒரு ராணுவ அதிகாரி என்று பின்னால் தான் தெரிந்ததாம்.

*

பயணம் சில அறிவுரைகள்

பயணம் போகும் முன்பு அந்த இடம் பற்றி கொஞ்சம் ஆராய்ச்சி செய்துகொண்டு போவது நல்லது. அதற்காக ஆசான் அளவுக்கு ஆராய்ச்சி செய்யத் தேவையில்லை.

ஆசான் ஒரு ஊருக்கு பெட்டி நிறைய அந்த ஊர் பற்றிய செய்திகளுடன்தான்இறங்குவார்என்பார்கள். அந்தப்பிரயாணம் முழுவதும் அந்தக் குறிப்புகளை மட்டும் படித்துக்கொண்டு ஊரைப் பார்க்காமல் திரும்பிவிடுவார் என்றும் சொல்கிறார்கள்.

சிலருக்கு எல்லாவற்றிலும் ஒரு 'ப்ரஷ்நெஸ்' தேவைப் படுகிறது. இவர்கள் பொதுவாக ஜே.கிருஷ்ணமூர்த்தி வாசகர் களாகவோ சோம்பேறிகளாகவோ இருப்பார்கள். சில நேரங் களில் இது ரொம்ப பிரஷாக இருந்துவிடும். இதுபற்றி ராபர்ட் பென்ச்லியின் ஒரு நகைச்சுவை உண்டு. அவர் வெனிஸ் நகரில் இறங்கியதும் திகைத்து ஊருக்குத் தந்தி அடித்தாராம்.

" உதவி! இங்கே தெருவெல்லாம் தண்ணில முங்கியிருக்கு"

*

பயணி

பயணத்தில் உடன் வருகிறவர்கள் பற்றிய கவனம் அவசியம் என்றார் அவர். ஆமாம் என்று ஒப்புக்கொண்டேன்.

எனக்குத் தெரிந்த ஒருவர் போன வருடம் திடீரென்று ஒரு இந்தியப் பயணம் கிளம்பிவிட்டார். "நேத்து எரிக் நியூபியோட 'உலகைச் சுற்றி எண்பது வருடங்கள்' படிச்சேன். ச்சே... நாம வாழ்றது எல்லாம் என்ன வாழ்க்கை. ஒரு இந்தியப் பிரயாணம் போவோம் வாறீங்களா?"

நானும் பிகோ ஐயர் எல்லாம் படித்திருக்கிறேன் என்றாலும் எனது லவுகீகம் இதுபோன்ற திடீர்த் துறவுகளை அனுமதிக்காது. அவர் பிறகு இன்னொரு நண்பருடன் போனார். எனக்கு ஆரம்பத்திலேயே இதுகுறித்து ஒரு ஐயம் இருந்தது. விடயம் என்னவெனில் முதல் நண்பர் தன்னை பால் கோகின் என்று நம்புகிறவர் என்றால் இரண்டாமவர் தன்னை புகொவ்ஸ்கி என்று நம்புகிறவர். அவரது லட்சிய வேலையாக ஒரு காலத்தில் வைன் டேஸ்டர் வேலைதான் இருந்தது.

ஏறக்குறைய இரண்டு மாதங்களுக்குப் பிறகு அவர்கள் திரும்பி வந்தார்கள்.

நான் அவரிடம் "இந்தியாவைப் பார்த்தீங்களா?" என்றேன்.

அவர் "இந்திய ஜெயில்களை இந்திய போலிஸ் ஸ்டேசன் களைப் பார்த்தோம்" என்றார்.

"எப்படி இருக்கின்றன?"

"எல்லாம் ஒரே மாதிரிதான். அடிதடி. வசவுகள். லஞ்சம். ஊழல். அதிகாரம் கண்டால் குழைதல்."

விசயம் இதுதான். இருவரும் ஒரு ஊரில் இறங்கியதுமே நேராக அந்த ஊர் பாருக்குச் செல்வார்கள். பிரயாணக் களைப்பு நீங்க வேண்டாமா? ஆனால் அங்கிருந்து எப்படி போலிஸ் ஸ்டேசனுக்குப் போய்விடுகிறார்கள் என்பது அவர்களுக்கே குழப்பமாகத்தான் இருக்கிறது.

"ரிக்கார்ட் ஸ்பீட் குஜராத்தில்தான். இரண்டே நிமிசம்."

"இரண்டே நிமிசமா?"

"ஆமா. அங்கே மதுவிலக்கு இருக்கிறதாம். அங்கே எங்கள் மேல் கூடுதலாக பாகிஸ்தான் உளவாளி என்ற கேசையும் போடப் பார்த்தார்கள். "

"அய்யோ. "

"இப்போது கற்றுக்கொண்டேன். இம்முறை என்னுடன் வருகிறவர் எந்தப் பழக்கமும் இல்லாதவர்"

"அதான் சரி."

இந்தப் புதிய இணை கிளம்பிப் போன ஒரு வாரத்தில் எனக்கு நள்ளிரவில் போன் வந்தது.

"நான்தான் பயணி பேசுகிறேன். ஒரு உதவி. கூட வந்தவர் ஒரு பிரச்சினையில் மாட்டிக் கொண்டார்."

"அய்யோ. அவர் குடிக்க மாட்டார் என்றீர்களே?"

"ஆனால் பேசுவார். இவர் ஒரு தமிழ்த் தேசியர். ஒரு சாயாக் கடையில் அமர்ந்துகொண்டு மலையாளிகளைத் தாறுமாறாக பேசி அவர்கள் இவரை சூழ்ந்துகொண்டு ஒரே தகராறு. இப்போது வைப்பின் போலிஸ் ஸ்டேசனில் இருப்பு. இங்குள்ள இன்ஸ்பெக்டர் வேறு முல்லைப் பெரியார் ஏரியாவாம். அடிக்கடி எங்கள் முன் வந்து கைகளை முறுக்கிக் கொள்கிறார்"

61

2001

1. "நண்பா அந்த இடத்துல என்னால உக்கார முடியலைடா. உடல் எல்லாம் கத்தியைச் சொருகினாப்ல வலிக்கி. நான் வரையறவன்டா. என்னை வெல்ல மண்டிப் பார்க்கச் சொல்லாதடா."

2. நெல்லை சந்திப்பில் நள்ளிரவில் ஒரு அலுவலக விசயமாக சென்னை போய்விட்டு இறங்கியவன் பேருந்து நிலையத்தில் போலிஸ்காரன் புரட்டிப் புரட்டி அடித்து அடித்து எழுப்ப முயன்றவனைக் கண்டுகொண்டேன்.

வழியில் ஆட்டோவிலேயே வாந்தி எடுக்க அவன் பாதியிலேயே இறக்கிவிட்டான்.

நான் என்ன செய்வதென்று தெரியாமல் திகைத்து அங்கேயே அவனை விட்டு விட்டு நான் மட்டும் வேறு ஆட்டோவில் ஏறி வீட்டுக்குப் போனேன்.

2009

“அண்ணா வாங்க. எப்படி இருக்கீங்க?”

பக்கத்தில் தரையில் அமர்ந்து வீட்டுப் பாடம் எழுதிக் கொண்டிருந்த சிறுவன் நிமிர்ந்து கண் சுருக்கிச் சிரித்தான்.

அதே சிரிப்பு.

“எப்படிம்மா இருக்கே?”

அவள் “இருக்கோம்“ என்றாள். ”காபி எடுக்கட்டா ?”

அவள் உள்ளே போய் காபி கொண்டு வந்தாள்.

பேசிக்கொண்டே இருந்தவள் ஏதோ ஒரு கணத்தில் சட்டென்று திரும்பிசிறுவனின் கையில் ஸ்கேலால் அடித்தாள்.

அவன் கையை இழுத்துக்கொண்டு அழ ஆரம்பித்தான்.

நான் “போட்டு போட்டு. இனி வீட்டுப்பாடம் செய்யும்போது வரையாதே மகனே” என்றேன்.

62

ஒரு பொட்டிச்சிரி

அன்புள்ள போகன்,

சில வருடங்களுக்கு பிறகு முகநூல் வந்திருக்கிறேன். உங்கள் பதிவுகள் படிக்கும்போது சற்று அதிர்ச்சி ஏற்பட்டது. தொடர்ந்து நகைச்சுவைத் துணுக்குகளாக எழுதிக் கொண்டிருக் கிறீர்கள்?நன்றாக இருந்தாலும் சில சமயம் *flippant* எனத் தோன்றிவிடுகிறது. நீங்கள் முன்பு இப்படி இல்லை.

நீங்கள் மறுபடியும் எப்போது சீரியசாக எழுதுவீர்கள்?

ராஜ்.

ராஜ்,

உங்களுக்கு இப்போது தேவை ஒரு துயர்மிகு கதை. இல்லையா?

சிரிப்பு எளிதான விஷயம் என நான் இப்போது நினைக்க வில்லை. அதை நான் கண்டுபிடித்த வழி கடினமானது.

ஆனால் நகைச்சுவையின் சக்தியை அது தரும் ஆன்ம பலத்தை நான் கண்டுபிடிக்கவில்லை. ஷீலாதான் கண்டுபிடித்தாள். அவளுக்கு அந்த நோய் வந்த பிறகு. அதனால் அவள் திருமணம் நின்ற பிறகு. அதன் பிறகு அவள் வீடே ஒரு மாதம் இருளில் கிடந்தது. எனக்கு நன்றாக நினைவுண்டு. ஆபிஸ் விட்டு திரும்புகையில் நான் தான் போய் விளக்குகளைப் போடுவேன். அவளது நோய் பற்றிய நம்பிக்கை ஊட்டும் கதைகளைச் சொல்வேன். ஆனால் அது எந்த நல்ல விளைவையும் அங்கே உண்டாக்கவில்லை. பிறகு நான் அங்கே செல்வதையே தவிர்க்க ஆரம்பித்தேன். ஒரு நாள் அவளிடமிருந்து போன் வந்தது. "எடோ உனக்கு புதிய காமுகிமார் யாரும் கிட்டியோ?"

நான் வியப்புற்று "இல்லியே" என்றேன்.

"பின்னெ என்னை ஒருதரம் காணான் வாடோ."

நான் போகும்போது வீடு முன்பு போல் ஒளியுடன் இருந்தது. அவள் டிவியில் ஒரு சீனிவாசன் மோகன்லால் படம் பார்த்து சிரித்துக் கொண்டிருந்தாள். என்னைக் கண்டதும் "இதோ வந்தல்லோ குழித்துறையின் காமதேவன்?" என்றாள்.

நாங்கள் புழக்கடைக்குப் போய் வழக்கமாக அமரும் கிணற்று மேடையில் அமர்ந்து கொண்டோம். அவள் உற்சாகமாக சீனிவாசன் படங்கள் பற்றிப் பேசிக்கொண்டிருந்தாள். எனக்கு குழப்பமாக இருந்தது. அவளுக்குக் குணமாகிவிட்டதா? பிறகேன் இவ்வளவு மெலிந்திருக்கிறாள்? நான் இரண்டு நாட்கள் கழித்துப் போனேன். அவள் அம்மாவிடம் விசாரித் தேன். அவள். முகம் எல்லாவற்றையும் சொல்லியது. கீமோ சிகிச்சைக்குப் பிறகு தான் அவளிடம் இந்த மாற்றம் என்றாள். ஒருவேளை அது அவளது மூளையைப் பாதித்திருக்குமா?

இம்முறை அவள் சிரிப்பது எனக்கு ஆபாசமாகக் கூடப்

பட்டது. அவள் படுக்கையிலிருந்து எழுந்திருக்கையில் அதில் கொத்து கொத்தாக மயிர்கள் உதிர்ந்து கிடப்பதைப் பார்த்தேன். மூன்றாவது கீமோவுக்குப் பிறகு அவள் முடி மொத்தமாகவே கொட்டிவிட்டது. அதன்பிறகு அவளிடம் வேறொரு மாற்றம் ஏற்பட்டது. அவள் ஆரம்ப தயக்கங்களை மீறி நிறைய செக்ஸ் ஜோக்குகளைச் சொல்ல ஆரம்பித்தாள். எனக்குக் குழப்பமாக இருந்தது. நான் என்ன செய்ய வேண்டும்? ஏதோ ஒரு கணத்தில் என் ஆழ்மனம் தீர்மானித்து அவளுடன் அந்த விளையாட்டில் சேர்ந்துகொண்டது. அதன் பின்பான சுமார் ஒருமாத காலம். என் வாழ்வின் மிகத் தீவிரமான காலகட்டமாகும். நான் தமிழில் எழுதப்பட்ட எல்லா நல்ல நகைச்சுவைக் கதைகளையும் அவளுக்கு வாசித்துக் காண்பித்தேன். சாவி, அப்புசாமி, சுஜாதாவின் குதிரை... அவள் மலையாள சினிமாக்கள், புத்தகங்களில் இருந்து நகைச்சுவைகளைச் சொல்லிக்கொண்டே இருப்பாள். பஷீரும் வி கெ என்னும் புனத்திலும் சீனிவாசனும் மோகன்லாலும் குதிரைவட்டம் பப்புவும் அவளது நாயகர்கள்.

அவளது அம்மாவுக்கு முதலில் சற்று ஆத்திரமாக இருந்தது. நள்ளிரவு வரை கிணற்றடியில் அமர்ந்து நாங்கள் சிரித்துக் கொண்டிருப்பது கண்டு சிடுசிடுத்தாள். நாங்கள் எங்கள் துயரத்தை மரியாதையுடன் அணுகவேண்டாமா?ஆனால் ஒரு கட்டத்தில் அவளுக்கும் புரிந்திருக்கவேண்டும்.

அவளது கடைசி கீமோ செசன் அன்று அவள் படுக்கையில் எழுந்திருக்கவே முடியாமல் கிடந்தாள். திருவனந்தபுரத்திலிருந்து அப்போது தான் அவர்கள் வந்திருந்தார்கள். என்னைக் கண்டதும் அவளது அம்மா வெடித்தழுது “மோனே இனி வர வேண்டாம் என்று சொல்லிவிட்டார்கள்” என்றாள்.

ஷீலா “ஷூ...” என்றாள். “என்னை நம் இடத்துக்குத் தூக்கிப் போ ரோமியோ”என்றாள். நான் தயங்க “நான் பழைய கும்பளங்காய் ஷீலா இல்லை மோனே. ட்ரை. ப்ளீஸ் “ என்றாள்.

நான் தூக்கினேன். அவள் உடலில் எடையே இல்லை என்பதை இப்போது உணர்ந்தாலும் திடுக்கிடுகிறேன்.

அவள் தான் திருவனந்தபுரம் மருத்துவமனையில் அவளது அம்மா கூட்டிய “பெகளம்‘பற்றி ஒரு ஜோக் சொன்னாள்.

“ எடோ நீ ஒருஜோக் சொல்லு. ஒரு சுஜாதா ஜோக்“

எனக்குள்ளிருந்து ஏன் அந்த ஜோக் எழுந்து வந்தது என்று இப்போதும் புரியவில்லை.

சுஜாதாவின் ஒரு டார்க் ஹ்யூமர் ஜோக்.

"மம்மி, கிறிஸ்துமஸ் டிசம்பர்தானே. நாம் ஏன் ஜூலையில் கொண்டாடுகிறோம்?"

"உனக்கு கேன்சர். அதுவரை இருக்க மாட்டாய் என்று எத்தனை தடவை சொல்வது?"

ஷீலா அமைதியாக இருந்தாள்.

"முதுகு வலிக்கு. என்னை பெட்டுக்குக் கூட்டிப் போறியா?"

நான் மறுபடியும் அவளைப் படுக்கையில் கிடத்தினேன்.

படுக்கையிலிருந்து கொண்டு அவள் என்னை நோக்கிப் புன்னகைத்தாள். "நல்ல ஜோக்" என்றாள். சிரிக்க முயன்றாள். மூச்சு வாங்க ஆரம்பித்தது. அவளது அம்மா ஓடி வந்தாள். "மோனே ஒரு காரை விளி மோனே"

நாங்கள் அவளை அருகிலிருந்த ஆஸ்பத்திரிக்கு அழைத்துப் போனோம். அவர்கள் ஊசி போட்டு அவளை உறங்க வைத்தார்கள். நான் வீட்டுக்குப் போனேன். அவள் உறங்கும் வரை புன்னகைத்துக்கொண்டே இருந்தாள்.

மறுநாள் காலை முதல் பஸ் பிடித்து திருவனந்தபுரம் போய் காத்திருந்து ஒரு படம் பார்த்தேன்.

நள்ளிரவில் வீடு திரும்பினேன்.

அவள் வீட்டின் முன்பு கட்டிலில் யார் யாரோ அமர்ந்திருந்தார்கள். அவள் கட்டில் தனியாக வெளியே கிடந்தது. யாரோ ஒரு பெண் வீட்டை கழுவிவிட்டுக் கொண்டிருந்தாள்.

அவள் அம்மா என்னைக் கண்டதும் கதறி "மோனே அவள் போயடா!" என்றாள். "நீ எங்கே போயிட்ட?"

நான் அவளிடம் "நான் போய் திருவனந்தபுரம நியூ தியேட்டரில் ஒரு படம் பார்த்தேன்" என்றேன்.

"ஒரு சீனிவாசன் படம்."

63

இன்ஸ்பெக்டர் பல்ராம் துப்பறியும் இன்ஸ்பெக்டர் பல்ராம்

இன்ஸ்பெக்டர் பல்ராமை டாக்டர் பரிசோதித்துக் கொண்டிருந்தார்.

“பாவம். கதை முழுவதும் தான் தான் இன்ஸ்பெக்டர் பல்ராம் என்றே நினைத்துக்கொண்டிருந்தார். கதை முடிவில் அவரும் அந்தக் கதையைப் படித்துக்கொண்டிருந்த ஒரு சாதாரண வாசகன்தான் என்ற உண்மையை அவரால் சீரணிக்க முடியவில்லை.”

“டாக்டர் உங்களிடம் ஒன்று சொல்லவேண்டும்.”

“சொல்லுங்கள்.”

“நான் க்ளைமாக்ஸை நீங்கள் படித்ததற்கும் மேலேயும் படித்துப் பார்த்தேன். அதில் இன்னொரு அதிர்ச்சி இருக்கிறது.”

“என்ன?இன்ஸ்பெக்டர் பல்ராம் ஒரு பெண்ணா?”

“இல்லை. உண்மையில் நீங்களும் ஒரு டாக்டரில்லை. நீங்கள் இந்தக் கதையை புரூப் பார்த்துக்கொண்டிருக்கிறீர்கள். அவ்வளவுதான்.”

*

இன்ஸ்பெக்டர் பல்ராம் ஆழ்ந்த சிந்தனையில் இருந்தார்.

“இன்னும் என்ன சிந்தனை?அதான் நீங்கள் இன்ஸ்பெக்டர் பல்ராம் இல்லை என்றாகிவிட்டதே?”என்றேன் நான்.

“அதெப்படி? ஒரு எழுத்தாளன் எழுதியே ஆகவேண்டும் என்பது போல் ஒரு இன்ஸ்பெக்டர் துப்பறிந்தே ஆகவேண்டும்”

“நீங்கள் இப்போது இன்ஸ்பெக்டர் இல்லையே?எதைத் துப்பறிவீர்கள்?”

“நான் எப்படி இன்ஸ்பெக்டர் இல்லாமல் போனேன் என்பது பற்றி?”

எனக்கு லேசாகத் தலைவலிப்பது போலிருந்தது.

“வாழ்க்கை தலைவலி போல்தான் இல்லையா. ஒரு கணம் உங்களுக்கு தலைவலி இல்லை. அடுத்தகணம் உங்களுக்குத் தலைவலி இருக்கிறது. ஒருகணம் நீங்கள் இன்ஸ்பெக்டர் பல்ராம். மறு கணம் நீங்கள் இன்ஸ்பெக்டர் பல்ராம் இல்லை”

நான் தாங்க முடியாமல் எழுத்தாளரிடம் திரும்பி “ஒரு மர்மக் கதையில் இவ்வளவு தத்துவம் வைத்தால் வாசகன் தூங்கிவிடுவான்” என்றேன்.

இன்ஸ்பெக்டர் பல்ராம் துள்ளிக்குதித்து எழுந்து “இப்போது நீங்கள் யாரிடம் பேசினீர்கள்?” என்றார்.

நான் எழுத்தாளரிடம் “இந்த இன்ஸ்பெக்டரா இல்லாத இன்ஸ்பெக்டர் ரொம்ப தத்தியா இருக்கான் நாராயணா. இவனுக்கு திடீர்னு டைபாய்டோ லவ் பெய்லியரோ வர்ற மாதிரி பண்ணி கதையைவிட்டு வெளியே அனுப்பிடு”

64

Poirot of Parvathipuram

(ஒரு துப்பறியும் கதை)

எழுத்தாளர் காலைநடை செல்லும்போது வழியில் அந்தப் பூனை குறுக்கிட்டது. அவருக்கு சகுனங்களில் நம்பிக்கை இல்லை என்றாலும் ஒதுங்கியே போனார். ஆனால் பூனை அவரிடம் எதுவோ சொல்ல முயல்வதுபோல் இருந்தது. அவர் “நீ என்னிடம் என்ன சொன்னாய்?” என்று கேட்டார். அது பெருமூச்சுடன் “நான் என்ன சொல்லப் போகிறேன்! உங்கள் பூனை பாவம்” என்றது. எழுத்தாளருக்குக் குழப்பம் ஏற்பட்டது. ஆனால் அதற்குள் அந்த பூனை போய்விட்டது. சற்று தூரம் அதைப் பற்றியே யோசித்துக்கொண்டு நடக்க இன்னொரு பூனை குறுக்கே வந்தது. அது “உங்கள் பூனைதான் உங்களை எப்படி நேசித்தது!” என்றது. எழுத்தாளருக்கு இன்னும் குழப்பம் கூடியது. அவர் குழப்பத்துக்குக் காரணம் இதுதான். அவர் இதுவரை எந்தப் பூனையையும் வளர்க்கவில்லை. ஆனால் இது பற்றி யோசித்து முடிவதற்குள் இன்னொரு பூனை அவரிடம் “ஆனாலும் உங்கள் பூனைக்கு இந்த நோய் வந்திருக்கணுமா?” என்றது. எழுத்தாளர் “என் பூனைக்கு என்ன நோய்?” என்றார்.

அது கண்களை விரித்து "மவுலி உங்களிடம் சொல்லவில்லையா? அவளுக்கு ப்ளட் கேன்சர்!" என்ற போது அதன் கண்களிலிருந்து நீர் வடிந்தது. "அவள் உங்களை துன்பப்படுத்த விரும்பவில்லை போலிருக்கிறது." இப்போது எழுத்தாளருக்கும் கண்கலங்கியது. அவர் உடனே நடையை முடித்துக்கொண்டு வீடு திரும்பினார். அவருக்குப் படபடவென்று வந்தது. அவர் மாத்திரை போடுவதற்காக குளிர்சாதனப் பெட்டியைத் திறந்து தண்ணீர் எடுத்தார். கதவை மூடியபோது பின்னால் ஒரு பூனை படுத்துக் கிடப்பதைப் பார்த்தார். "மவுலி! நீ இங்கேயா இருக்கிறாய்?" என்றார். பிறகு மவுலியின் நோய் நினைவுவந்து "மவுலி! நீயும் என்னைவிட்டுப் போய்விடாதே!" என்று கதறினார்.

ஆனால் மவுலி உடனே போகவில்லை. சில நேரங்களில் ப்ளட் கேன்சர் தானாக குணமாகிவிடுவதுண்டு. மவுலி பனிரெண்டு வருடங்கள் கழித்து ஒரு மழை நாளில் நிமோனியா வந்துதான் இறந்து போனது. இறப்பதற்கு முந்தின நாள் எழுத்தாளரை அழைத்தது. "நான் உன்னிடம் பொய் சொல்லிவிட்டேன். நான் மவுலி இல்லை. எல்லாமே செட்டப்" என்றது. எழுத்தாளர் "தெரியும்" என்றார் நிதானமாக. பூனை வியந்து. "தெரியுமா? எப்படி கண்டுபிடித்தாய்?" என்றது.

எழுத்தாளர் "நேற்று காலை நடையில் கவுலி சொன்னது" என்றார். "உண்மையில் கவுலிதான் எனது பூனை. அதற்குதான் ப்ளட் கேன்சர். நீ ஆள் மாறாட்டம் செய்திருக்கிறாய்" என்றார்.

65

பேட்ட

"**த**ம்பி, இவனை உன் காலேஜ்ல சேர்க்கும்போது என்ன சொல்லிச் சேர்த்தேன்?"

"அது சரி. வார்டனை அடிச்சா கேக்காம இருப்பாங்களா அண்ணாச்சி?"

"இவன் தள்ளி விட்டேன்னுதான் சொல்லுதான்."

"அதெல்லாம் இல்ல அண்ணாச்சி அவனுக்கு மூஞ்சில ரொம்ப அடிபட்டிருக்குது."

“இப்போ நீ எனக்கு உதவி செய்வியா மாட்டியா? உனக்க தகப்பனக்க பள்ளி பீசை ஏழு வருசம் கட்டினவனாக்கும் நான். நீ எனக்க மகனை நிராதரவா பெருவழியில விடறே.”

“அய்யோ அண்ணாச்சி, அவனை ஹாஸ்டல்ல இருந்துதான் இறக்கி விட்டிருக்காங்க. இருந்தாலும் நான் வார்டன் கிட்டே பேசறேன். பயலை இனி கொஞ்சம் அடங்கி இருக்கச் சொல்லுங்க.”

“அப்ப பிரின்சிபால்கிட்டெ சொல்ல வேண்டாமா?”

“அது எதுக்கு! காலேஜ்ல எதுவும் பிரச்சினை பண்ணலேயே” என்றவர் வார்டனுக்குப் போனைப் போடுகிறார். “போட்டு போட்டு நம்ம வயசில இல்லாததாவே?”

“அது சரி. அதுக்காக நாம யாரையும் தள்ளினதில்லை. இந்த ஒரு தரம் விடும். இன்னும் ஆறேமாசம் பய ஒரு அட்சரம் மிண்டாம கல்லுபோல கிடப்பான் நான் காரண்டி.” என்றவர் “சொல்லியாச்சி” என்கிறார்பையனிடம் “இனிஒண்ணுமில்லை. பார்த்துக்கலாம். சரியா?”

இப்போது அவன் “பிரின்சிபால்கிட்டே பேச வேண்டாமா?”

அவர் “லேய். அது வேற லெக்குல. பிரின்சிபாலுக்கு ஹாஸ் டல்ல ஒரு பவரும் கிடையாது. நீ காலேஜ்ல நல்லாத்தான இருக்கே?”

அவன் “ஆமா”, என்றான்.

“ம்ம். வார்டன் நான் சொன்னாக் கேட்பான். நல்ல மனுசன். நீ எதுக்கு அவனை அடிச்சே?”

“நான் அடிக்கேயில்லை. தள்ளி விட்டேன்.”

“அதான் எதுக்குத் தள்ளிவிட்டே?”

“அவன் என் மொபைலைக் கேட்டான்.”

“அவர்னு சொல்லணும்.”

“அவ... அவர் என் மொபைலைக் கேட்டார்.”

“எதுக்கு?”

“அது... ஒரு பொண்ணுக்கு ஏதோ வாட்சப்ல படம் அனுப்பி யிருக்கான்.”

“நான் அனுப்பலே. எனக்கு வந்தது. கைதப்பி பார்வார்ட் ஆயிடுச்சி.”

“என்ன படம்?”

“அது ஏதோ நடிகையோட குளி சீனாம் தம்பி. வாட்சப்ல இப்போ என்னக் கருமாந்திரம்லாம் வருதுங்கிற?”

முதல் நபர் சற்று சுதாரித்து “அந்த பொண்ணு கம்ப்ளேய்ண்ட் பண்ணிடிச்சா?”

“அவ பண்ணலை. ஆனா அவளக்க அம்ம பார்த்துட்டா போலிருக்கு.”

“அவங்க கம்ப்ளெய்ண்ட் பண்ணிட்டாங்களா?”

“ஷர்மி இல்லேங்கிறா. ஆனா வார்டன்கிட்டே சொல்லி சும்மா வார்ன் பண்ணச் சொன்னாங்களாம்.”

முதல் நபர் சற்று யோசனையில் ஆழ பையனின் தந்தை “இதெல்லாம் இந்தப் பிராயத்தில நடக்கிறதுதானே. நீ கூட ஆலஞ்சியில...”

அவர் “சரி. சரி. ” என்கிறார் அவசரமாக “வயசுக்கோலத்துல இதெல்லாம் சகஜம்தான். இனி ஒழுங்கா நடந்துக்கணும். என்ன மக்களே.”

“சரி.”

“சரி அப்ப நான் கிளம்புதேன். இனி எல்லாம் உம் பொறுப்பு.”

“அதெல்லாம் நான் பார்த்துக்கிடுதேன் அண்ணாச்சி. நீ போய் ஹாஸ்டல்ல ஏறிக்கோ.”

பையன் “அப்போ பிரின்சிபால்கிட்டே சொல்ல வேணாமா?”

அவர் எரிச்சல் அடைந்து “லேய் நீ என்ன அதையே திரும்பத் திரும்பப் பேத்துதே? பிரின்சிபாலுக்கு ஹாஸ்டல் நிர்வாகத்துல ஒரு மயிரு அதிகாரமும் கிடையாது. அப்படின்னாலும் கரஸ் பாண்டண்ட்கிட்டே சொல்லிக்கலாம். அவர் நம்ம பாக்கட்லல்லா?”

“சரி.”

“ம்ம். இனி வாட்சப்ல பொம்பிளப் பிள்ளைங்களுக்குக் குளி சீன் அனுப்பாத இன்னா?” என்று சிரிக்கிறார். பின்னால் சாய்ந்துகொள்கிறார்.

"அது யாரு அந்தப் புள்ள...? பேரு என்ன சொன்ன?"

"ஷர்மி. எலெக்ட்ரானிக்ஸ் தேர்ட் இயர்" என்கிறான் பையன். "பிரின்சிபாலுக்க மக."

66

பொங்கல் பரிசு

"என்னது காலையிலேயே மவராசன் ரேஷன் கார்டைத் தூக்கிட்டுக் கிளம்பிட்டாக?'

"சவத்துமூதி. போகும்போதே தட்டி மறிச்சிப் போடுவா. நான் போயி பொங்கல் பரிசு வாங்கப் போறேன். பின்னாடி கூட்டமாயிடும்."

"எங்க சாராயக் கடைலயா. ஒரு மண்ணும் வாங்க வேண் டாம். வச்சிட்டு வேலைக்குப் போரும். இல்லேன்னா வழக்கம் போல மூஞ்சியைக் கைலியில மூடிக்கிட்டு உச்சி வரைக்கும் தூங்கும்."

"த பார். குடும்பத் தலைவன்தான் போய் வாங்கணும்."

"ஓ... இவரோட ஒரு குடும்பத் தலைமை. போரும்வே. டாஸ்மாக்ல கொண்டுபோய் அழறதுக்கு."

"ஓ. உனக்கு புதுப்புடவையில வலை போட்ட ரவிக்கை போட்டுக்கிட்டு உன் மாமன் மவன் கடையில போயி மினுக்கிட்டு நிக்கணுமாக்கும். நகருடி அந்தால. ஆளும் மூஞ்சியும். பெரிய ஸ்ரீதேவின்னு நினைப்பு. "

"ஓ இவரு மூஞ்சி அப்படியே கமல்காசன். அனாவசியமா பேசப்படாது. சொல்றேம்லா. அதைக் கீழே வையும்வே"

"போடி முண்டச்சிறுக்கி. போட்டும் போட்டும்னு பார்த்தா உன்னோட நாட்டியம் இளிப்பெல்லாம் அவன்கிட்ட வச்சிக்க. நான் நாகராஜன். நாகப்பாம்பு."

"நல்ல மண்ணுளிப்பாம்பு. வே நான் இளிக்க ஆரம்பிச்சா நீ வீட்ல படுத்துறங்க முடியுமாவே. உம்ம முகரகட்டை இப்படி முண்டுமுண்டா வேப்ப மரத்தடி மாதிரி இருக்கதுக்கு அவரு என்ன பண்ணுவாரு?"

"அவரு? இனி ஒரு தரம் அந்த அவரு இங்க படியேறி சவட்டட்டும். காலை முறிச்சி அடுப்பில வைக்கிறேன்."

"போய்யா துப்புக்கெட்ட மனுஷா. அதுக்கு உமக்கு துப்பு இருந்தா நான் ஏன் அவன்கிட்ட இளிக்கப் போறேன்."

"தேவடியா... பச்சைத் தேவடியா..."

"ஆமா. இவரு பெரிய துறவி. உம்ம அம்மை கதையைச் சொன்னா மேட்டுத்தெரு இன்னமும் பொத்திக்கிட்டு சிரிக்குது"

"என்ன சொன்னே? என்ன சொன்னே?"

"அய்யோ. அய்யோ. சருவச் சட்டியால என் மண்டையைப் பொளந்துட்டானே."

"அய்யோ. முகமெல்லாம் பறாண்டி விட்டுட்டாளே. இசக்கி... எடி. கண்ணுடி. கண்ணைத் தோண்டிடாத சவமே"

சற்று நேரம் நிசப்தம்.

அடுத்த வீட்டுத் திண்ணையிலிருந்த இரண்டு கிழங்கள் "இப்போ என்னதாம்யா உள்ளே நடக்குது?" என்று வியந்து கொண்டிருக்கும்போதே ஒரு டி.வி.எஸ். பிப்டி வந்து வீட்டு வாசலில் நிற்கிறது.

"காந்தி... ஏ காந்தி. வீட்ல யாருமில்லையா? ஏய் காந்தி..."

திருவாளர் நாகராஜன் உள்ளிருந்து வேட்டியால் முகத்தைத் துடைத்தபடி வருகிறார்.

"அட ஆறுமுகம்! இப்பதானே உங்களைப் பத்தி பேசிக் கிட்டிருந்தோம்."

"அப்படியா. என்னைப் பத்திக் கூட பேசிக்கிடுதீகளா?" காந்திமதி எங்க? இல்லியா? இப்படியே வந்தேன். பார்த்துட்டுப் போலாம்னு. மூஞ்சில என்ன கோரையா இருக்கு?"

"ஏன் இல்லாம? அது ஒன்னுமில்ல. பூனை ஒன்னு சாடி மேல விழுந்திடிச்சி. காந்தி... ஏ காந்தி... முன்னால வந்து யாரு வந்திருக்காக பாரு. சவம் எப்பவும் அடுக்காளைலயே நோண்டிக்கிட்டு..."

காந்திமதி அவசரமாகக் கழுவிய முகத்தோடு கோணல் பொட்டோடு முன்னே வந்து "அட வாங்க வாங்க. இப்பதான்

உங்களைப் பத்தி பேசிக்கிட்டிருந்தோம். இன்னிக்கு சனிக் கிழமை. எப்படியும் கடைக்கு சரக்கு எடுக்க டவுன் வருவாக. இங்கே வந்தாலும் வருவாகன்னு..."

ஆறுமுகம் அதை அப்படியா என்று முகம் மலர்ந்து கேட்டார்.

"பொறவு?" என்ற நாகராஜன் "அப்ப நான் கொஞ்சம் வெளியே போய்ட்டு வாரேன். சாப்பாட்டுக்கு இருப்பீங்கள்ல?"

"அதெல்லாம் இருப்பாக. நீங்க வரும்போது சிக்கன் எடுத்துட்டு வாங்க"

"ஓ!"

"ஏங்க அந்த ரேஷன் கார்டை எடுத்துக்கிடுங்க"

நாகராஜன் இதற்குள் பாதி தெரு போயிருந்தார்.

அங்கிருந்தே சொன்னார்.

"ஓ"

67

"**நா**ன் இங்கே இருக்க மாட்டேன். இருக்கவே மாட்டேன்" என்று கதறுகிறார் முதியவர். "சண்முகம் என் ராசா என்னை என் வீட்டுக்கே கூட்டிட்டுப் போய்டுறா" சண்முகம் ஏதோ சொல்கிறான். "இல்லடா. என்ன வசதிக்குறைவு இருந்தாலும் நான் அங்கேயே இருக்கறண்டா. என்னை இங்கே தெரியாத இடத்தில சாவ விட்டுறாதடா" சண்முகம் கடுமையாக ஏதோ சொல்றான். "உண்மைதான். இவளும் என் மகதான். ஆனா இங்கே வந்து வேற மாதிரி ஆயிட்டாடா. இந்த வூட்ல இந்த ஊர்ல வந்து அவளுக்கு இந்த இடத்துக் குணம் வந்துட்டுதுடா. நான் தூக்கி வளர்த்த இசக்கி இல்லடா இவ" சண்முகம் இன்னும் ஏதோ கடுமையாகச் சொல்லிவிட்டு டி.வி.எஸ். பிப்டியை எடுத்துக்கொண்டு பறக்கிறான். வேடிக்கை பார்த்துக் கொண்டிருந்தவர்கள் எல்லாம் தங்கள் வேலைகளுக்குத் திரும்பு கிறார்கள். தரையில் காலைப் பரப்பிக் கிடக்கும் கிழவர் அருகில் ஒரு நாய் மட்டும் நின்று உற்றுப்பார்க்கிறது. சற்று நேரத்தில் ஒரு பெண்குழந்தை உள்ளிருந்து தட்டைத் தூக்கிக்கொண்டு வருகிறது. நாய் அதை ஆர்வமாய்ப் பார்க்கிறது.

குழந்தை தெருவிலேயே அமர்ந்து சாப்பிடத் தொடங்குகிறது. சற்று நேரம் கழித்து "தாத்தா இந்தா இட்லி."

68

சிரிப்பு

"இது குணமாகவே ஆகாதா சார்?"

நான் அந்தக் குழந்தையைப் பார்த்ததும் அதிர்ந்தேன். உடம்பெல்லாம் நீரற்ற நிலம் போல பாளம்பாளமாக வெடித்து அதை எப்போதும் அது சொறிந்து சொறிந்து ரத்தக் களறியாகி இமை முடிகள் இமைகள் கூட உதிர்ந்து வெறிக்கும் பாம்புக் கண்களுடன்... மருத்துவப் புத்தகங்களில் மட்டுமே பலர் பார்க்கும் மிக அரிதான ஒரு தோல் வியாதி. நேரில் ஒரு கணம் பார்க்கும்போதே அச்சமூட்டியது. அதனுடன் ஒரு குழந்தை வாழ்கிறது.

"கீழே போட்டுட்டு எடுத்தா ஒரு குத்து செல்லு குவியலா கிடக்கும் சார் படுக்கைல. எல்லா மருத்துவமும் பண்ணிப் பார்த்துட்டேன். மயில்எண்ணைபோடணும்னாங்க போட்டேன். சர்ப்பதோஷம்னு சொன்னாங்க. மன்னார்கோவில்ல போய் கழிச்சேன். கொஞ்சம் மட்டுபட்டாப்ல இருந்துச்சு. இன்னிக்கு காலைல ஒரு கண்ணு கருவிழி உதிந்து குழியா கிடக்கு சார்!"

நான் என் கை நடுக்கத்தை மறைத்துக்கொண்டு ஒரு சொட்டு மருந்தை உடனே விடச் செய்து ஆம்புலன்சை வரவழைத்து பெரிய ஆஸ்பத்திரிக்கு அனுப்பி வைத்தேன்.

மாலை நான் அங்கே சென்றபோது வார்டில் அவர்கள் இருந்தார்கள். குழந்தையின் கண்ணில் ஒரு கட்டு போடப்பட்டிருந்தது. அதைப் பிடுங்கி எறிய அது முயன்று கொண்டிருக்க அவள் கையை விலக்கி விலக்கி விட்டுக்கொண்டிருந்தாள். அது வீறிட்டு அழுதுகொண்டிருந்தது. "பால் குடிச்சாக்கூட உதடு புண்ணாகிடுது சார். இப்போ கண்ணும் போச்சு." என்றாள் என்னைப் பார்த்து. "இப்படி ஒரு பிறவி எடுத்துக் கஷ்டப்படுதே. இது இப்படி இருக்கிறது பார்த்துட்டு அந்தாளும் எங்கேயோ ஓடிட்டாரு."

எனக்குள் சினம் எழுந்தது. அது பெரும்பாலும் மரபு நோய். அவனும் ஒரு காரணமாக இருக்கலாம்.

நான் "வளர வளர சிலப்ப சரியாயிடும் அம்மா"என்றேன். "அப்படி சரியான யாராவது பார்த்திருக்கீங்களா சார்?" என்று கேட்டால் என்ன பதில் சொல்வது என்ற அச்சத்துடனே.

என்னைக் கண்டதும் அவள் புடவையால் கண்ணைத் துடைத்துக்கொண்டாள். "ஒரு நா இப்படிப் புண்ணா இது வாழ்ந்தது போதும்னு நினைச்சிக்கிட்டு தூங்கினபிறகு மூச்சை நிறுத்திடலாம்னு போனேம் சார். சாதாரணமா தூங்கிடாது. சொறிஞ்சி சொறிஞ்சி ரணமாகி ரத்தப் பிண்டமாகி தூக்க மருந்து கொடுத்து பிறகு களைச்சிப் போயிதான் தூங்கும். சொன்னா நம்ப மாட்டீங்க. இது பொறந்ததிலிருந்து அது முகத்தில சிரிப்பையே பார்த்ததில்லை. அன்னிக்கி இது வேதனையை இன்னையோட முடிச்சு வச்சிடலாம்னு கையைக் கழுத்து பக்கம் கொண்டு போறேன் அன்னிக்கி பார்த்து அப்ப பார்த்து சிரிக்குது சார்! சனியன் அப்படி என்ன சார் அது தூக்கத்தில பார்த்துது?"

69

இருள்

"**எ**ன்னடா ஆச்சு" என்றாள் அவள். "மேடம் என்னைக் கூப்பிட்டுக் கேக்கறாளே?கேக்கும்போதே மூஞ்சில ஒரு மந்த ஹாசம் வேற. திடீர்னு ராத்திரி லீவ் சொல்றியாம். காலைல கேன்சல் பண்றியாம். ஒரு ஹாஸ்பிடல்ல வேலை பார்க்கிறவங்க இப்படி நடந்துக்கிட்டா எப்படி அதை நடத்துறதுன்னு கேக்கறா."

"அதை என்கிட்ட கேட்க வேண்டியதுதானே?"

"அதான் அவளோட குசும்பு. இவங்களுக்கு எல்லாம் நீ என்னோட பர்ஸ்ல இருக்கறதா நினைப்பு."

நான் பேசாமல் இருந்தேன்.

"அவ கூட பிணக்கு தீரல்லியா இன்னும்?"

"பிணக்கும் இல்லை. ஊடலும் இல்லை. முறிஞ்சி போயிடிச்சி அது."

“ஓ. அப்படி தீர்மானமா ஆயிடிச்சின்னா எதுக்கு இந்த தடுமாற்றம்?”

“காய்ச்சல் விட்டா டயர்டா இருக்கறதில்லையா?”

“எங்காவது போய்ட்டு வா”

“பாபநாசம் போய் இரண்டு நாள் இருந்துட்டு ஓடி வந்துட்டேன். ரூமை விட்டே வெளியே இறங்கலை. எதைப் பார்த்தாலும் சலிப்பா இருக்கு. மனுஷங்க,மிருகங்க. இயற்கை கூட. நிலவொளி கூட ரொம்ப ஆபாசமா இருக்கறப்ல இருக்கு.”

“பாலும் கசந்ததடி. படுக்கை நொந்ததடி.”

“கிண்டல் பண்ணாத.”

“*Withdrawal symptoms man!* நீ பெரிய எழுத்தாளங்கிறதால இல்லாம போயிடுமா?”

“அப்போ அது ஒரு டிரக் தான் இல்லே?”

அவள் சும்மா இருந்தாள்.

“*Everything is a drug or becomes a drug*”என்றாள் பிறகு.

“எதாவது படியேன். வழக்கமா இது மாதிரி சமயங்கள்ல கதவைப் பூட்டிட்டு படிச்சுத் தள்ளுவியே”

“எதையும் படிக்க முடியலை. நெருதா கவிதைகள் கொஞ்சம் படிச்சேன். ஒருமாதிரி குமட்டிட்டு வந்து ஓங்கரிச்சு வாந்தியே பண்ணிட்டேன்.”

“ஓ மை குட்னெஸ்! இது அந்த அளவுக்கு ஒரு சீரியஸ் அபேர்னு எனக்குத் தெரியாதே!”

நான் தளர்ந்து “எனக்கே தெரியாதே” என்றேன். “நேத்திலிருந்து மாண்டேய்ன் படிக்க ஆரம்பிச்சுருக்கேன். அப்புறம் ப்ளுடார்க்கோட *lives*... இப்போ பரவாயில்லை”

“எல்லாம் க்ளாசிக்ஸ்! சரித்திரம்! சின்ன மனுஷங்களோட சின்ன உணர்ச்சிகள் கிட்ட இருந்து தள்ளி நின்னு பார்த்து மனிதா! சரித்திரத்தின் முன்னால் நீ ஒரு புழு!ன்னு சொல்ற மாதிரி புத்தகங்கள்! இல்லியா? உன்னோட நோய் மாதிரியே உன் மருந்தும் ரொம்ப பழசு” என்றாள். ”பேசாம அவ கிட்ட பேசிடேன். கடைசியா ஒரு தடவை. சட்டுன்னு இது நின்னுட்

டதுல உனக்கு ஒரு closure கிடைக்கலியோ என்னவோ?"

"என்ன பேசறது?"

"வழக்கமான உன்னோட மானே தேனே. நடுவுல நீ எவ்வளவு நல்லவன். அன்னிக்கு நீ அந்த வார்த்தையை அந்த மீனிங்க்ல சொல்லலை... இதெல்லாம்"

"எந்த வார்த்தையை?"

"அது உனக்குத்தானே தெரியும்?"

"போடி இவளே..."

"சரி. இதை மட்டும் சொல்லு. உங்க ரெண்டு பேர் நடுவில அது நடந்துடுச்சா?"

"எது?"

"நடக்கலியா? இப்போ அதான் பிரச்சினையா?"

"கடவுளே!"

"யெஸ்!"

"என்ன?"

"என்னைக் கூப்டியே!"

"ஹாரிபிள் ஜோக். விளக்கறதுக்கு ஒன்னுமில்லே. இத்தனை வருஷப் பழக்கத்துக்குப் பிறகு ஒர்த்தி தப்பா புரிஞ்சிக்கறான்னா..."

"எத்தனை வருஷம்?"

"அஞ்சு."

"நாம எத்தனை வருஷம் பிரண்ட்ஸ்?"

"பதினைஞ்சு. பதினேழு"

"தப்பா புரிஞ்சிக்க அல்லது புரிஞ்சிக்காமப் போறதுக்கு கால அளவு ஒரு தடையில்லை"

"என்ன?"

"ஒன்னுமில்லே. அவ ரொம்ப அழகோ?"

"கொஞ்சம். என்னோட பேஸ்புக் பேஜ்ல பார்த்திருப்பியே?"

"அங்க வந்தா எனக்கு ரத்தக் கொதிப்பு வருது. நீ எப்படி

இப்படி முகம் தெரியாதவங்ககிட்டல்லாம் ஈஷிக்கிட்டு இருக்கே?"

"இது சோஷ்யல் நெட்வொர்க் ஏஜ். ஈஷ முகம் தெரியணும்னு அவசியம் இல்லே. ஈஷிக்கிட்டு பின்னால முகம் தெரிஞ்சிக்கலாம்."

"கவனமா இருக்கணும். தூரத்துல நக்ஷத்திரம். கிட்ட போனா கொள்ளிக்கட்டைன்னு இருக்கும்"

"எல்லா நக்ஷத்திரமும் பிரகாசமா கொளுந்து விட்டு எறியற கொள்ளிக்கட்டைதானே கிட்டத்தில."

"குட். உன்னோட தத்துவ போதம் திருப்பி வருது உனக்கு. சீக்கிரம் குணமாயிடும்."

"ஹ்ம்ம்."

"என்ன?"

"குணமாகனுமான்னு இருக்கு. இப்படி எல்லா மென்மையான உணர்ச்சிகளும் உறுத்தலாகி அவஸ்தையாகி வியாதியாகி அரைகுறையாகவோ முழுசாவோன்னு குணமாகி... நெருங்கி மிக நெருங்கி விலகி மிக விலகி..."

"*Law of diminishing returns*. அழகு, அறிவு, அன்பு, மேதமை எல்லாமே ஒருவகையில இன்வெஸ்ட்மெண்ட்ஸ்தானே. ஆரம்பத்தில நல்லபடியா பதில்வருவாய் வரும். உச்சத்துக்குப் போகும். அப்புறம் குறைஞ்சி குறஞ்சி நின்னுடும். *Then you go out of market.*"

"செத்துப் போயிடறோம்."

"ஆமா." என்றவள் மவுனமாக இருந்தாள். அப்போது அவள் போன் அடித்தது. "இவர்தான். ராத்திரி என்ன டிபன்னு அடிச்சுக்கிட்டே இருக்கார். வேற சிந்தையே கிடையாது"அவள் அதை ஒலி எழா வண்ணம் அமர்த்தி வைத்தாள்.

இருவரும் வானத்தைப் பார்த்தபடியே மவுனமாகமொட்டை மாடியில் நின்றிருந்தோம்.

ஒரு நட்சத்திரம் கூட இல்லாத இருண்ட வானம்.

பிறகு அவள் சொன்னாள் "*Strange!* எத்தனை கறுப்பு!

எவ்வளவு அழுத்தமா கண்ணை மூடினாலும் கண்ணைத் திறந்து பார்க்கக் கிடைக்கிற இவ்வளவு கறுப்பு கிடைக்கறதில்லையே ஏன்?"

70

"எந்தா?" என்றாள் அவள். "ஏழு மாசம் கழிச்சிக் காணான் வந்தா முகத்தில் ஜோதி இல்லியே ரைட்டரே?"

நான் "ஏய் சும்மா" என்றேன். அவள் என் முகத்தை உற்றுப் பார்த்தாள் "ரைட்டர் ப்ரணயத்திலானு..."

நான் "உன்னைப் பார்த்தது தப்பு"என்றேன்.

"தேஷ்யம் வேண்டா ரைட்டரே. உன் முகத்தை பார்த்தா ஏசி ரூமுக்குள்ள வந்துட்ட ஒரு மின்னாமின்னி பூச்சியைப் போல உண்டு ஒரு பாவம். ஒரு தத்தளிப்பு. ரைட்டர் இப்போ ஒரு காதலின் உள்ளே போய்க்கிட்டு இருக்காரா இல்ல வெளியேறிக்கிட்டு இருக்காரா?"

நான் என்னுடைய பாவனைகளை விட்டுவிட்டு "ரொம்ப மூச்சு முட்டறாப்ல இருக்கு. கண்டிரோல் போயிட்டாப்ல. ரொம்ப மெதுவா சுத்திட்டிருந்த ராட்டினம் திடீர்னு வேகம் எடுக்கும்போது ஒரு பயம் வருமே. அப்படி ஒரு பயம்"

"உனக்கு ராட்டினம் பேடி. அல்லே?"

"ஆமா. சின்ன வயசிலருந்தே. என்னோட கெட்ட கனவுகள் எல்லாத்திலையும் ஸ்டீபன் கிங் கதைகளில் வருகிற மாதிரி திடீர்னு நிறுத்த முடியாம பேய் மாதிரி சுத்தற ராட்சச ராட்டினம் ஒன்னு வரும் அல்லது சாலமோன் மைன்ஸ் படத்தில வருகிற மாதிரி நடுவழில முடிஞ்சிடற திரும்ப முடியாத ஒரு சுரங்கப் பாதைல மாட்டிக்கற மாதிரி வரும்."

"எனக்கு ஆழமில்லன்னு நினைச்சுக் குதிச்ச கிணறு திடீர்னு கால் பாவ முடியாத ஆழமாய்ட்டாப்ல வரும். ஒரு நிமிஷம் கையை காலை உதைக்கிறதை விட்டுட்டா மீன் மாதிரி மிதந்துடலாம்னு தோணும். மறு நிமிஷம் செத்துப் போயிடுவோம்னும் தோணிப் பதறி முழிச்சிடுவேன்"

நான் மவுனமாய் இருந்தேன். அவள் இப்படி முன்பு

என்னிடம் பேசியதில்லை. தன்னை பலவீனமானவள் என்று காட்டிக்கொண்டதில்லை. மாறாக நான் எப்போதும் என்னை அவ்விதம் அவளிடம் காட்டிக்கொண்டிருக்கிறேன்.

"ஸோ வாட் ஈஸ் லவ்?"

எனக்கு அவளது மலையாள வாசனை வீசும் தடுமாற்றமான ஆங்கிலம் சிரிப்பைத் தந்தது.

"*Love is a nightmare!* ப்ரணயம் ஒரு துர்சொப்னம்!"

அவள் "அதே!" என்றாள். "வா ஒரு சாயா குடிக்கலாம். சம்சா கடிக்கலாம். சம்சாவில் ஒரு நிச்சயம் உண்டு. உள்ளே எது இருக்கும் எது இருக்காதுன்னு ஒரு நிச்சயம். ஈ ப்ராயத்தில் நமக்கு அதுவல்லோ வேண்டியது?"

நான் பெருமூச்சுடன் "யெஸ். *Eat. Pray. Love*ன்னு ஒரு சொல் உண்டு" என்றேன். "ஆத்யம் போஜனமானு"

அவள் "நோ. *Eat. Pray. Eat*" என்றாள். "அவசானமும் அதுதன்னே."

71

கேதம்

மொபைலில் ரொம்ப நேரம் செலவழித்ததைக் கண்டித்த தற்காக தன்னை மாய்த்துக்கொண்ட பத்து வயதுப் பெண்ணின் தகப்பனை தீபாவளிக்கு முந்திய நாள் பார்த்தேன். சம்பவம் நடந்து ஆறு மாதங்கள் ஆயிற்று. எனக்கு கேதம் விசாரிக்கத் துணிவு வரவில்லை. கேதம் பற்றி எனக்குத் தகவலும் தாமத மாகவே கிடைத்தது. ஆபிசிலிருந்து நடந்து போய்க்கொண் டிருந்தவரை பைக்கில் ஏற்றிக்கொண்டு அவர் வீடருகில் விட்டேன். வழமையான பொலிவு போய் தாடியும் மீசை யும் உறக்கமற்ற கண்களுமாய் இருந்தார். குருடர்கள் செய்வது போல் தன்னைத் தானே அவ்வப்போது நினைவுபடுத்திக் கொண்டு முன்புபோல் சிரிக்க முயன்றார். போலிப் புன்னகை என்றாலும் அழிக்க மனம் வரவில்லை. பயணம் முழுவதும் நாங்கள் பேசவேயில்லை. கோட்டாரில் தீபாவளிக்கு முந்திய போக்குவரத்து நெருக்கடி தொடங்கிவிட்டிருந்தது.

நகரம் கொண்டாட்டத்துக்குத் தயாராகிக்கொண்டிருந்தது. நாங்கள் அந்த நெரிசலை வெறித்தபடி அப்படியே நின்று கொண்டிருந்தோம். "இப்பவே இவ்வளவு கூட்டமாயிடுச்சே" என்றார் அவர் நடுங்கும் குரலில் மவுனத்தை உடைத்துக் கொண்டு. நான் "ஆமாம்" என்றேன் அதே நடுக்கம் கூடிய குரலில்.

ஒரு கேதம் சொல்லப்பட்டுவிட்டது.

ஒரு கேதம் கேட்கப்பட்டுவிட்டது.

72

மன மாற்றம்

குடும்ப வாகின் காரணமாகவோ குடும்ப பாரத்தின் காரண மாகவோ மாமாவுக்கு மிக இளம் வயதான 43லேயே நரைத்து விட்டது. டை அவருக்கு ஒத்துக்கொள்ளவில்லை. அதைப் போடும்போதெல்லாம் அவர் முகம் திருஷ்டிப் பூசணி மாதிரி வீங்கிவிடுகிறது. அதே குடும்ப வாகின் காரணமாகவோ கவலை ஏதுமின்றி 'வீசிக்கொண்டு' ஆபிஸ் போய்வருவதன் காரணமாகவோ மிக அதிக வயதான 33லும் ஒரு முடி கூட அத்தைக்கு நரைக்கவில்லை. கல்யாணம் போன்ற விஷேசங்களுக்கு இருவரும் சேர்ந்து செல்லும்போதுதான் இது பெரிய பிரச்சினையாக உருவெடுத்தது. மற்ற நேரங்களில் நல்ல குடும்பப் பெண்ணாக இருக்கும் உடுக்கும் சிரிக்கும் அத்தை கல்யாணங்களுக்குப் போகும்போது மட்டும் பட்டுப்புடவை மாங்காய் அட்டியல் என்று பஜாரியாக மாறிவிடுவதைப் பார்த்து அவர் அதிர்ச்சி அடைந்தார். அப்போதெல்லாம் அவள் பக்கம் நிற்கவே அவருக்கு அச்சமாக இருந்தது. யாராவது வந்து "தாத்தா, நீங்களும் உங்க பெண்ணும் கட்டாயம் சாப்பிட்டுதான் போகணும்" என்று அழைத்துக்கொண்டே இருந்தார்கள். இப்படிப்பட்ட சூழலில்தான் அந்தப் பெண் ஒரு நோட்டிசை வைத்துக்கொண்டு அவர் கடைக்கு வந்தார். முதலில் 'நாங்கல்லாம் திருச்செந்தூர் முருகனுக்கு அடிமைம்மா" என்று மறுத்தவர் அவளது தோற்றத்தால் கவரப்பட்டார். வெள்ளைச் சேலை, முழுக்கை ஜாக்கட் வெற்றுக்கழுத்து. மூக்கு, நெற்றி

என்று மிக எளிமையாக இருந்தாள். மாமா அன்புடன் "உனக்கு வயசு என்னம்மா" என்று கேட்டார். அவள் இருமிக்கொண்டே "முப்பது சார்" என்றாள். மாமாவின் மனம் கொதித்தது. அத்தையை விட மூணு வயது கம்மி! அந்தப் பெண் மேலும் "படோடபமும் அலங்காரமும் பிசாசின் கைக்கருவிகள்" என்று சொன்னபோது அவர் உள்மனம் கூக்குரலிட்டு அதை ஆமோதித்தது. சத்தியத்தைச் சொல்கிறாள்!

மாமா இப்படித்தான் மனம் மாறினார். ஒரு வெள்ளிக் கிழமை காலை திடீரென்று வெள்ளை ஜிப்பாவுமாய் வேஷ்டி யுமாய் ஜெபக்கூடத்துக்குப் போனார். இந்த மார்க்கத்தில் ஆண்கள் மீசையையும் தாடியையும் மழுங்க வழித்துக் கொள்வது அவருக்கு இன்னமும் அதன் மீது மரியாதையை அதிகரித்தது. மோட்சமும் கிடைக்கும் நரையும் தெரியாது.

73

இடப்பெயர்ச்சி

மாமா வேலைக்குப் போகவில்லை. அத்தை ஆபிசில் வேலைக்குப் போனாள். ஆனால் மாமா எப்போதும் அதை வெளியே சொல்லவே மாட்டார். "அத்தைய எங்க?" என்றால் "அம்ம வீட்டுக்குப் போயிருக்கா" "இன்னிக்கு கடைசி வெள்ளில்லா. கோயிலுக்குப் போயிருக்கா" என்றோ சொல் வார். மாமா ஒரு சைக்கிள் கடை வைத்திருந்தார். அதற்கு உள்ளூர் சைக்கிள்கள் ஒன்றுகூட சிகிச்சைக்கு வந்ததில்லை. மாமாவுக்கு பூ போடும் செண்பகவல்லியோடு தொடுப்பு உண்டு என்று பேச்சு உண்டு. அந்தப் பேச்சைக் கிளப்பி விட்டவரே அவர்தான் என்ற பேச்சும் உண்டு. அத்தைதான் வேலைக்குப் போகிறார் எனினும் வீட்டுச்செலவையெல்லாம் மாமா மூலம்தான் நடத்துவார். பால்காரன், பலசரக்குக் கடைக்காரன், பேப்பர்க்காரன் என்று யார் கேட்டாலும் "வீட்ல அவர்கிட்ட வாங்கிக்கோங்க" என்பாள். விஷயம் இப்படி சிக்கலில்லாமல் ஓடிக்கொண்டிருந்தது. அத்தைக்கு ஒரு பிரமோஷன் வந்தது. அந்தப் பதவியில் இருக்கும் பிரச்சினை மாதம் ஒருமுறை சென்னைக்கு மீட்டிங் செல்லவேண்டும். அது

பிறகுதான் தெரிந்தது. ஒவ்வொரு முறையும் மாமா அவளுடன் சென்னைக்குப் போகவேண்டியிருந்தது. ஒவ்வொரு முறையும் ஊரில் 'திருத்தணிக்குப் போய்ட்டு வந்தோம். திரு நீர் மலைக்குப் போய்ட்டு வந்தோம்' என்று எதையாவது சொல்லவேண்டி இருந்தது. பிரசாதம் என்று எதையாவது ஊரில் விளம்ப வேண்டி யிருந்தது. ஆனால் அவரைத் துன்புறுத்திய பெரிய விஷயம், சென்னையில் அவர்கள் ஹோட்டலில்தான் சாப்பிட வேண்டி யிருந்தது. சென்னை ஓட்டல் சர்வர்கள் நாகரிகமின்றி நடந்து கொண்டார்கள். ஊரில் அப்படியில்லை. சென்னையில் எந்த ஓட்டலுக்குப் போனாலும் பில்லைக் கொண்டுவந்து அத்தை யிடமே கொடுத்தார்கள்.

74

கூரை

"**எ**க்கா சொல்லணும்னு நினைச்சேன். இந்தப் பக்கத்து வீட்டு மாடில இருக்காருல்ல கண்ணாடி போட்டுட்டு ஒர்த்தரு... நான் குளிக்கறப்பல்லாம் சன்னல்ல வந்து ஏதோ காரியம் போல வந்து வந்து நிக்காரு. இதுக்கு ஒரு கூரை போடுன்னு உங்க தம்பிக்கிட்டே சொல்லி ஆறு மாசமாச்சி"

"இவரு தம்பிதானே. பண்ணிட்டுதான் மறுவேலை பார்ப் பாரு. நான் ஆறு வருஷமா சொல்றேன்"

"அது இருக்கட்டும்க்கா. இந்த பிரச்சினைக்கு என்ன பண்றது சொல்லுங்க"

மீனை அரிந்துகொண்டிருந்த அக்கா நிமிர்ந்து பார்த்தார்.

"பார்த்துட்டு போட்டும் விடு. இதை வீட்டு ஆம்பிளங்க கிட்ட சொன்னா தையா தக்கான்னு குதிப்பாங்க. ஊர்ல வாய்க்கல்ல குளத்தில பார்க்கலியா."

"இல்லக்கா."

"என்னையும் பார்ப்பாரு அந்த ஆளு. முதல்ல கோபம் வந்திச்சி. பிறகு ஆளு விஷமில்லைன்னு தெரிஞ்சி போன்னு விட்டுட்டேன். கார்ப்பரேஷன்ல ஜோலி அந்தாளுக்கு. பொண்டாட்டி ஒரு விபத்தில இடுப்புக்குக் கீழே சுரணை

இல்லாம ஆறு வருஷமா படுத்த படுக்கையாக் கிடக்கு. இவருதான் கவனிச்சிக்கிடுதாரு. சமையலு, துவைக்கிறது, கழுவறது, குளிப்பாட்டறது எல்லாம். அந்தம்மாவுக்கு எல்லாமே பெட்லதான். இரண்டு பொம்பிளப் பிள்ளைங்களும் உண்டு. உன் புருஷனும் என் புருஷனும் பண்ணுவானா"

"அதுக்கு நம்ம என்னக்கா பண்றது?"

"அடிப்போடி. என் ஆளு படுக்கறப்ப கூட என் மூஞ்சியப் பார்க்கறதுல்ல. நல்லா குடிச்சிட்டு நடு ராத்திரி வந்து தூக்குடி அவுருடிதான்" என்றவள் அவள் முகத்தைப் பார்த்தாள் "தம்பியா புள்ளையும் அப்படித்தானே?"

கலா திணறி "ஆரம்பத்தில ஆசையாத்தான் வந்தாரு" என்றாள் "இப்போதான் ஞாபகம் வருது. நாளைக்கு ஆஸ்பத்திரி வரைக்குப் போகனுமக்கா. நாளு தள்ளிப் போகுது. வயிறு வேற நோவுது. இவர்கிட்ட சொன்னேன். நாளைக்கு அவர் தலை படம் ரிலீஸ் ஆவுதாம்."

"க்கும்" என்றவள் "நாளைக்கு எனக்கு சுய உதவிக் குழு கூட்டம் இருக்கே."

"சரிக்கா. நானே ஷேர் ஆட்டோ பிடிச்சிப் போய்க்கறேன்."

"ஏழரைக்கே போய்டு. இல்லன்னா கூட்டம் அம்மிடும்."

ஆனால் ஏழரைக்கே போயும் வெளியே வர பனிரெண்டரை ஆகிவிட்டது. அங்கிருந்தே அவனுக்கு போன் செய்தாள்.

"டாக்டர் சொல்லிட்டாரு. அதானாம்!"

அவன் "என்ன?" என்றான். பின்னால் ஒரே சத்தம் "என்ன?"

"டாக்டர் அதான்னு சொல்றாரு" என்று கலா கத்தினாள். பேருந்து நிறுத்தத்தில் சிலர் திரும்பிப்பார்த்தார்கள்.

அவன் "ஒன்னும் கேக்கலை. படம் பார்த்திட்டிருக்கேன். படம் மரண மாஸ்" என்று பதிலுக்கு கத்தினான்.

சோர்வாக இருந்தது. ஷேர் ஆட்டோவில் கூட்டமாக இருந்தது. ஒரு ஆபீஸ் போகிற பெண் அவளது பையால் வயிற்றில் குத்திக்கொண்டே இருந்தாள். "இடிக்குதுங்க" என்று சொன்னதற்கு "கூட்டம்னா இடிக்கத்தான் செய்யும். கூடாதுன்னா கார்ல போகணும்" என்றாள். இவளுக்கு கண்ணீர் முட்டிவிட்டது.

கூட்டத்தை விலக்கி இறங்குவதற்குள் மூச்சுத் திணறி விட்டது. சாலையைக் கடக்க காத்து நின்றபொழுதுதான் அவரை, அவர்களைப் பார்த்தாள். இரண்டு பக்கமும் இரண்டு பெண் குழந்தைகளையும் கையில் பிடித்துக்கொண்டு அவர்களது பள்ளிப் பைகளையும் வைத்துக்கொண்டு திணறிக் கொண்டிருந்தார். இன்னொரு பையில் காய்கறிகள் வேறு. இரண்டு குழந்தைகளுமே கண்ணாடி போட்டிருந்தன.

கலா தன்னையும் அறியாமல் மிக இயல்பாய் அவர்களிடம் சென்று "மத்தியானம் பள்ளிக்கூடம் கிடையாதா" என்றாள். அவர் விழிக்க "உங்களுக்கு அடுத்த காம்பவுண்டுலதான் கீழ் போர்ஷன்ல இருக்கேன். உங்களைத் தெரியும்" என்றாள்.

அவர் ஒருகணம் திடுக்கிட்டதும் பதற்றமாவதும் தெரிந்தது. இவ்வளவு பயப்படுகிறவர் ஏன் அதைப் பண்ண வேண்டும் என்று உள்ளுக்குள் தோன்றி சிரிப்பு வந்தது.

பிறகு "கொடுங்க. நான் வேணா ஒரு பையை வச்சுக்கறேன்" என்றாள்.

75

சிநேக பவன்

உங்கள் ஊரிலும் இப்படி ஒரு கடை இருக்கக் கூடும். நகரின் முக்கியமான இடத்தில் அது நெடுநாட்களாக இருக்கும். நீங்கள் பார்க்கும்போதெல்லாம் வெறிச்சோடிக் காணப்படும். ஆனாலும் அதை விடாப்பிடியாக ஏதோ ஒரு மர்மமான காரணத்தினால் நடத்திக் கொண்டிருப்பார்கள். அப்படிப்பட்ட ஓட்டல்தான் இந்த சிநேக பவன். எனக்குத் தெரிந்து இருபது வருடங்களாக அப்படியே இருக்கிறது சில வருடங்கள் முன் அதற்கு எதிரே தோன்றிய குட்டி இட்லிக் கடை புகழ்பெற்று குஷ்பூ இட்லிக்கடை ஆகிவிட்டது. கூட்டம் இரவானால் அலை மோதும். இந்த பெரிய ஹோட்டலில் ஈ காக்கா சிக்கன் கோழி எதுவும் இருக்காது. எதைக் கேட்டாலும் 'கிடைக்காது, இப்போ கிடைக்காது, நேரம் ஆகும்தான்.' கூல் டிரிங்க்ஸ் கேட்டால் கொதிக்கக் கொதிக்கக் குடுப்பார்கள். டீ சில்லென பனித்துளி பூத்து வரும். பட்சணங்கள் தான் அப்படி என்றால் பரிசாரகர்

களின் லட்சணம் இன்னும் மோசம். அதே சர்வர்கள் அதே உணர்ச்சியற்ற முகத்தோடு தெருவை வெறித்துக் கொண்டிருப் பார்கள். நாம் உள்ளே போனால் அதே முகத்தோடு நம்மை வெறிப்பார்கள். அங்கு போய்வந்த நாட்களில் எல்லாம் எனக்கு கட்டாயம் துர்கனவுகள் வந்துவிடுவதைக் கவனித்திருக்கிறேன். இவர்களின் பிசினஸ் மாடல் எனக்கு புரிந்ததே இல்லை. அந்த இடத்தை விற்றாலே கோடிகள் தேறும். வாடகைக்கு விட்டாலே ஆயிரக்கணக்கில் வரும். கொஞ்சம் வெளிச்சமாக வெள்ளை அடித்து ஒரு நல்ல மாஸ்டரை போட்டால் வியாபாரம் பிய்த்துக் கொண்டு போகும். நஷ்டம் அடைவதற்கு என்றே செய்கின்ற வியாபாரம் என்று பட்டது. ஒருவேளை சில சினிமா கம்பனிகள் செய்வது போல வருமான வரிக்கு நஷ்டக் கணக்கு காட்ட நடத்தும் கடையோ?

இன்றும் வருடத்துக்கு ஒருமுறையாவது செய்வது போல அம்னீஷியாவில் விழுந்து இந்தக் கடைக்குள் போய்விட்டேன். போன பிறகுதான் எனக்கு விழிப்பு தட்டியது. எதுவோ இழுத்து வந்தது போல போய்விட்டேன். நான் போயும் பாஸ்பைண்டர் படநடிகர்கள்போலஹோட்டலில்இருந்தவர்கள்உணர்ச்சியற்று அப்படியே இருந்தார்கள். கல்லாவில் இருந்தவர் சற்று வெறுப்புடன் கூட பார்த்தார். கடைசியில் ஆடம்ஸ் பேமிலியில் வருகிறது போல உயரமான ஒருவர் அசைந்து வந்தார். "என்ன சாப்பிடறீங்க?" அவர் குரல் அந்த வெற்று ஓட்டலில் எதிரொலித்தது. வழக்கம்போல் நான் கேட்டது எதுவும் இல்லை. கடைசியில் ஒரு தோசைக்கு முயற்சி பண்ணிப் பார்க்கிறேன் என்று அவர் உள்ளே போனார். ஹோட்டலின் தற்காலிக சலனம் உறைந்து மீண்டும் பழைய சிலைத்துவத்துக்குத் திரும்பியது. ஆயிற்று நேரம். ஐந்து நிமிஷம். பத்து நிமிஷம். அரை மணி நேரம். எண்பதுகளின் நடிகை படத்தின் மேலிருந்த கடிகாரம் ஒவ்வொரு நிமிடத்துக்கும் ஒருமுறை தயங்கித் தயங்கித் துடித்தது. எட்டு மணி ஆனதும் ஒருமுறை செருமி பிறகு அடிக்காமல் விட்டுவிட்டது. நான் பூனைக் குரலில் "நான் சீக்கிரம் போகணும்" என்றேன்.

கல்லாவில் இருந்தவர் உயிர்பெற்று "ரஹ்மானே! டேபிளைக் கவனி!" என்றார். ரஹ்மான் என் கிட்டே வந்து "என்ன சாப் பிடறீங்க?" என்றார். நான் ஆயாசமடைந்து "ஏற்கனவே

ஒர்த்தர்கிட்ட சொன்னேங்க" என்றேன். அவர் "அப்படியா?" என்றுவிட்டு உள்ளே போனார். அவரும் போய் பத்து நிமிஷம் ஆனது. கடிகாரம் மறுபடி காறியது. நான் போய்விடலாம் என்று துணிச்சல் பெற்று எழுந்தபோது ரஹ்மான் வந்தார். கல்லாவில் இருந்தவர் "ரஹ்மானே என்னா?" என்றார். ரஹ்மான் "தோசை மாஸ்டரை பாம்பு கடிச்சிடிச்சி அண்ணாச்சி. தோசை மாவுக் குண்டானுக்குக் கீழ இருந்திருக்கு. ஆஸ்பத்திரிக்கு முருகன் கூட்டிப் போயிருக்கான்" என்றவர் சலனமின்றி என்னிடம் "தோசை கிடைக்காது. புரோட்டா தரவா? பத்து நிமிஷம் ஆவும்"0 என்றார்.

76

இது குளந்தை டாக்டர் பாடும் தாலாட்டு

நெல்லையில் ஒரு புகழ்பெற்ற குழந்தை டாக்டர் இருக்கிறார். எப்போதும் அவர் க்ளினிக்கில் கூட்டம் ரொம்பி வழியும். கூட்டத்தைச் சமாளிக்க அவர் ஒரு உருப்படாத டெக்னிக் வைத்திருக்கிறார். ஒரே நேரத்தில் நாலு டோக்கன்களைச் சுற்றி வைத்துக்கொண்டு பார்ப்பார். ஒரே நேரத்தில் ஒரு சிறிய அறையில் நாலு குழந்தைகள் அவர்களது நாலு பெற்றோர்கள். அவ்வப்போது உள்ளே எட்டி எட்டிப்பார்க்கும் அந்த நாலு பெற்றோர்களின் நன்னாலு பெற்றோர்கள் என்று களேபரமாக இருக்கும். ("ஏட்டி விடிகாலைல சரியா மூணு மணிக்கு நாலுதடவை 'க்கும்ம்னு' முனங்குதான். அதைச் சொன்னியாட்டி?")

இந்த நாலு பெற்றோர்களும் நாலு விதமாக இருப்பார்கள். பெரும்பாலும் பெண்கள்தான் வருவார்கள். ஒரு குழந்தைக்கு நிஜமாகவே ஏதாவது பிரச்சனை இருக்கும். இன்னொரு குழந்தையின் பெற்றோருக்குதான் ஏதாவது பிரச்சனை இருக்கும். ("எங்க அம்மை தூக்கினா மட்டும் மூஞ்சில துப்பிடுதான். அதுயேன்?") சில பெண்கள் குழந்தைக்காகவே வந்திருப்பார்கள். சிலர் சினிமா, ஆரெம்கேவி, விசாக பவன், ஆண்டி நாடார் பாத்திரக் கடை எல்லாம் போய்விட்டு அப்படியே 'நம்ம'டாக்டரையும் ஒரு எட்டு பார்த்துட்டு போய்விடுவோம்

என்று வந்திருப்பார்கள். சில பெண்களின் வீட்டில் ஹோட்டலில் போய் பிரியாணி சாப்பிட்டு விட்டு நெல்லையப்பர் கோவில் எதிரே மண்டபத்தில் சடைமாட்டி வாங்கப் போகிறோம் என்று சொன்னால் விடமாட்டார்கள். குழந்தைக்கு இரண்டு நாளா மஞ்சளாப் போவுது என்று சொல்லிவிட்டு தூக்கிக்கொண்டு வந்திருப்பார்கள். அவர்கள் சொன்னதில் பொய் எதுவும் இல்லைதானே?

இந்த வட்ட மேசை முறை காந்தி காலத்திலேயே உதவ வில்லை என்று பலமுறை செவிலியரிடம் சொல்லியும் பயன் இல்லை. "என்ன சார் பண்றது? நாங்களும் சொல்லியாச்சு. கேக்க மாட்டேங்குறாரே. ஒரு சமயம் ஒரு ஆளோட முத சம்சாரம் இரண்டாம் சம்சாரம் இரண்டு பேரும் ஒரே நேரத்தில வந்து உள்ளுக்குள்ளேயே அடிச்சிக்கிட்டாங்க."

டாகடர் ஒவ்வொரு பெற்றோரிடமும் வரிசையாக குழந்தைக்கு என்ன பண்ணுது என்று கேட்டுக்கொண்டே வருவார்.

"வயத்தை வலிக்குதா?"

"பேதி ஒழுங்கா போவுதா?"

"சுவாசிக்கறதுல கஷ்டம் இருக்கா?"

முதல் நபர் குழம்பாமல் சொல்லிவிடுவார். மூன்றாவது நாலாவது பெற்றோர்கள் குழம்பியோ நாம மட்டும் இளக்காரமா என்ற எண்ணத்திலோ முதல் இரண்டு பெற்றோர்கள் சொல்லும் பிரச்சினைகளையும் தங்கள் குழந்தைகள் கணக்கில் சேர்த்துச் சொல்லிவிடுவதும் உண்டு.

மேலும் குழந்தைகளிடம் ஒரு நல்ல பழக்கம் உண்டு. ஒரு குழந்தை அழ ஆரம்பித்தால் நாலும் அழும். ஒன்று மூத்திரம் போனால் நாலும் போகும். பெண்களிடமும் ஒரு நல்ல பழக்கம் உண்டு. டாக்டர் தனித்தனியாக விசாரித்தாலும் அவர்கள் டாக்டர்களிடம் ஒருமித்த குரலில்தான் பேசுவார்கள். (ஸ்திரீ ஐக்யம்) இல்லாவிட்டால் ஒருவர் மற்றவர்கள் நெக்லஸை எடை போட்டுக்கொண்டு முறைத்தபடி அமர்ந்திருப்பார்கள்.

இந்த சிஸ்டம் எப்படியோ அந்த டாக்டருக்கும் நெல்லைப் பெண்களுக்கும் சரிப்படுகிறது. எப்போதாவது உள்ளே

போய் குழந்தைகளுடன் மாட்டிக்கொள்ளும் ஆண்களுக்கு சரிப்படுவதில்லை. இப்படி ஒரு நாள் நானும் இன்னொரு வளரும் அப்பாவும் மாட்டிக்கொண்டோம். மற்ற இரண்டு பெண்களையும் மீறி எங்கள் குழந்தைகளுக்கு என்ன பிரச்சினை என்று சொல்வதற்குள் வியர்த்துவிட்டது.

வெளியே வரும்போது மற்றவர் "என்ன சிஸ்டம்ங்க இது! இந்த உலகில் ஆம்பிளங்களுக்கு இடமே இல்லை" என்றார் மூச்சு வாங்க. "ஒரே ஒரு ஆறுதல்தான். இவன் அம்மையை விட்டு தனியே வந்தாலே நை நைன்னு அழுதுட்டே இருப்பான். இன்னிக்கு ஏனோ அழவே இல்லை" என்றவர் "அய்யோ!" என்று கத்தினார்.

"என்ன?'

"இது என் குழந்தை இல்லை!"

77

ஒரு சின்னத் தகரப் படகு மாதிரி இருக்கும்.

அதன் வாலில் கற்பூரத்தை வைத்திருப்பார்கள். அதைத் தண்ணீரில் விட்டால் கிறுகிறுவென்று சுற்றும். குழந்தைகள் வீல் வீல் என்று சந்தோஷத்தில் கத்துவார்கள்.

அதே போல் ராத்திரி வினோதமான மிட்டாய் நிறங்களில் எரியும் இரவு விளக்குகள்.

முயல் மாதிரி பூனை மாதிரி. சிரிக்கும் பூனை. அதைப் பார்த்துக்கொண்டே படுத்திருப்பேன்.

சில நேரங்களில் பூனை உறக்கத்துக்குள் வந்துவிடும். அதைக் கூட்டிக்கொண்டு எங்கெங்கோ சுற்றுவேன்.

சித்திரைப் பொருட்காட்சியில் கிடைக்கும் வினோதக் காட்சி கள். நிறங்கள். ஒலிகள். முதல்முதலாக சேரன்மகாதேவியில் தொலைக்காட்சியைப் பார்த்தது. ரூபவாகினி. திணைக் களம் அறிவிப்புகள். 'திரிகோண மலையில் இன்றைய மழை அளவு... "எதைப் பார்த்தாலும் வியப்பாக இருக்கும் இருட்டில் வாய்க்கால் பூச்சிகள் எழுப்பும் ஒலி. தெரு விளக்குகளின் மஞ்சள் ஒளி. நேற்றுவரை உடன் விளையாடிக் கொண்

டிருந்த பெண் பெரியவளானதும் ஒரே நாளில் கன்னத்தில் தெரிகிற மினுக்கம். வளர்ந்த பெண்கள் சேலை விலகும் போது மின்னலெனத் தெரிந்து மூடும் சதைப் பிதுக்கம். முதல் முறையாகப் பார்த்த சினிமாஸ்கோப் திரை. முப்பரிமாணப் படம். தியேட்டரில் மிகப் பக்கத்தில் பறந்த ஹெலிகாப்டர். இப்போது எது பற்றியும் வியப்பில்லை. எந்திரங்கள். மனிதர்கள். நிறங்கள். சத்தங்கள். இசை. சும்மா கையை விரித்து விரித்துப் பார்த்துக்கொண்டிருக்கிறேன். அதுவே போதுமான வியப்பாக இருக்கிறது.

78

அவசரப்பட்டு சிரித்துவிட்டோமோ என்று ஒரு சந்தேகம். பல வருடங்களுக்கு முன்பு ஒரு சிறிய மனத்தாங்கல். ஆனால் அவர் சிரிக்கவில்லை. எத்தனையோ அவமானங்களுள் ஒன்று.

முதல் முதலாகசம்பளம்வாங்கிஹோட்டலில் முதல் முதலாக சர்வருக்கு டிப்ஸ் கொடுத்தபோது அவன் தேவையில்லை என்று சொன்னது நினைவுக்கு வந்தது.

அவன் என் தெருவில்தான் இருந்தான் என்பதால் மறுத் திருக்கலாம்.

தெரிந்த ஒருவனிடம் டிப்ஸ் வாங்குவது அவமானம் என்று அவனுக்குத் தோன்றியிருக்கலாம். அதன்பிறகு அவன் பணி புரிகிற அந்த ஹோட்டலுக்குப் போவதைத் தவிர்த்தேன்.

இன்று அவன் தானே ஒரு பெரிய ஹோட்டல் முதலாளி ஆகி விட்டான்.

ஆனால் இன்றுவரை நேரில் கண்டால் தெரியாதது போல் போய்விடுவான்.

இதுபோல் சின்னச் சின்ன உறுத்தல்கள் சொந்த ஊருக்கு வருவதில். பாதை முழுக்கச் சின்ன சின்ன முட்கள். நடக்கையில் குத்தியது தெரியாது இரவு உறங்கும்போது மட்டும் எழும்பி வந்து நோவு கொடுக்கும் முட்கள்.

79

அம்பாள் சிரிப்பது போல் பட்டது

நான் திடுக்கிட்டேன். பொதுவாக பராசக்தி படத்தில் வருவது போல் அம்பாள் சிரிப்பதில்லை. இதுவரை சிரித்ததில்லை. நாற்பது வருடமாய் வருகிறேன். அம்பாள் மறுபடியும் சிரிப்பது போல் பட்டது. எனக்கு வியர்த்தது.

இந்த அர்ச்சகரையும் காணவில்லை. அவரை எனக்கு நன்றாகத் தெரியும். அவருக்கு எனது பெயர்தான். தனியாகச் சிரிக்கும் அம்பாளுடன் நின்றுகொண்டிருக்கப் பயமாக இருந்தது. இன்று எனக்கு விசேஷ பிரார்த்தனை கூட எதுவும் இல்லையே? கல்யாணம், காதல், வேலை, ஆரோக்கியம், ஆதார் கார்டில் எழுத்து மாறிப்போனது போன்ற வாழ்வின் முக்கியமான தருணங்களில் செய்த பிரார்த்தனைப் பொழுதில் கூட சிரித்தது இல்லையே?

அம்பாள் இப்போது அழுதாள்.

என்னடா இது! என் இருதயம் படபடவென்று துடித்தது. ஆனால் அது ஹார்ட் அட்டாக் ஆகும் முன்பு அவளைப் பார்த்து விட்டேன். இருட்டில் சிலையோடு சிலையாக நின்றுகொண்டு சிரித்துக்கொண்டு அழுதுகொண்டு நின்றிருந்தாள். நான் பார்த்த வுடனே நிறுத்தி விட்டாள். அவள் கண்கள் சிவந்தன. "ஆண் பிள்ளையா இருந்தால் என்ன வேண்டுமானாலும் செய்ய லாமோ?" என்றாள். நான் ஆண் பிள்ளையாக இருந்து என்ன செய்தேன் என்று யோசித்தேன். அவள் "பெண்கள் பேசுவதை ஒட்டு கேட்கலாமோ?" என்றாள். நான் "இல்லையே நான் சும்மா சாமி கும்பிட வந்தேன்" என்றேன். "அப்படியானால் அதை மட்டும் செய்யவேண்டும். புரிந்ததா? சுற்றிலும் வேடிக்கை பார்க்கக் கூடாது!"

நான் "சரி!" என்று அவசரமாக சொல்லிவிட்டு வெளியே வந்தேன். பின்னால் நிஜமாகவே அம்பாள் சிரிப்பது போல் இப்போது தோன்றியது.

80

ஆசை முகம்

"நல்லாருக்கீங்களா?" என்றார் அவர். அவள். நான் குழப்பமாய் அவரைப் பார்த்தேன்.

"என்னையா?" என்றேன். அவள் "ஆமா". நான் " நாம பார்த்திருக்கோமா?" என்றேன். அவள் புன்னகைத்து "நான் உங்களைப் பார்த்திருக்கேன்" என்றாள்.

நான் இன்னும் குழப்பமாக "எங்கே?" என்றேன். "ஊர்லதான். தினம் என் வீட்டு வழியாப் போவீங்க. தானே பேசிட்டு. பாடிட்டு. யாரையோ திட்டிக்கிட்டு. ஒருநாள் ரோட் லேயே அழுதுட்டீங்க" நான் தர்மசங்கடமடைந்து "எப்போ?" என்றேன். அவள் சொன்னது உண்மைதான்" ஒரு இருபது வருஷம் இருக்கும்" என்றாள் அவள். அப்போது மிகுந்த மன அழுத்தத்தில் இருந்தேன்.

"தினம் மாடியிலிருந்து நீங்க போறதைப் பார்ப்பேன்" எனக்கு லேசாக நினைவு வருவது போல இருந்தது. அம்மா ஏதோ சொல்லியிருந்தாள். "அந்த ராமபாணம் போட்ட வீடா?" அவள் "ஆமா" என்றாள் கண் இமைக்காமல் "என்னை மூணு வருஷம் அந்த ரூம்ல அடைச்சி வச்சிருந்தாங்க" என்றாள்.

பிறகு " பயமா இருக்கா?" என்றாள். நான் "இல்லை." என்றவன் பிறகு "லேசா" என்று சிரித்தேன். அவள் "என்னை அங்க அடைச்சி வச்ச மாமியார் காலை நேத்துதாம் வெட்டி எடுத்தாங்க. இதோ பக்கத்து ஆஸ்பத்திரிலதான்" என்றாள். "உங்க வீட்டுக்காரர்?" என்றேன். அதற்கு "அவர்தான் எப்பவோ செத்துப் போய்ட்டாரே தூக்குப்போட்டு" என்றாள்.

நான் உறைந்து போய் நிற்க அவள் கலகலவென்று சிரித்து "சும்மா. இதோ வரார்" என்றாள். நான் திரும்பிப் பார்க்க ஒல்லியாய் ஒருவர் "லக்ஷ்மி சும்மா இரு" என்றபடி வந்தார்.

"இவர் யார்? இவர்கிட்டே என்ன சொன்னே?" அவள் "நம்மூருதான். ஊர்ல நீங்க என்னை பைத்தியம்னு அடைச்சி வச்சிருந்ததைச் சொன்னேன்" என்றாள். அவர் "நீ பைத்தியம்தானே?" என்றபடி அவள் தலையை ஆதூரமாகத்

தடவினார். பாருவிடம் இந்தக் கதையைச் சொன்னபோது அவள் இடியிடியெனச் சிரித்தாள். "அய்யோ. எனக்கு வய்யா. எப்படிடா இப்படில்லாம் தேடிப்போய் மாட்டிக்கறே."

நான் எழுந்து கண்ணாடியில் என் முகத்தைப் பார்த்தேன். "என் மூஞ்சிலதான் ஏதோ பிரச்சினை இருக்குன்னு நினைக்கேன். என்ன சொல்றே?"

81

மழை முத்தங்கள்

வேலை ஒரு மலை போல எல்லாவற்றையும் மறைத்து விடுகிறது. குமரியில் சில நாட்களாக நல்ல மழை வந்திருந்தது. ஆனால் நான் அதைக் கவனிக்க முடியாதபடி வேறு ஏதேதோ கவலைகளில் மூழ்கியிருந்தேன். ஒரு நாடக அரங்கின் வெளியே காவல் நிற்பவன் அதன் சப்தங்களை மட்டும் தெளிவில்லாமல் கேட்டுக்கொண்டு நிற்பது போல. இன்று நீண்ட நாள் கழித்து குழித்துறைப் பக்கம் சென்றேன். அதுவும் வேலை நிமித்தமாகவே.

கார்க்கண்ணாடிக்கு வெளியே மழை பொழிந்துகொண்டிருக்க நான் வேலை பற்றிய கவலைகளில் மூழ்கியிருந்தேன்.

படந்தாலு மூடு கடக்கும்போது சட்டென்று பார்வையைக் கடந்தாள் அவள். பேருந்து நிறுத்தத்தில் நின்றிருந்தாள். ஆறு மாதம் கழித்துப் பார்க்கிறேன். வண்டியை நிறுத்தச் சொன்னேன். முதலில் அவளும் என்னைக் கவனித்துவிட்டாள் என்று நினைத் தேன்.

பாரு! என்று கையசைத்தேன்.

இல்லை. அவள் மழையைக் கவனித்துக் கொண்டிருந்தாள். அதனோடு பேசிக்கொண்டு இருந்தாள். விளையாடிக் கொண் டிருந்தாள். அவள் முகம் முழுக்க மழையின் முத்தங்கள். கிளுகிளுத்துச் சிரித்துக்கொண்டிருந்தாள்.

டிரைவர் "இறங்கிப் பேசணுமா சார்?" என்றான். நான் "வேண்டாம்" என்றபடி காரிலிருந்தபடியே இறங்கும் மழைக் கோடுகளூடே அவளைக் கவனித்தேன்.

"இன்று வேண்டாம்" என்றேன் ஒரு பெருமூச்சுடன்.

"போகலாம். இன்று அவள் மழையுடன் சல்லாபிக்கட்டும்."

82

நட்சத்திரம்

மகாத்மா காந்தி சுடப்பட்டு இறந்த அன்றுதான் நான் என் வாழ்க்கையின் முதல் அடியை வாங்கினேன். பாச்சா என்று அழைக்கப்படும் பாஷாதான் என்னை அடித்தது. அவன் அடித்ததில் என் சில்லுமூக்கு உடைந்து பொலபொலவென்று ரத்தம் சொட்டியது. பாஷா பயந்துவிட்டான். என் காலில் விழுந்து மன்னிப்பு கேட்டான்.

தான் ஒரு அய்யர் பையனை அடித்துவிட்டது தெரிந்தால் அவனது அப்பா தோலை உரித்துவிடுவார் என்று திரும்பத் திரும்பச் சொன்னான். பிறகு எந்த தைரியத்தில் அடித்தான் எனத் தெரியவில்லை. சிறிது நேரத்தில் ரத்தம் ஒழுகுவது நின்றுவிட்டது. ஆனால் முகம் பெரிதாக வீங்கிவிட்டது. அதை வீட்டில் எப்படி விளக்குவது என்று தெரியவில்லை. படிக்கட்டில் தவறி விழுந்துவிட்டதாகச் சொல்லும்படி பாட்சாவே யோசனை சொன்னான். பிறகு எனக்கு மூன்று நிறத்தில் பென்சில்கள், பெப்பர்மிண்ட் மிட் டாய்கள், ஒரு மரிக்கொழுந்து செண்ட் பாட்டில் இதெல்லாம் அடித்ததற்குப் பரிகாரமாகக் கொடுத்தான்.

நான் யோசித்தேன். அப்பாவிடமிருந்து இதை மறைப்பது கடினம். மிட்டாய்களைத் தின்றுவிடலாம். மருக்கொழுந்து மணத்தை மறைப்பது எப்படி?

ஆனால் இதுபற்றி முடிவெடுப்பதற்குள் திடீரென்று பள்ளிக் கூடத்துக்கு லீவு கொடுத்துவிட்டார்கள். பியூன் முனிசாமி வந்து காந்தி இறந்துவிட்டார். பள்ளிக்கூடம் கிடையாது! என்று ஒவ்வொரு வகுப்பாக கத்திச் சொல்லிக்கொண்டு ஓடினான். எங்கோ யாரோ கூக்குரலிட்டு அய்யோ என்று அழுதார்கள்.

நாங்கள் அவசரம் அவசரமாக பையைத் தூக்கிக்கொண்டு எங்கள் வீடுகளுக்கு ஓடினோம். பாதி சந்தோஷமும் குழப்ப முமாய் பாஷா என் பின்னாலேயே "வீட்ல சொல்லிடாதடே!"

என்றபடியே தெருமுனை வரை ஓடி வந்தான். திடீரென்று எனக்குத் தோன்றி அவன் கொடுத்த பொருட்கள் எல்லா வற்றையும் அவன் மேல் திருப்பி எறிந்தேன். அவன் ஸ்தம்பித்து நின்றான். எனக்கு என்னமோ அவன் என்னை அடித்ததற்கும் காந்தி கொல்லப்பட்டதற்கும் ஏதோ சம்பந்தம் இருப்பது போலவே தோன்றியது.

தெருவில் எல்லாரும் பெண்கள் உட்பட வீட்டைவிட்டு வெளியே வந்து நின்று பேசிக்கொண்டிருந்தார்கள். நான் ஜாக் கிரதையாக வீட்டுக்குள் நுழைந்தேன். உள்ளே அதிசயிக்கும் விதமாக அப்பா முன்னமே வந்து அமர்ந்திருந்தார். அவருக்கும் லீவ் கொடுத்துவிட்டார்களா? அவர் கண்ணிலிருந்து கரகர வென்று கண்ணீர் வழிந்துகொண்டிருந்தது. அப்போது பெரிய பாட்டனார் புயல் போல் வீட்டுக்குள் நுழைந்தார்.

"டேய் நீ ஏண்டா பேடி போல் அழுகிறாய்? நம் தர்மத்தை அழிக்க வந்த ஒரு அரக்கன் செத்துப் போனதற்கு நீ ஏன் அழுகிறாய்?" அப்பா நாற்காலியிலிருந்து துள்ளி எழுந்து "பெரியப்பா! வாயை மூடுங்கோ!" என்று கத்தினார்.

பெரிய பாட்டனார் "போடா போ! உன்னையும் அந்த வைத்தியநாதய்யர் போல மயக்கி வைச்சுண்டுறக்கறான் அந்த காந்தி! ஆனால் நான் சாமா!" என்று பதிலுக்குக் கத்தினார்.

"பெரியவாளே உங்கள் காந்தியை மாட்டுக்கொட்டகையில் வைத்துதான் பார்த்தார். தெரியுமோல்லியோ? அவரைவிட தர்மமும் சாஸ்திரமும் தெரிந்தவனோ நீயும் உன் காந்தியும்?"

அப்பா அதற்கு "நமது தர்மத்தில் கோசாலை புண்ணிய ஸ்தலம்தானே?" என்றார். இதற்குள் தெருவில் பெரிய இரைச்சல் ஒன்று கேட்க இரண்டு பேரும் பாய்ந்து வெளியே போனார்கள். நான் பின்னால் போய் அம்மாவிடம் பசிக்கிறது என்றேன். அவள் "உட்கார். சாதம் போடறேன்" என்றாள். ஆச்சர்யப்படும் படியாக அவளும் கூட என் முக வீக்கத்தைக் கவனிக்கவில்லை. சாப்பிடும்போது வழக்கமாக அவள் செய்வதுபோல என் தலையைக் கோதவும் இல்லை. எனக்குத் துக்கமாக இருந்தது. மச்சுக்குப் போய் உறங்கிவிட்டேன். அந்தியில் அம்மா வந்து காப்பி கொடுத்து கோவிலுக்குப் போகலாம் என்று அழைத்துப் போனாள்.

கோவிலுக்கு லீவ் கொடுக்காதது எனக்கு ஆச்சர்யமாக இருந்தது. கோவிலில் அப்பா இருந்தார். காந்திக்கு கோவிலில் மோட்சதீபம் ஏற்றவேண்டும் என்று சொல்லிக் கொண்டிருந்தார். சிலர் தலையாட்டியபடியே கேட்டுக்கொண் டிருந்தார்கள். எனக்கு எங்கே பெரிய பாட்டனார் அங்கும் வந்துவிடுவாரோ என்று பயமாக இருந்தது.

எங்களைப் பார்த்ததும் அப்பா பேச்சை நிறுத்திவிட்டு "நானும் வருகிறேன்" என்பதுபோல சைகை செய்தார். எனக்கு ஆச்சர்யமாக இருந்தது. அப்பா ஒருபோதும் இப்படி வெளியில் எங்களுடன் வந்ததில்லை. பிரியும்போது யாரோ ஒருவர் "வந்தே மாதரம்" என்றார்கள். அப்பா "வந்தே மாதரம்" என்றார். ரொம்ப சோர்ந்திருப்பது போலப்பட்டது. வெளியே நன்றாக இருட்டியிருந்தது. ஆனாலும் நிலவொளி இருந்தது. அது முகத்தில் அம்மாவின் சேலை போலப் படர்ந்தது.

அப்பா "உன் முகத்தில் என்ன?" என்றார். நான் "படிக்கட்டில் விழுந்து விட்டேன்" என்றேன். நாங்கள் வயல்களை ஒட்டிய சாலையில் நடந்தோம்.

வயல்பூச்சிகள் கிரிகிரி என்று கத்தத் தொடங்கியிருந்தன. குளிர்ந்த காற்று வீசியது. நான் அப்பாவின் கையை இறுகப் பிடித்துக்கொண்டேன்.

அம்மா பின்னால் மவுனமாக வந்துகொண்டிருந்தாள். அப்போது கீழை வானிலிருந்து ஒரு நட்சத்திரம் எரிந்தபடி மேற்கு நோக்கிப் போனது. அப்பா "அதோ காந்தி போறார்!" என்றபடி நின்றுவிட்டார்.

நாங்கள் மூவரும் அந்த நட்சத்திரம் பார்வையிலிருந்து மறையும் வரை அப்படியே வான் நோக்கி உயர்த்திய தலை களோடு நின்றிருந்தோம்.

அம்மாவிடமிருந்து ஒரு நீண்ட பெருமூச்சு எழுந்தது. பிறகு மிக மெலிந்த குரலில் அம்மா சொன்னாள்.

"போகட்டும். இனியாவது உப்புக்கும் பெறாத இவாளைப் பத்தியெல்லாம் கவலைப்பட்டுண்டு இருக்காம தன்னோட ஆம்படையாளைச் சந்தோஷமா வச்சுக்கட்டும்."

83

உடற்பயிற்சிக்கு ஏற்படும் தடைகள்

நான் தொடர்ந்து உடற்பயிற்சி, நடைப்பயிற்சி, ஓட்டப் பயிற்சி செய்வதின் அத்தியாவசியம் பற்றி எழுதி வருவதை அறிவீர்கள். இது பற்றி இதனால் உந்தப்பட்டு ஓட ஆரம்பித் தவர்கள், நடக்க ஆரம்பித்தவர்கள், தவழ ஆரம்பித்தவர்கள் என்று பலரிடமிருந்தும் எனக்கு மெயில்கள் வருகின்றன. பலர் கேவலம் ஒரு பிரபல எழுத்தாளரே இப்படி அதிகாலையில் நாய் துரத்துவது போல ஓடுகிறாரே என்று ஆரம்பித்து பிறகு பல தடைகளுக்கு ஆளாகி சோர்ந்து பாதியில் விட்டுவிட்டுத் தங்கள் மனைவியரோ கணவரோ போடும் நீர்த்த காப்பிகளுக்குத் திரும்பிவிடுகிறார்கள்.

நீங்கள் ஒன்று புரிந்துகொள்ள வேண்டும். உடற்பயிற்சி என்பது ஒரு தவம். யோக சாதனை. அதற்கு பல்வேறு சோதனைகள் வரும். யாராவது ஒருவர் ஏசு நாதரை சாத்தான் வனாந்திரத்தில் சோதித்தது போல திடீரென்று நீங்கள் ஓட்டப் பயிற்சி செய்யும்போது விலை உயர்ந்த காரில் முளைத்து "ஏறுங்க உங்க வீட்ல விட்டுடறேன்" என்பார்கள். இதுபோன்ற சோதனைகள் தவிர இன்று காலை எனக்கு நெல்லையில் ஏற் பட்டது போல நுட்பமான சோதனைகளும் ஏற்படலாம்.

ரொம்ப நாளைக்குப் பிறகு நெல்லைக்கு வந்திருந்ததால் நான் அதன் வெயிலைக் கணிக்க மறந்து சற்று தாமதமாகவே காலை நடைக்குக் கிளம்பினேன். ஆகவே வியர்த்து ஊற்றிவிட்டது. எனினும் சமாளித்து வீட்டை நெருங்கிவிட்டபோது "அண்ணே அண்ணே" என்று ஒரு தீனமான குரல் கேட்டது. ஒரு பெண் குரல். பின்முப்பதுகளில் இருக்கும் ஒரு பெண் குரல். நைட்டியில் இருக்கும் ஒரு பெண் குரல். தனது வீட்டு கேட் உள்ளிருந்து என்னை கையை நீட்டி "அண்ணே சித்தெ இங்கே வாயேன்" என்றாள். நான் போனேன். ஓரளவு அழகிதான். களைத்த அழகி. "அண்ணே இந்த முக்குக் கடையில ஒரு இரண்டு ரூபா காபிப்பொடி பாக்கட் வாங்கித் தாயேன்" என்று இரண்டு ஒரு ரூபாய் நாணயங்களைக் கொடுத்தாள். நான் சற்று தயங்கினேன். அவள் சொன்ன முக்குக் கடைக்கு நான் வந்த

வழியிலேயே அரை கிலோமீட்டர் திரும்பப் போகவேண்டும். "ப்ளீஸ்ணே. தலை வலிக்குதுண்ணே" நான் உடனே எனது தயக்கத்தை விட்டுவிட்டு - ஒரு இளம்பெண் அதிகாலையில் காப்பிப் பொடி கேட்கும்போது மறுப்பவன் மகாபாரதத்தில் அர்ச்சுனன் ஆனது போல சாபத்துக்கு உள்ளாகிவிடுவான்- என்று எனது ஆச்சாரியார் சொல்லியிருப்பதால் திரும்ப நடந்துபோய் இரண்டு ரூபாய் காப்பிப் பொடி வாங்கிக்கொண்டு போய்க் கொடுத்தேன். அவள் அதை வாங்கிக்கொண்டு "ஒரு பாக்கட்தான் இருக்கு?" என்றாள். நான் "ஒரு பாக்கட்தான சொன்னீங்க? அதுவும் இரண்டு ரூபாதானே கொடுத்தீங்க?" என்றேன். "அய்யோ இரண்டு இரண்டு ரூபா கொடுத்தேன் அண்ணே" என்றாள். எனக்கு இன்னும் கூடுதலாக வியர்த்தது. வாக்கிங்தானே போகிறேன் என்று என் பாக்கட்டில் ஒத்த பைசா கூட இல்லாமல் வேறு வந்துவிட்டேன். அடுத்த வீட்டி லிருந்து யாரோ எட்டிப்பார்த்துவிட்டு உடனே தலையை உள்ளே இழுத்துக் கொண்டார்கள். அவள் "அப்போ இன் னொரு பாக்கட்?" என்றாள். "சின்னப் பொண்ணுதானேன்னு ஏமாத்தாத அண்ணே" என்றாள்.

ஒருவர் சைக்கிளில் எங்களைப் பார்த்தபடியே மெதுவாகக் கடந்துபோனார். ஒரு காகம் கரைந்தது. இரண்டொரு வேப்பம்பூக்கள் உதிர்ந்தன. "அதாவது பரவாயில்லை ண்ணே. நீயே அந்த ரெண்டு ரூபாயை வச்சுக்க. நான் கேட்டது ப்ரூண்ணே. நீ சன்ரைஸ் வாங்கிட்டு வந்திருக்கண்ணே" என்று அதை என் கையில் மறுபடி திணித்தாள். "திரும்பப் போய் சன்ரைஸ் வாங்கிட்டு வா. இல்லேன்னா நான் நிச்சயமா கத்துவேன்." அந்த சைக்கிள்காரர் திரும்ப எங்களைச் சந்தேக மாகப் பார்த்தபடி போக நான் திரும்பவும் உலகத்தின் மறு முக்கில் இருக்கும் கடைக்கு ஓடிப் போய் மூச்சிரைக்க "சாரி. ப்ருதான் வேணும்" என்றேன். அவன் கடுமையான முகத்துடன் "நோ ரிட்டர்ன் பாலிசி" என்றான். கையறு நிலை என்று நீங்கள் கேள்விப்பட்டிருக்கலாம். நானும் கேள்விப் பட்டிருக்கிறேன். இது அதுதான். அய்யோ! இப்போது நான் என் செய்வேன்! இப்போது அந்த கடாமீசை சைக்கிள் காரனும் முக்குக் கடைக்கு வந்துவிட்டான். அவன் என்னை " படவா அபலைப் பெண்களிடமிருந்து சில்லறைக் காசுகளைப்

பறிக்கிறாயாடா ராஸ்கல்?" என்று பார்ப்பது போலவே பட்டது. அவன் ஒரு நிமிடம் என்னை உருட்டி விழித்துப் பார்த்து விட்டு பிறகு அந்தக் கடைக்காரனிடம் சொன்னான். "லேய் சார்தாம் இன்னிக்கு அந்த சாரதா மாமிகிட்ட மாட்டிக்கிட்டவர். கொடுத்து விடுறே" என்றான்.

எல் ஐ சி நகர் காப்பிப்பொடி வழக்கு - லேட்டஸ்ட் அப்டேட்.

சற்று நேரம் முன்பு என் வீட்டிற்கு ஒரு பையன் சைக்கிளில் வந்தான்.

"அண்ணா நீங்கதான் சாரதா மாமிக்கு காப்பிப் பொடி வாங்கிக் கொடுத்தீங்களா?"

நான் பீதி அடைந்து "ஆமாம். இல்லை." என்றேன். அவன் "கொடுத்தீங்களா இல்லியா மாமா?" என்றான். நான் ஜாக்கிரதையாக "அவங்க கொடுத்த காசுக்கு ப்ரூ காப்பிப் பொடி வாங்கிக் கொடுத்திட்டேன் தம்பி" என்றேன். இதுக்கு மேலன்னா என் வக்கீல்கிட்டே பேசிக்க என்று சொல்லலாமா என்று யோசித்தேன். "மாமி உங்க பேரு சங்கரா?ன்னு கேட்கச் சொன்னா" நான் வியர்த்தேன். "ஆமா. அதுக்கு?"

"மாமிக்கு உங்களைத் தெரியுமாம். முதல்ல முகம் பிடி படலியாம். இப்போ முகம் கொஞ்சம் முத்திடிச்சாம்" நான் எரிச்சலடைந்து "இப்போ என்னடே வேணும் உனக்கு?" அவன் "மாமி சாரி கேட்டுட்டு இந்த இரண்டு ரூபாயை உங்க கிட்டே கொடுக்கச் சொன்னா" என்றான். நான் "எதுக்கு?" என்றேன். "நீங்க காப்பிப் பொடி வாங்கிக் கொடுத்ததுக்கு" நான் குழம்பி "அதான் கொடுத்தாங்களே" என்றேன். "அது எனக்குத் தெரியாது. வாங்கிக்கோங்க. இல்லேன்னா மாமி கோச்சுப்பா" நான் "போடா" என்றேன். அவன் "என்ன சொன்னீங்க?" என்று அச்சுறுத்துவது போல சைக்கிளை விட்டு இறங்க - தடிப்பயல் - "என்கிட்டே இப்போது சில்லறை இல்லியே?" என்று உளறினேன். அவன் முகம் சாந்த மடைந்தது. "அப்போ இதை நானே வச்சுக்கறேன்" என்றான். நான் "சரி" என்றேன்.

"மாமி வரும்போது உங்ககிட்டே படிக்கறதுக்கு எதாவது புஸ்தகம் இருந்தா கேட்டா."

இதற்குள் உள்ளே படுத்திருந்த அம்மா "ஏய் என்னடா பிரச்சினை? யார்கிட்டே ரொம்ப நேரமா பேசிட்டிருக்கே?" என்று கேட்டாள்.

நான் "பிரச்சினை எல்லாம் இல்லை. காலைல வாக்கிங் போனேன்" என்றேன்.

84

சோவியத் ருஷ்யா உடைந்துபோன அன்று நானும் துண்டு துண்டாய் உடைந்துபோனேன் என்றே சொல்லவேண்டும். தமிழ்த் தினசரிகளின் தலைப்புச் செய்திகளிலிருந்து அவை அந்த செய்தியைத் துக்ககரமாக சொல்கின்றனவா கொண்டாடு கின்றவனா என்று சொல்ல முடியவில்லை. தீக்கதிர் மட்டுமே கண்ணீர் சிந்தியிருந்தது. தாமரை, சரஸ்வதி போன்ற இதழ்கள் எல்லாம் இனிமேல் தான் செய்தி அறிந்து மூக்கைச் சிந்தும். விஷயத்தை யாருமே எதிர்பார்த்திருக்கவில்லை. ஆனால் சோழவந்தான் கோணிச் சாமியாருக்கு ஐந்து வருடங்கள் முன்பே தெரியும் என்று எனது ஆபீஸ் பியூன் சொன்னான். அவர் பேச மாட்டார். தரையில் எழுதிக் காண்பித்தாராம். அவர்தான் அவனுக்கு ஐம்பது வருடத்துக்குப் பிறகு இன்னொரு ஆண் குழந்தை பிறக்கும் என்று கூட சொன்னவராம். நான் குழம்பினேன். பியூன் சண்முகத்தின் ஆபீஸ் எஸ் ஆர் என்னிடம்தான் இருக்கிறது. அதன்படி அவனுக்கு ஒரே ஒரு பெண் குழந்தைதான். சண்முகத்திடம் கேட்டதற்கு "அது உன் ரிக்கார்டு சார்!" என்று சிரித்தான். "சாமி ரிக்கார்டு வேற சார்!" இதைச் சொன்னபோது அவன் முகத்தில் அபூர்வமான ஒரு மந்தகாசம் நிலவியது. எனக்குத் தெரியாத எத்தனையோ விஷயங்களை அவன் தெரிந்துகொண்டிருந்தான். சோவியத் ருஷ்யா உடைந்து போய்விடும் என்பது அதில் ஒன்று. எனக்கும் கோணிச் சாமியாரைப் போய்ப் பார்த்தால் என்ன என்று தோன்றியது.

ஆனால் அவர் ஒருவரை ஆசீர்வதிக்கும் முறை சற்று வன்முறை யாக இருக்குமாம். ஒருவர் மீது பிரியம் தோன்றினால் அவர்களை செவிட்டில் அறைந்து கடித்து வைத்து விடுவாராம். பெரிய பெரிய தனாதிபர்கள், அரசு அதிகாரிகள், அரசியல்வாதிகள்

எல்லாம் மாலை இருட்டியதும் ரகசியமாக அவரைக் காண வருவார்களாம். ஒரு முறையாவது அவர் அறைய மாட்டாரா என்று ஏங்கி நிற்பார்களாம். ஆனால் எல்லாருக்கும் அந்த பாக்கியம் கிடைக்காதாம். ஆனால் முதல் முறையாக சண் முகத்தைக் கண்டதுமே அவர் அவனை பாய்ந்து அறைந்து விட்டாராம். எல்லோரும் அது ஒரு பெரிய கொடுப்பினை என்று சொன்னார்களாம். எனக்கு இதனால் சண்முகத்துக்கு அவனது எஸ் ஆரில் ஏற்ற முடியாத இடத்தில் ஒரு ஆண் பிள்ளை உண்டானது தவிர வாழ்க்கையில் வேறு என்ன முன்னேற்றம் ஏற்பட்டது என்று விளங்கவில்லை. ஆனால் அவன் நிச்சயமாக வாழ்க்கையில் சந்தோஷமாக இருந்தான் என்று எனக்கு தெரியும். எனக்கு கோணிச் சாமியாரைப் போய்ப் பார்த்தால் என்னஎன்று மீண்டும் வலுவாகத் தோன்றியது. போய் "சோவியத் ருஷ்யா திரும்ப இணையுமா?" என்று கேட்டால் என்ன? இப்படி நினைக்கும்போதே இது என்ன அபத்தமான உணர்ச்சி என்றும் தோன்றியது. மதம் ஒரு மிக வலுவான அபின்தான் என்ற வியப்பும் ஏற்பட்டது. மார்க்ஸ் இதைச் சரியாகவே கணித்திருக் கிறார்.

நான் சண்முகம் வற்புறுத்திக் கொடுத்திருந்த கோணி சாமியாரின் புகைப்படத்தை சட்டை பாக்கட்டிலிருந்து எடுத்துப் பார்த்தேன். அவருக்கு நிச்சயமாக தீவிரமான 'ஸ்கிசோ ஃப்ரினியா' இருக்கக் கூடும் என்பதற்கான அறிகுறிகள் காட்டும் முகம். ஆனால் அவருக்கு மனக் கோளாறு எனில் அவரைப் போய்ப் பார்க்கக்கூடியவர்களுக்கு? நான் இதை யோசித்துக் கொண்டிருக்கையிலேயே பூக்காரி செண்பகம் உள்ளே நுழைந் தாள். இந்த அலுவலகத்திலே ஏராளமான சாமிப் படங்கள் இருக்கின்றன. எல்லா மதக் கடவுள்களின் படங்களும் இருக் கின்றன. மாலை நாலு மணி ஆனால் அவர்கள் எல்லாருக்கும் ஒரு முழம் பூ போட செண்பகம் வந்துவிடுவாள். முதலில் இந்த முட்டாள்தனமான பழக்கத்துக்கு நான் எதிர்ப்பு தெரிவித் தேன். இது ஒரு மதச் சார்பற்ற நாடு என்று சுட்டிக் காட்டினேன். ஆனால் ஆபீஸ் சூப்பிரண்டண்ட் காந்தி, நேரு, அம்பேத்கர் போன்றவர்கள் படங்களுக்கும் பூ போடப் படுவதைச் சுட்டிக்காட்டினார். மேலும் அதன் மூலம் அவளுக்கு ஒரு வருமானம் கிடைத்துவந்தது. ஒரு தொழிற்

சங்கவாதியாக நான் அதைத் தடுக்கலாமா? என்று சண்முகம் கேட்டபோது வியந்து போனேன். சண்முகத்துக்கு இப்படி எல்லாம் எப்படித் தோன்றுகிறது? அவன் நடைமுறையில் ஒரு மார்க்சிய ஞானி என்று நினைத்தேன். கோணிச் சாமியார் கூட அப்படி ஒரு ஞானியாக இருக்கக் கூடும். செண்பகம் ஒவ்வொரு மேசையிலும் உள்ள படமாக பூ போட்டுக் கொண்டே சிரித்தபடி வந்தாள். எனக்கு சட்டென்று ஏதோ தோன்றி என் மேசை இழுப்பறைக்குள் இருந்த கார்ல் மார்க்ஸ் படத்தை எடுத்து மேலே வைத்தேன்.

ஒரு மார்க்சிய வாதியின் மெய்யியல் அனுபவங்கள் 2

கோணிச் சாமியார் சண்முகம் மூலமாக எனக்கு அறிமுக மானதும் என் வாழ்க்கையில் மிக வினோதமான சம்பவங்கள் நிகழத் தொடங்கின. ஒரு மார்க்சியவாதியின் வாழ்க்கையில் பொதுவாக நிகழாத நிகழவே கூடாத சம்பவங்கள் இவை. ஒருநாள் அலுவலகத்தைவிட்டு வெளிவரும்போது படியில் விழுந்துவிட்டேன். நன்றாக சிராய்ப்பு ஏற்பட்டுவிட்டது. டாக்டரிடம் போய் டிடி போட்டுவிட்டு வீட்டுக்குப் போனேன். இதில் வினோதம் என்ன இருக்கிறது என்பீர்கள் என்று எனக்குத் தெரியும்.

பிரச்சனை என்ன எனில் மறு நாளும் ஆபீசில் அதே படியில் விழுந்துவிட்டேன். இருபது வருடங்களாக அதே அலுவலகத்தில் அதே படி வழியாக வந்திருக்கிறேன். நான் மட்டுமல்ல வேறு யாருமே அங்கு விழுந்தது கிடையாது. இதில் ஏதோ சூட்சுமம் இருப்பதாக எனக்கு பட்டது. சண்முகம் "நீ சாமியார் பத்தி ஏதாவது தப்பா நினைச்சியா சார்" என்றான். நான் "இல்லியே" என்றேன் தயங்கி. "நல்லா யோசிச்சுப் பாரு சார். நான் மனுஷன். என் கிட்டே நீ பொய் சொல்லலாம். அது கிட்டே முடியாது" என்றான். நான் "ஆமா. ஒரு முறை அவருக்கு பைத்தியம்னு நினைச்சுருக்கேன்" என்று ஒப்புக்கொண்டேன். அவன் "மன்னிப்பு கேட்டுரு சார்" என்றான். எனக்கும் அது சரியான தீர்வு என்றே பட்டது.

ஆனால் எப்படி மன்னிப்பு கேட்பது? மன்னிப்பை அவர் எப்படி ஏற்பார்? வழக்கமாய் அவருக்கு ஒரு ஆளை

பிடித்திருந்தால் அந்த ஆளின் செவிட்டில் அறைவார். பிடிக்க வில்லை என்றால் ஒன்றும் செய்வதில்லை என்று சண்முகம் சொல்லியிருக்கிறான். இப்போது நான் அவருக்குப் பிடிக்காத ஒன்றைச் செய்துவிட்டு மன்னிப்பு கேட்கப் போகிறேன். அவர் என்னைக் கண்டதும் கன்னத்தில் அறைவாரா? ஒன்றும் செய்யாமல் இருந்து விடுவாரா? ஒருவேளை அவர் கன்னத்தில் அறைந்தால் அவரது பிரியத்தின் அடையாளமாக எடுத்துக் கொள்ள வேண்டுமா? கோபத்தின் அடையாளமாகவா? எனக்கு இது ஒரு மிகப்பெரிய தத்துவப் பிரச்சினை என்று பட்டது. உண்மையில் கோணிச் சாமியார் ஒரு மிகப்பெரிய ஒரு ஆதாரமான கேள்வியை மனித குலத்தின் முன்பு வீசியிருக்கிறார் என்று நினைத்தேன்.

எனக்குக் குழம்பிற்று. ஆனால் சண்முகம் சிரித்தான். "நீ என்ன சார் இப்படி இருக்கே? உனக்கு அரிஸ்டாட்டில் தெரியாதா?" என்றான். நான் அதிர்ச்சி அடைந்தேன். சண்முகம் அரிஸ்டாட்டில் கூட படித்திருக்கிறானா?

85

"இவருக்கு அடிக்கடி ஹார்ட் அட்டாக் வரும் சார்."

"அடிக்கடியா? நெஞ்சு வலியைச் சொல்றீங்களா?"

"இல்லே சார். ஹார்ட் அட்டாக். பத்து பதினைஞ்சு தடவை யாவது வந்திருக்கும்."

"அப்படி வந்தா என்ன பண்ணுவார்?'

" ஒரு பிரார்த்தனை பண்ணுவார். பிறகு மெடிகல்ஸ்ல போய் ஒரு சாதாரண ஆஸ்பிரின் வாங்கிப் போட்டுப்பார். இவருக்கு நாலைஞ்சு முறை ஸ்ட்ரோக் கூட வந்திருக்கு"

"ஸ்ட்ரோக்னா பக்கவாதமா?"

"ஆமா. போன வாரம் திடீர்னு இடது கால் சுண்டுவிரல் மட்டும் செயல் இழந்துபோச்சு."

"அய்யோ" என்றபடி நான் அவர் காலைப் பார்த்தேன்.

"இப்போ பரவாயில்லை. இவருக்கு கடவுள் ஆசீர்வாதம் நிறைய உண்டு."

“பிறகேன் இதெல்லாம் வருது?”

“சோதனைகள். கடவுள் இவரைச் சோதிச்சுப் பாக்கார். அவ்வளவுதான்.”

“ஓ…”

“ஒரு பத்து ரூபா தறீங்களா?”

“எதுக்கு?”

“நேத்து இவருக்கு கிட்னி பெயிலியர் ஆயிடிச்சி. உங்களை மாதிரி ஒரு நல்ல ஆத்மாகிட்டே இருந்து வாங்கி டீ குடிச்சா சரியாயிடும்னு கடவுள் சொல்றார். அதுக்குதான்.”

86

கூட்டுக்காரி

“பொண்ணு மேஜர் ஆயிட்டாளா?”

“ஆமா. எப்படி தெரியும்?”

“தெரியும். நீங்க இதை பெரிசா கொண்டாடுவீங்க. இல்லியா?”

“ நான்… ”

“ஐ நோ நீ என்ன சொல்லப் போறேன்னு… நில உடமைக் கால சமூகத்தின் அர்த்தமற்ற சடங்குகள்…”

“ ஆமா.”

“முக்கியமானது. அவ சகவுர்யமா பீல் பண்றாளா?”

“Unfortunately yes! she seems to enjoy it”

“Why unfortunately? Were you sulking?”

“No. I just went through it fastly”

“எனக்கு வரணும்னு ரொம்ப ஆசையா இருந்தது. வந்து அவளைப் பார்த்துக்கிட்டே இருக்கணும்னு. வந்து உன் முகத்தைப் பார்க்கணும்னு.”

“ம்ம்ம்”

“ஆனா போன தடவை உன் வீட்டுக்கு வந்தபோது உன் மனைவி முகத்தைப் பார்க்க சகிக்கலை. எனக்கே ரொம்ப வேதனையா இருந்தது. அவ ரொம்ப பதட்டமா ஆயிட்டா. இது அவளோட நாள் இல்லியா? அதை நான் வந்து கெடுத்துடக்கூடாது”

“ம்ம்… அவ…”

“ஒரு நில உடமைக்காரியின் பதற்றங்கள்.”

“யெஸ்.”

“*Still*... போட்டோஸ் அனுப்பு.”

“சரி.”

“உனக்கு தெரியுமா? உன் பொண்ணு பெரியவளான அன்னிக்கு காலைல எனக்கு வினோதமா ஒன்னு நடந்தது. அதே நேரமாக் கூட இருக்கலாம்.”

“என்ன?”

“I had my first silver hair.”

87

நாக்குட்டி

“**சு**ணங்கி சுணங்கிப் படுத்துக்கறியே? ந்தா ஒரு வா சாப்பிடு” என்ற தட்டிய குரல் கேட்டுத் திரும்பினேன். அடைத்துக் கிடந்த கடை வாசலில் ஒரு பிச்சைக்காரி அல்லது பைத்தியக்காரியா?

அவள் தோற்றம் அப்படி இருந்தது. நான் அவளைக் கவனிப்பதைப் பார்த்து “த்தா. நீயாவது சொல்லு சார் இது கிட்ட?” ‘இது’ என்பது அவள் காலடியில் சுருண்டு கிடந்த நாய்க்குட்டியை என்று உணர சற்று நேரம் பிடித்தது. நான் பத்து ரூபாயை எடுத்து அவளிடம் கொடுத்தேன். அவள் அதை வாங்காமல் “ அய்யே இது யாருக்கு வேணும்? இதுக்கு நாலு நல்ல புத்தி சொல்லிட்டு போ. இதோட அம்மக்காரி நாலு நாளைக்கு முன்னால லாரில விழுந்து போய்ட்டா. அதிலருந்து இப்படி கிடக்குது.”

நான் என்ன செய்வதென்று தெரியாமல் “ஏய் எழுந்து ஏதாவது சாப்பிடு” என்றேன்.

சொல்லிய உடனே அபத்தமாய் உணர்ந்தேன். இது ஒற்றைக் கண்ணை மட்டும் உயர்த்தி என்னைப் பார்த்தது. "போன வங்க போயிட்டாங்க. நாம வாழ வேண்டாமா?" என் வாயிலிருந்து வரும் வார்த்தைகள் எனக்கே வியப்பாக இருந்தன. நான் யாரிடம் பேசிக்கொண்டிருக்கிறேன்?சாலையில் சென்ற சிலர் எங்களை திரும்பிப் பார்த்தார்கள். நான் வெட்க முற்று உடனே வண்டியை எடுத்துக்கொண்டு கிளம்பிவிட்டேன். இன்று இரவு ஹோட்டலில் வண்டியை எடுக்கையில் அவர்கள் நினைவு வந்து தேடினேன். காலடியில் எதையோ உணர்ந்து குனிந்து பார்த்தேன். 'இது' வாலாட்டியபடி நின்றிருந்தது.

இருளிலிருந்து வந்த அவள் "இப்போ கொடு அந்த பத்து ரூபாயை. எங்களுக்கு ரொம்பப் பசிக்குது" என்றாள்.

88

பகவதி

"எலேய் வுடுங்கலே அவனை!" என்று அந்தக் குரல் சரியான நேரத்தில் வராவிட்டால் அவர்கள் என்னைக் கொன்றிருக்கவோ ஊனமாக்கி இருக்கவோ செய்திருக்கலாம்.

என் மார்பு மீது அமர்ந்து கழுத்தை நெரித்துக் கொண்டிருந்தவன் "என்ன பகவதி! உன் ஆளா?" என்று விட்டுவிட்டான். அவள் "ஆமா என் ஆளு! என்னை ஏழாவதா கட்டிக் கிட்டவன்!" என்றபடி கீழே விழுந்து கிடந்த என்னைத் தூக்கிவிட்டாள். என்னை உற்றுப் பார்த்தாள் "ஏய்! இந்த நேரத்தில இங்கெல்லாம் ஏன் வரே?" நான் திக்கி "மனசு சரியில்லே. தூக்கம் வரலே. கடல் பார்க்கலாம்னு வந்தேன். இவங்க வழி மறிச்சி பைசா கேட்டாங்க. இல்லேன்னேன். அதுக்கு..." என் குரல் உடைந்தது. "கடல்! இன்னேரம் கல்லறையைப் பார்த்திருப்பே! மனசு சரியில்லைன்னா உனக்கு பிரியமானவங்க கிட்டே பேச வேண்டியதுதானே? இவனுங்க எல்லாம் கஞ்சா போதைல இருக்காங்க! காலைல உன்னைக் கொன்னதைக் கூட மறந்து போயிருப்பாங்க!" என் உடல் நடுங்கியது.

அவள் என் விடுதி வரை கூடவே வந்தாள். அறைக்கு வந்த பிறகுதான் மாலையில் அவளை காந்தி மண்டபம் அருகே

பார்த்தது நினைவுக்கு வந்தது. அடிக்கும் மேக்கப்புடன் வெற்றிலையைக் குதப்பியபடியே தாழ்ந்த குரலில் "நல்ல டீலக்ஸ் ரூம்! போலீஸ் தொந்திரவு இல்லே!" என்று வாடிக்கையாளர்களை அழைத்துக் கொண்டிருந்தாள். நான் விழித்தபோது மாலையாகி இருந்தது. உடல் எல்லாம் வலித்தது. உடை மட்டும் மாற்றிக்கொண்டு காந்திமண்டபம் பக்கம் போனேன். அவளிடம் சென்று "நன்றி!" என்றேன். அவள் ஒன்றும் சொல்லாமல் கவனித்தது போலவே இல்லாமல் "டீலக்ஸ் ரூம்! போலீஸ் சல்லியம் கிடையாது!" என்று சொல்லிக் கொண்டிருந்தாள். நான் சற்று தயங்கி "எவ்வளவு?" என்றேன். அவள் சட்டென்று திரும்பி என்னை முறைத்தாள். "நாயே! நேத்து உன்னை சாகவிட்டிருக்கணும்!" என்றாள். நான் அதிர்ந்து நிற்க சற்றே தழைந்து "போ! போ!" என்றாள். "இங்கல்லாம் நீ ஏன் வரே?"

89

குவாரண்டைன்

விழித்தபோது ஒரு கணம் எங்கிருக்கிறோம் என்று தெரியவில்லை. இரவா பகலா? தெரியவில்லை. சுற்றிலும் திரை போடப்பட்டிருந்தது. திரையை விலக்கிய பிறகுதான் தான் ஒரு பிரமாண்டமான ஹாலில் இருப்பது புரிந்தது. இடைவெளி விட்டு இடைவெளி விட்டு அதே போல் திரைகள் மூடிய கட்டில்கள். சிலர் அவனைப் போல வெளியே வந்து மலங்க மலங்க விழித்துக்கொண்டிருந்தார்கள். ஹாலின் ஒரே ஒரு கதவு பூட்டப்பட்டிருந்தது. கண்ணாடிக் கூண்டின் வெளியே முழுதாய் மருத்துவக் கவசம் அணிந்த ஒருவர் அமர்ந்து எதையோ எழுதிக்கொண்டிருந்தார். அவன் பதற்றம் அடைந்தான். ஏதோ தவறு நடந்திருக்கிறது. நான் நலமாக இருக்கிறேன். எனக்கு எந்த பிரச்சினையும் இல்லை. மனைவியையும் மக்களையும் பார்க்கவேண்டும். அவன் ஓடிப்போய்க் கண்ணாடிக் கூண்டில் படபடவென்று குத்தினான். "என்னை வெளியே விடுங்கள். என்னை ஏன் அடைத்து வைத்திருக்கிறீர்கள்?" கண்ணாடிக் கூண்டுக்கு மறுபுறம் இருந்த நபர் தலையை அசைத்தார். அவன் மறுபடியும் கத்தினான் "நான் நன்றாக இருக்கிறேன். எனக்கு எந்த நோயும் இல்லை." இப்போது அவன் கையால் மீண்டும்

குத்த கையில் ரத்தம் வழிந்தது. அந்தக் கவச நபர் எழுந்து மைக்கில் பேசினார். "உங்களுக்கு என்ன வேண்டும்? அமைதி."

அவன் "எனது குடும்பத்தைப் பார்க்க வேண்டும். எனக்கு ஒன்றுமில்லை." என்றான்.

அவர் அமைதியாக சற்று நேரம் அவனையே பார்த்தார். "அது முடியாது. மன்னிக்கவும்."

"ஏன் முடியாது? எனக்கு ஒன்றுமில்லை. ஆரோக்கியமான என்னை ஏன் பிடித்து வைத்திருக்கிறீர்கள்? இது சட்ட விரோதம்"

அவர் தொண்டையை செருமிக் கொண்டார். "உங்களுக்கு புரியவில்லை. உங்கள் தலைக்கு மேல் இருக்கும் டிவியைப் பாருங்கள்."

அவன் எரிச்சலுடன் நிமிர்ந்து பார்த்தான். அவனது ஊர் டிவியில் தெரிந்தது. அவனுக்கு மிகப் பழக்கமான தெருக்கள், கட்டடங்கள். ஏன் அவனது வீடு கூட அதில் தெரிந்தது.

ஆனால் எங்கும் மனித நடமாட்டமே இல்லை. மனிதர்கள் தெருக்களில் குவியல் குவியலாக பல்வேறு கோணங்களில் இறந்துகிடந்தார்கள். ஆண்கள், பெண்கள், குழந்தைகள் கூட. நகர் முழுக்க வல்லூறுகளும் காகங்களும் கூடவே ட்ரோன்களும் பறந்து கொண்டிருந்தன.

இப்போது ஸ்பீக்கர் மீண்டும் உயிர்பெற்றது. "நண்பரே நாங்கள் உங்களை அடைத்து வைத்திருப்பது உங்களுக்கு நோய் உள்ளது என்பதால் அல்ல. இல்லை என்பதால்தான். இந்த நகரத்தில் இப்போது பிழைத்திருப்பவர்கள் ஆரோக்கியமானவர்கள் நாம் மட்டும்தான். இப்போது வெளியே சென்றால் நாமும் இந்த உடல்களில் ஒன்றாகிவிடுவோம்."

90

அவன் போனை எடுக்கவில்லை. வாட்சப்பில் செய்திகளைப் பார்த்தானா தெரியவில்லை. இப்போது பார்த்ததாய் வரும் நீல டிக்குகளை மறைத்துக் கொள்ளலாமே? எனக்குத் தெரியும். ஏனென்றால் நானே அந்த வசதியைப் பயன்படுத்துகிறேன். கேட்டால் வேலையில் இருந்தேன் என்பான். வேலை.

தலைவலி. குழந்தைக்கு உடம்பு சரியில்லை. ஆனால் பேஸ் புக்கில் எழுத வேலை இருக்காது. தலைவலி வராது. குழந்தை ஆரோக்கியமாக இருக்கும். எனக்குத் தெரியும் யாரோடு பேசிக் கொண்டிருக்கிறான் என்று. அந்த கேரளப் பெண். மதுரைப் பெண்ணுடன் கூட. நேற்று இருவருக்கும் பிரண்ட் ரிகவஸ்ட் கொடுத்தேன். மதுரைப் பெண் உடனே கேட்டாள். "நீங்கள் அவருக்கு நெருக்கமா?" ஆக...? நான் அதெல்லாம் இல்லை என்று சொன்னேன். பிறகு அவள் எனக்கு சில பாடல்களை அனுப்பினாள். எல்லாம் அவன் ரசிக்கும் பாடல்கள்! எனக்கு எரிச்சலாக வந்தது. இந்தப் பெண் ஒன்று என்னை முட்டாள் என்று நினைக்கிறாள். அல்லது தெரிந்தே அவன் என்னுடையவன் என்பதுபோல் எல்லை வகுத்துக் காண்பிக்கிறாள். நான் அவளிடம் நானும் அவனும் எடுத்துக்கொண்ட புகைப் படங்களைக் காண்பிக்கலாம் என்று நினைத்தேன். ஆனால் அவளிடம் மேலும் பேசும்முன்பு எனது மனைவி ஆபீசிலிருந்து வந்துவிட்டாள். அவள் எனது போனை வலுக்கட்டாயமாகப் பிடுங்கிப் பார்த்தாள் "ஸோ இவள்தான் அது! இல்லையா?" என்று கத்தினாள்.

91

தொலைந்த சொர்க்கம்

(குறுங்கதை)

ஆதாம் ஏதேனில் பனிரெண்டே மணி நேரம்தான் இருந்ததாகக் கூறப்படுகிறது. *(Zohar)*.

முதல் மணிக்கூறில் ஆதாம் ஆண்டவர் கையில் மண்ணாக இருந்தான்.

இரண்டாம் மணிக்கூறில் ஆதாம் எழுந்து நடந்தான்.

மூணாம் மணிக்கூறு முழுவதும் ஆண்டவரின் *'catechism'* கிளாஸ்.

நான்காம் ஐந்தாம் மணிக்கூறு முழுவதும் ஆண்டவர் படைத்த ஜீவராசிகளுக்குப் பெயர் வைக்கும் வேலை இருந்தது.

"ஏ ஆனே உனக்க பேர்தான் ஆனே. கேட்டியா? பூனே உன் பேரு பூனே."

இதைக் கேட்ட பூனை திடுக்கிட்டது.

"ஆசானே, இப்படி சொன்னா எப்படி? அட்டெண்டன்ஸ் ரிஜிஸ்டர்ல என்னை மட்டும் கடசில தள்ளிட்டீகளே. ஆண்டவர் முதல்ல என்னைத்தான் படைச்சாரு. என்னை உடனே அமீபாவுக்குப் பின்னால வைங்க."

ஆறாவது மணிக்கூறில் ஆதாம் களைப்படைந்துவிட்டான். "இப்படி எல்லா வேலையும் நானே பார்க்கணும்னா? தவிர இதுங்க மட்டும் ஒவ்வொண்ணும் ரெண்டு ரெண்டா இருக்குது. நான் மட்டும் என்ன சும்பனா?"

ஆண்டவர் ஆதாமின் குரலைக் கேட்டார். களைத்து உறங்கிக் கொண்டிருந்த ஆதாமின் விலாவிலிருந்து அரசர்கள் மனிதர் களிடமிருந்து வரியை உருவுவது போல் உருவி ஒரு பெண்ணைப் படைத்தார்.

ஏழாவது மணிக்கூறு. ஆதாம் எழுந்தான். ஏவாவைக் கூட்டிக் கொண்டு ஏதேன் முழுக்கத் திரிந்தான்.

எட்டாவது மணிக்கூறு அவன் பெயர் வைக்காத ஒரு உருவம் "பிள்ளேகளே வணக்கம்" என்று நெளிந்துகொண்டு வருவதைப் பார்த்தான். ஒன்பதாவது மணிக்கூறு ஏவாள் ஒரு பழத்துடன் வந்தாள்.

"இந்த தோட்டத்தில இந்தப் பழம் மட்டும்தான் எக்ஸ்பயரி ஆகாததுன்னு அந்த அண்ணாச்சி சொல்லுதாவ."

பத்தாவது மணிக்கூறு இருவரும் அந்த நித்திய ஜீவப் பழத்தைச் சாப்பிட்டார்கள்.

பதினொன்றாம் மணிக்கூறு ஆண்டவர் "ஆதாமே ஏவாளே" என்று கூப்பிட்டுக்கொண்டே திரும்பவும் தோட்டத்துக்குள் வந்தார். அப்போது சேம்புஇலைகள் கொண்டு இருவருக்கும் உலகின் முதல் ஆர்கானிக் ஜட்டியை தயாரித்துக்கொண்டிருந்த ஏவாள் "இப்போ என்ன எழவுக்கு இவர் கிடந்து கூப்பாடு போடுதாரு?" என்றாள்.

பனிரெண்டாம் மணிக்கூறுக்குச் சரியாக ஆண்டவர் இரு வரையும் வெளியே அடித்து துரத்திவிட்டார். வெளியே வந்து விழுந்த ஆதாம் மண்ணைப் பின்புறத்தி லிருந்து தட்டிக்கொண்டு எழுந்து சொன்னான்.

"Holy shit man! That was quick!"

92

கால எந்திரத்தில் போகன்

(குறுங்கதை)

சிறுவயதில் ஒன்னாம் கிளாஸ் படித்துக்கொண்டிருந்தேன். பொதுவாக எல்லோரும் ஒன்னாம் கிளாஸ் சிறுவயதில்தான் படிப்பார்கள் என்பதால் நானும் அப்படியே படித்துக்கொண் டிருந்தேன். அப்போது எனக்கு ஆங்கிலம் சொல்லிக்கொடுத்த டீச்சரை ரொம்ப பிடித்துவிட்டது. காதலிக்க ஆரம்பித்து விட்டேன்.

ஒரு நாள் அவரிடமே "நான் வளர்ந்து உங்களைத்தான் கட்டிப் பேன்" என்றேன். அவர் சிரித்து "நீ வளர்ந்து வர்றதுக்குள்ள நான் கிழவி ஆயிடுவேனே?" என்றார். நான் திடுக்கிட்டு பிறகு தினமும் இரவு படுக்கும் முன்பு பிரார்த்தனை செய்வேன். "கடவுளே நான் வளர்ந்து வருகிறவரைக்கு டீச்சருக்கு கல் யாணம் ஆகக்கூடாது. வயசும் ஆகக்கூடாது"

இரண்டு மூணு மாசம் கடவுள் என் பிரார்த்தனையைக் கேட் டதுபோல்தான் தோன்றியது. ஒருநாள் வகுப்பில் "என்னைக் கட்டிக்கணும்னா அஞ்சாவது வாய்ப்பாடு நல்லா தெரிஞ்சிருக் கணும்" என்று எல்லோர் முன்னாலும் டீச்சர் காதை முறுக்கி யது மட்டும் வருத்தமாக இருந்தது. என்ன இருந்தாலும் நாளைக் கட்டிக்கப் போறவரைத்தானே திருகுகிறார் என்று விட்டு விட்டேன்.

ஒருநாள் குருவிகுளம் டூரிங் டாக்கீஸில் அப்பா இரண் டாம் ஆட்டம் 'இளமை ஊஞ்சலாடுகிறது' கூட்டிப்போனார். களைப்பில் பிரார்த்தனை செய்யாமல் உறங்கிவிட்டேன். மறுநாள் டீச்சர் பள்ளிக்கு வரவில்லை. அந்த வாரம் முழுக்க வர வில்லை. அடுத்த வாரம் வந்து எனக்கு கல்யாணம் ஆகிவிட்டது என்றார்கள். எல்லாருக்கும் சாக்லெட் தந்தார்கள். எனக்கு மட்டும் கூடுதலாக தந்தார்கள். நான் எனக்கு சாக்கலேட் பிடிக் காது என்று திருப்பிக் கொடுத்துவிட்டேன். அன்றிலிருந்து எனக்கு கடவுள் நம்பிக்கையே சுத்தமாக போய்விட்டது.

93

வாழ்க்கை ஒரு குடும்ப நாவல்

நேற்று ஒரு வாசகி என்னிடம் "குடும்ப நாவல் படிச்சா என்ன சார் உங்களுக்கு பிரச்சினை?" என்று கேட்டார்.

நான் "இதென்ன நான் சிவகுமார் பேமிலின்னு நினைச்சுக் கிட்டீங்களா? எப்பவோ சொன்னதுக்கெல்லாம் இப்போ ஏழரையைக் கூட்டறீங்களே" என்றேன்.

"இப்போதான் சார் எனக்கு டைம் கிடைச்சது. அடுப்பில வேலையா இருந்தேன்" என்றார்.

நானும் அடுப்பில் வேலையாக இருந்தாலும் அவர் என்னை மதித்துக் கேள்வி கேட்ட தன்மையைப் பாராட்டி "அதாவது உலகில் எழுதப்பட்ட முதல் நாவல் எது தெரியுமா?"

"தென்றலே என்னை தீண்டாதே?"

"நாசமாப் போச்சி. டான் குவிக்சாடேன்னு நிறைய பேர் சொல்றாங்க."

"சரி சார்."

"ஆனா ஒரு பெண் எழுதிய ஜெஞ்சிதான் முதல் நாவல்னு சில பெண் எழுத்தாளர்கள் சொல்றாங்க."

"நாங்க அப்படித்தானே சார் சொல்வோம்?"

"கரெக்ட். கரெக்ட்... ஆனா அது உண்மையில்லை. டான் குவிக்சாடேதான் முதல் நாவல்."

"நீங்க அப்படித்தானே சொல்வீங்க?"

"கரெக்ட்... கரெக்... ஹலோ தேவையில்லாத புதுப் பிரச் சினைகளை இதில் கொண்டு வராதீங்க. நான் சாதம் வடிக்கணும். குளிக்கணும். ஆபீசுக்கும் போகணும்."

"சரி சார். நான்லாம் குளிச்சிட்டுதான் சாதம் வடிப்பேன். அதான் சார் குடும்பத்துக்கு நல்லது."

"எங்க குடும்பத்துக்கு அவ்வளவு நல்லது வேண்டாங்க."

"சரிங்க சார். சொல்லுங்க. நானும் போய் தேன் மல்லிப் பூவே படிக்கணும்."

“இந்த டான் குவிக்சாடே நாவல் என்னன்னா அன்றைய கால கட்டத்தில இன்னிக்கு இருக்கிற பல்ப் நாவல்கள் மாதிரியே இருந்த ரொமான்ஸ் காவியங்களைப் படிச்சிட்டு டான் குவிக்சாடே என்கிற ஆளு அதே மாதிரி மலை மேல் மர்மக் கோட்டை அதில் கடத்தி வைக்கப்பட்டிருக்கும் மர்ம இளவரசிஇதெல்லாம்நம்பிஅவளைக்காப்பாத்தப்போறேன்னு கிளம்பி போய்டுறான். அவன் ஆட்டு மந்தையை போர் வீரர்கள்னு நினைச்சுக்கறான். காற்றாலையை ராட்சசன்னு நினைச்சுக்குறான். கடசில லூசாயி செத்தே போயிடறான்.”

“நல்லா வேணும் அவனுக்கு.”

“இருங்க. இது வந்த பிறகு இதே மாதிரி குடும்ப நாவல்கள் படிச்சே மண்டை கழன்று போயிடற அரபெல்லாங்கிற ஒரு பொண்ணைப் பத்தி *The female Quixote* ன்னு ஒரு நாவலை ஒரு பெண் எழுதினாங்க. அவள் கிராமத்திலருந்து தன்னை மணக்கப் போகிற இளவரசனுக்காக லண்டனுக்கு ‘நீ எங்கே?’ ன்னு ஓடிப் போயிடறா. ஒருநாள் தேம்ஸ் நதி மேல பாலத்தில போயிட்டிருக்கா. தூரத்தில இரண்டு குதிரை வீரர்கள் வராங்க. கொடுமைக்கார தளபதிக்காகத் தன்னைக் கடத்தத்தான் வராங்கன்னு நினைச்சு தேம்ஸ் நதில குதிச்சிடறா. தவிர ஏதாவது ஒரு இக்கட்டில சிக்கிக்கிட்டாதானே ஹீரோ வந்து காப்பாத்துவான்? அவ படிச்ச கதைல எல்லாம் அப்படித் தான் வருது. ஆனா யாரும் அப்படி வரலை. அவ பொழைக் கிறதே பெரும்பாடாப் போயிடுது.”

“சார் நீங்க ரொம்ப தப்பா புரிஞ்சிக்கிட்டீங்க. எங்கள் நாவல்கள் புரட்சிகரமானவை. நாங்கதான் எங்க புத்திசாலித் தனத்தாலும் பொறுமையாலும் தைரியத்தாலும் எங்கள் கணவர் களைக் காதலர்களை நதியிலிருந்து காப்பாத்தறோம்.”

“ஆனா அதுக்கு முன்னால நீங்கதானே அவங்களை அந்த கூவம் நதிக்குள்ள தள்ளி விட்டுடறீங்க? அந்த சீன் உங்க நாவல்ல வரவே மாட்டேங்குதே ஏன்?”

94

அலட்சியம்

(குறுங்கதை)

நீலாவுக்கு இன்று தன் குழந்தையை அழைத்துக்கொண்டு வெளியே செல்வதற்கு அனுமதி கிடைத்துவிட்டது.

ஏறக்குறைய ஒரு வருடத்துக்குப் பிறகு அவளுக்கு நம்பிக்கையே போய்விட்ட பிறகு...

மின்னுவிடம் சொன்னபோது முதலில் சந்தோஷப்பட்டாலும் லேசாக அச்சமும் முகத்தில் படர்ந்தது.

"அம்மா போன மாதம் எனது வர்சுவல் பள்ளியில் உடன் படித்த பையன் அம்மா வெளியே போகும்போது கோவிட் 63 வந்துவிட்டது" என்றாள்.

நீலா "நாம் பாதுகாப்புடன் செல்வோம் மகளே" என்றாள். "அவர்கள் அலட்சியமாக இருந்திருப்பார்கள்."

"அப்போ சரி" என்றாள் மின்னு.

அனுமதி கிடைத்ததுமே மத்திய கட்டுப்பாட்டு மையத்திலிருந்து போன் வந்துவிட்டது.

"எப்போதும் அனுமதிச் சீட்டை வைத்திருக்கவேண்டும். யார் அருகிலும் ஒரு மீட்டருக்குள் செல்லக்கூடாது. சென்றால் உங்களைச் சுட காவல் துறைக்கு அனுமதி உண்டு. உணவு, தண்ணீரை வீட்டிலிருந்து எடுத்துச் செல்லவேண்டும். மாஸ்க், கிருமிநாசினிகள் எப்போதும் உங்களிடம் இருக்கவேண்டும். எல்லா நுழைவு வாயில்களிலும் காய்ச்சல் பரிசோதனை செய்யப்படும்..."

நீலா முதலில் காண அல்ல மின்னுவுக்குக் காட்ட விரும்பியது கடலை பிறகு மியூசியத்தை.

கடலை மின்னு நேரில் இப்போதுதான் பார்க்கிறாள். அவள் அது ஒரு optical illusion என்று நினைத்தாள்.

மியூசியம்தான் நீலா பார்க்க விரும்பியது. அங்கே பிரளயத்துக்கு முன்பு மனிதர்கள் பயன்படுத்திய பொருட்கள் இருந்தன.

காகிதப் பத்திரிகைகள், கரன்சி நோட்டுகள், புத்தகங்கள், கீ செயின்கள், காதணிகள். அவற்றைவிட புகைப்படங்கள்.

மனிதர்கள் ஒருவருக்கொருவர் கைகுலுக்கிக் கொள்வது, திருவிழாக்கள், பஃபே பார்ட்டிகள், பொருட்காட்சிகள், புத்தகக்கடைகள், மனிதர்கள் தெருவில் முத்தமிட்டுக்கொள்வது.

மின்னு வியப்புடன் எல்லாவற்றையும் பார்த்துக்கொண்டே வந்தாள்.

"மனிதர்கள் எவ்வளவு அலட்சியமாக இருந்திருக்கிறார்கள்!" என்றாள்.

"அலட்சியமாக அல்ல. சுதந்திரமாக" என்று நீலா திருத்தினாள். கடைசியில் அவர்கள் ஒரு குள்ளமான ஒரு மனிதரின் புகைப்படத்தின் முன் நின்றார்கள். அவர் டாக்டர்கள் அணியும் கோட்டு அணிந்திருந்தார். நம் தலைக்குப் பின்னால் எதையோ காண்பது போன்ற கண்கள்.

"கோவிட் 63 ஒரு மனிதத் தயாரிப்பு என்று கண்டு பிடித்தவர்" என்றாள் நீலா.

"அதற்காக கொல்லப்பட்டவர்" என்றாள். பிறகு ஒரு நீண்ட பெருமூச்சுடன் சொன்னாள்.

"உனது தாத்தா!" என்றவள் "நீ சொன்னது போல மிக அலட்சியமாக இருந்த ஒரு மனிதர்."

95

காட்டு வாத்து

(குறுங்கதை)

"**கு**வாக்!" என்ற சத்தம் கேட்டுத் திடுக்கிட்டேன். எனக்கு மிக அருகில். பின்னால். திரும்பிப் பார்த்தேன். ஒரு வாத்து. ஒரே ஒரு வாத்து மட்டும். நான் சற்று குழம்பினேன். சற்று முன்புதான் தலையெல்லாம் செம்பட்டை படிந்த ஒருவர் வாத்துக்கூட்டம் ஒன்றை மேய்த்துக்கொண்டு வயல்களூடாக ரயில்வே லைனை நோக்கிப் போவதைப் பார்த்தேன். அங்கே அவ்வப்போது அவர் போன்றவர்களைப் பார்ப்பதுண்டு. இந்தப் பிரதேசத்தைச்

சார்ந்தவர்கள் அல்ல. ஆனால் இதுவரை அவர்கள் எங்கே வசிக்கிறார்கள் எங்கே போகிறார்கள் என்று யோசித்ததில்லை.

"குவாக்!" வாத்து திரும்பவும் கத்தியது.

இந்த வாத்து அந்த மந்தையிலிருந்து பிரிந்துவிட்டதோ? பொதுவாக வாத்துகளை மடத்தனத்துக்கு உதாரணமாகச் சொல்வதுண்டு. அதனால்தான் அவை கூட்டமாகவே அலைகின்றன என்றும் சொல்வார்கள். மந்தையிலிருந்து பிரிந்த இந்த வாத்து மந்தையிலேயே மடத்தனமான வாத்தா அல்லது புத்திசாலித்தனமான ஒன்றா?

"குவாக்!" வாத்து மறுபடியும் கத்தியது. இப்போது அதன் குரலில் பதற்றம் இருந்தது. கண்கள் என்னைப் பார்த்து இறைஞ்சின. எனக்கு என்ன செய்வது என்று தெரியவில்லை.

எனக்குத் தெரியாது என்பதுபோல் நடந்தேன். சற்று நேரம் கழித்துத் திரும்பிப் பார்த்தேன். வாத்து தன் சிறிய கால்களால் வேகம் வேகமாக எட்டு வைத்து என் பின்னால் வந்துகொண்டிருந்தது. அப்போது அது ஒரு குழந்தையைப் போலவே இருந்தது.

இருள் வேகமாக இறங்கிக்கொண்டிருக்க அந்த கிராமச் சாலையில் நானும் அதுவும் மட்டும். இதென்னடா வம்பு! இது ஏன் பின்னால் வருகிறது! வீடு வரை வந்துவிடுமா? ஒரு வாத்தை வீட்டுக்கு விருந்தாளியாக கூட்டி வந்தால் என் மனைவி என்ன சொல்வாள்? மகள் ஒருவேளை மகிழ்ச்சி அடையலாம். அவள் கொஞ்ச நாளாக ஒரு கிளி வளர்க்க வேண்டும் என்று கேட்டுக் கொண்டிருக்கிறாள். வாத்து கிளி அல்ல. இருந்தாலும் அதுவும் ஒரு பறவைதானே. குழந்தைகள் எல்லா பறவைகளையும் புரிந்து கொள்வார்கள். பறக்க முடியாத பறவைகளைக் கூடுதலாக.

"குவாக்!" இப்போது வாத்து அலறியது. நான் திடுக்கிட்டு விழித்தேன். எதிரே சாலையின் நடுவே ஒரு நாய் நின்று கொண்டிருந்தது. அதன் பார்வை என் பின்னால் நின்றுகொண்டிருந்த வாத்தின் மீது இருந்தது. நான் "ச்சூ!" என்றேன். அது பல்லைக் காட்டி உறுமியது. நான் குனிந்து ஒரு கல்லை எடுத்தேன். அது சற்றே பின்னால் போனது. இப்போது பக்க வாட்டிலிருந்து இன்னொரு உறுமல் கேட்டது. பின்னாலிருந்து இன்னொரு உறுமல். நான் கையில் கல்லோடு அப்படியே

உறைந்து நின்றேன். குனிந்து வாத்தை தூக்க முயன்றேன். அதற்குள் முன்னால் நின்றிருந்த நாய் என்மேல் பாய்ந்தது

நான் விலகி ஓடினேன். பின்னால் அந்த வாத்தின் கதறல் கேட்டுக்கொண்டே இருந்தது.

வளைவில் அவர்களைப் பார்த்தேன். வாத்துக்காரனும் அவன் வாத்துக்களும். அறுவடை முடிந்த ஒரு வயலில். நான் அவனிடம் "ஒரு வாத்து... அங்கே... நாய்..." என்றேன்.

அவன் பீடியை அணைத்துவிட்டு " அந்த சிகப்பியா?" என்றான்.

நான் "சிகப்பி... ?" என்றேன் மூச்சிரைக்க. "ஆமா."

அவன் எழுந்து நிதானமாக அருகில் வந்தான். பிறகு கையை நீட்டினான் "வாத்து முட்டை சாப்பிடுவியா சார். கொண்டுபோ. "

96

குறுங்கதை

(குறுங்கதை)

அப்போது திடீரென்று அந்த ஓசை கேட்டது. எங்கோ கோட்டான் ஒன்று கூவும் ஓசை. அதைக் கேட்டதும் அதுவரை மந்தஹாசமாகப் பேசிக்கொண்டிருந்த நந்தினியின் முகம் விகாரமடைந்தது. 'வந்துவிட்டது' என்று அவளது உதடுகள் முணுமுணுத்தன.

எது வந்துவிட்டது என்று இன்னும் சற்று நேரத்தில் நாம் பார்க்கத்தான் போகிறோம். நந்தினி படுக்கையில் அமர்ந்து சிரித்துப் பேசிக்கொண்டிருந்த தனது தோழிகளை எல்லாம் "போங்களடி! எனக்கு உறக்கம் வருகிறது!" என்று விரட்டினாள். பிறகு விளக்கின் ஒளியைக் குறைத்துவிட்டு படுக்கையில் உண்மையிலேயே உறங்குவதுபோல் நடித்தாள்.

சற்று நேரத்தில் அரண்மனையே நிசபதத்தில் ஆழ்ந்தது. இப்போது இரண்டாவது முறையும் கோட்டான் கூவும் ஓசை கேட்டது.

அதைக் கேட்டதும் பழுவேட்டரையர் அரசி நந்தினி பதிலுக்கு ஒரு ஆந்தை அலறுவது போன்ற ஒரு ஓசையை பீதி தரும்படியாக எழுப்பினாள். அவளது மென்மையான சங்கு போன்ற கழுத்திலிருந்து அப்படி ஒரு நாராசரமான குரலை யாரும் எதிர்பார்த்திருக்க மாட்டார்கள். அதன்பிறகு விஷயங்கள் துரிதமாக நடைபெற்றன. நந்தினி துள்ளி எழுந்து ஒரு சால்வையை எடுத்துத் தன் மீது முக்காடு போட்டுக்கொண்டு ஒரு தீப்பந்தத்தையும் எடுத்துக்கொண்டு வேகமாக நந்தவனத்தை நோக்கிச் சென்றாள்.

பகலில் அழகின் ஊற்றாகக் காட்சி அளிக்கும் அந்த மலர்வனம் இப்போது ஆளரவமற்று பேய்கள் உலவும் சுடுகாடு போல் காட்சி அளித்தது. நந்தினி அங்கிருந்த கொன்றை விருட்ஷத்தை அடைந்ததும் தீப்பந்தத்தை அணைத்துவிட்டாள். பிறகு மீண்டும் அந்த கொடூர சத்தத்தை எழுப்பினாள்.

இப்போது அந்த மரத்தை ஒட்டியிருந்த மதிலின் மறுபுற மிருந்து முன்பு நாம் கேட்ட அதே கோட்டானின் குழறல் கேட்டது. நந்தினி இப்போது மதிலின் அருகே நின்றுகொண்டு ஆவலுடன் எதையோ எதிர்பார்ப்பவள் போல மேலே நோக்கிக் கொண்டிருந்தாள். அப்போது அவளது முகம் ஒரு அமானுஷ்யமான வசீகரத்தைக் கொண்டிருந்தது. சற்று நேரம் அமைதி. அதன் பிறகுதான் அந்த பயங்கரம் நிகழ்ந்தது. மதில் மேல் ஒரு தலை தோன்றியது. நெற்றியில் நாமமும் தலையில் குடுமியும் உள்ள ஒரு வீர வைஷ்ணவ தாரியின் தலை. நந்தினியைப் பார்த்ததும் அது அவளை நோக்கி எதையோ வேகமாக வீசியது.

ஐயோ! ஆனால் நந்தினியின் விம்மிக்கொண்டிருந்த மார்பின் மீது அது நல்லவேளையாகப் பாயவில்லை. அவள் காலருகே குத்திட்டு நின்றது.

ஒரு குறுங்கத்தி! அதில் ஒரு ஓலையும் இருந்தது. நந்தினி பாய்ந்து அதை எடுத்து நிலவொளியில் பிரித்துப் படித்தாள். அவள் முகம் கடும் அவலட்சணத்தை அந்தக் கணத்தில் அடைந்தது. அவள் தன்னையும் மீறி "ஒரு குறுங்கதை!" என்று கத்திவிட்டாள்.

97

மாஸ்டர்

(குறுங்கதை)

ஆ! வந்துட்டீங்களா?

இன்னிக்கு நீங்க வர மாட்டீங்கன்னு நினைச்சேன். பல் டாக்டர்கிட்டே ரூட் கேனல் பண்ணப் போயிருந்தேன். எவ்வளவு காஸ்ட்லிங்கிறீங்க?

இருங்க. ஒரு ரொட்டியில ஜாமும் வெண்ணெயும் தடவிக் கிறேன். மென்மையான ஆகாரம்தான் சாப்பிடணுமாம். எனக்கு கொஞ்சம் குளுட்டோன் அலர்ஜி உண்டு. இருந்தாலும் வேற வழியில்லை. அவ இல்லை வீட்ல. அப்படியே ஒரு முட்டையும் அவிச்சுக்கறேன். அதுக்குன்னே ஒரு மிஷின் வந்திருக்குது இப்போ. அமேசான்ல பார்த்தேன். வாங்கலாம்னா அவ அந்த சனியன் வீட்டுக்குள்ள வரக் கூடாதுங்கிறா. சோ அவ இல்லாத சமயம்தான் நான் இந்த ஆச்சார மீறல்கள் எல்லாம் பண்ண முடியும்.

நீங்களும் சைவம்தான் இல்லே? இல்லே மெட்றாஸ் போனப்பறம் அசைவம் பழகிட்டீங்களா? காப்பி? காப்பி பிடிக்காத திருநெல்வேலி ஆளு உண்டா என்ன? நிறைய பேரு கும்பகோணம் பில்டர் காபியை விஷேசமா சொல்றாங்க. எனக்கென்னமோ மதுரை விசாலம் காபிதான் பெஸ்ட்டுன்னு தோணுது. இது ப்ரூ காபிதான். ஒரு பித்தளை பில்டர் எங்க கல்யாணத்துக்கு சீதனமா வந்தது இன்னமும் இருக்கு.

ஆனா அவளுக்கு டீதான் பிடிக்கும். ஆச்சர்யமான விஷயம் அவ குடும்பத்துக்குள்ள டீ எப்படி வந்துச்சு? முந்தில்லாம் டீயை தொழிலாளர்கள் வர்க்கமும் முஸ்லீம்களும்தான் அதிகம் குடிப்பாங்கன்னு ஒரு மனப்பதிவு இருந்திச்சி. ரயில்வே ஸ்டேஷன்களில் கூட கூட நான்வெஜ் கேண்டீன்லதான் டீ கிடைக்கும்.

அசைவம் சாப்பிட்ட பிறகு கொழுப்பு காறல் போறதுக்கு டீதான் நல்லது. இஞ்சி சேர்த்தா இன்னும் நல்லது. ஆனா அது ஒரு வழக்கமான ஸ்டீரியோ டைப்புகள்ல ஒன்னுதான். ம்ம்ம்...

காபி பரவாயில்லை. வேறென்ன விஷேஷம்னு கேக்கறீங்களா? விஷேஷம்...

இலக்கியத்தில யாரு மாஸ்டர்னு ஒரு விவாதம் ஓடிக்கிட்டிருக்கு. சிலர் தங்களைத் தாங்களே மாஸ்டர்கள்னு சொல்லிக்கறாங்க. சிலர் அதை ஒத்துக்க மாட்டேங்குறாங்க. இதில் எனக்கு ஒரு சந்தேகம் வந்துது.

நான் மாஸ்டரா? இதை ஏன் கேக்கறேன்னா பத்து வயசிலருந்து என்னை உங்களுக்குத் தெரியும். சேரன்மகாதேவி பொது நூலகத்தில உங்களைச் சந்திச்சதிலிருந்து. ஒரு எழுத்தாளர் மாஸ்டரா இல்லியாங்கிறதை இன்னொரு மாஸ்டர்தான் சொல்லணும். சொல்ல முடியும். இல்லியா?

அப்படிப் பார்த்தா தமிழ் இலக்கியத்தில மிகச் சிலரைத் தவிர மத்தவங்க எல்லோரும் உங்களை மாஸ்டர்னு ஒத்துக்கறாங்க. நடுவில சிலரு நீங்க ஒரு பிள்ளைமார் எழுத்தாளர் தான்னு சொல்லிப் பார்த்தாங்க. அது எடுபடலே. எல்லோரும் புதுமைப்பித்தன்தான் சந்தேகமில்லாம தமிழ்ச் சிறுகதையின் மாஸ்டர்னு ஒத்துக்கறாங்க. அதான் உங்ககிட்டே கேக்கறேன்.

நான் மாஸ்டரா?

98
Communion

(குறுங்கதை)

எழுத்தாளர் விழித்தபோது அவர் தலைக்கு மேல் ஒரு சக்தி வாய்ந்த விளக்கு சுழன்றுகொண்டிருந்தது. தான் ஒரு ஆப்பரேஷன் டிராலியில் படுக்க வைக்கப்பட்டிருப்பதை உணர்ந்தார். "எச்சரிக்கிறேன். எனக்கு இன்சூரன்ஸ் இல்லை" என்று முனகினார். பிறகு புரிந்துகொண்டது போல் "என் கிட்னியை எடுக்கப் போகிறீர்களா?" என்று கத்தினார்.

"எங்களுக்கு உங்கள் கிட்னி வேண்டாம்" என்று ஒரு குரல் எங்கோ ஒலித்தது. "நாங்கள் உங்கள் மூளையை ஆராயப் போகிறோம். அவ்வளவுதான்."

"மூளை? நீங்கள் எல்லாம் யார்? நான் எங்கே..."

எழுத்தாளருக்கு இப்போது எல்லாமே நினைவுக்கு வந்தது. சைனஸ் பிரச்சினைக்கு தரிசனங்கோப்பு வைத்தியரிடம் மருந்து வாங்கிவிட்டு பைக்கில் பார்வதிபுரத்தில் உள்ள தனது வீட்டுக்கு இரவில் வந்துகொண்டிருந்தார். அப்போது திடீரென்று பேய்க்காற்று அடித்தது.

சாலையின் நடுவே குள்ளமாய் யாரோ நின்றுகொண்டிருப்பது போல் தெரிந்தது.

வண்டியை நிறுத்திவிட்டு "என்னவே மாம்பட்டை ஆளை அமுக்கிட்டதா?" என்று கத்தினார். உருவம் அசையவில்லை. அவர் வண்டியை ஸ்டேண்ட் போட்டுவிட்டு கிட்டே போனார். ஒரு ராட்சத ஆந்தை! அதன் கண்கள்...

"ஸ்பெசிமன் நம்பர் 133. பூமியில் பிரபல குறுங்கதை எழுத்தாளர்" என்றது ஒரு மெட்டாலிக் குரல்.

"ஹலோ நான் பூமிக்குப் போகணும். என்னோட வாசகர்கள் தேடுவாங்க" என்று எழுத்தாளர் கத்தினார்.

"அமைதி" என்றது சற்றே கரகரப்பான ஒரு குரல். ஒரு உருவம் விளக்கின் ஊடே அவர் மேல் குனிந்தது. "நாங்கள் உங்கள் மூளையை ஆராய்ந்த பிறகு உடனே நீங்கள் உங்கள் வாசகர்களுக்குத் திரும்பலாம்."

எழுத்தாளர் சற்றே அமைதியடைந்து "நீங்கள் யார்? உங்கள் பெயர் என்ன?" என்றார்.

"எனக்கு பெயர் இல்லை. எண்தான் உண்டு."

"இருக்கட்டும். ஆணா பெண்ணா?"

"நான் ஒரு ரோபாட்."

"அதான் ஆண் ரோபாட்டா பெண் ரோபாட்டா?"

"What the fuck..."

"Then you are a woman!" என்றபடி எழுத்தாளர் எழுந்து ரோபாட்டை முத்தமிட்டார்.

"அன்பே என்னை உடனே பூமியில் விட்டுவிடு. நான் உன்மேல் ஒரு காவியமே எழுதுகிறேன்."

99

சத்யவான்

(குறுங்கதை)

“நேற்று எனக்கு ஒரு பல் விழுந்துவிட்டது” என்றாள் சாவித்திரி.

எனக்கு கடும் அதிர்ச்சி ஏற்பட்டது.

அதிர்ச்சியைக் கூட்டும் விதமாக “இன்னொரு பல் ஆடுகிறது. உங்களுக்குத் தெரிந்த நல்ல பல் டாக்டர் யாராவது சொல்லுங்களேன்.”

எனக்கு கவலை ஏற்பட்டது.

நாங்கள் சாட் பண்ணத் தொடங்கி ஏறக்குறைய இரண்டு வருடம் ஆகிவிட்டது.

இன்று வரை பல் விழுந்துவிட்டது. முடி உதிர்கிறது வயிறு வலிக்கிறது என்றுதான் சொல்லிக்கொண்டிருக்கிறாள்.

என்றைக்குதான் இளமையின் நிலையாமையை உணர்ந்து ‘சரிங்க நாம படுத்துக்கலாம்‘என்று சொல்லப் போகிறாளோ தெரியவில்லை.

பல் விழுவது வயோதிகம் வேகமாக வந்துகொண்டிருப் பதின் அறிகுறி.

எல்லாப் பல்லும் விழுகிற வரை ஓக்கே சொல்ல மாட்டாளா?

நான் எனக்குத் தெரிந்த பல் டாக்டர் ஒருவரைச் சொன்னேன்.

அவள் அங்கு போய்விட்டு “இரண்டாவது பல்லையும் பிடுங்கிவிட்டேன். இன்னும் இரண்டு மோசமான நிலையில் இருக்கிறதாம்” என்று மெசேஜ் அனுப்பினாள்.

பிறகு மூன்று புள்ளிகள் மெசேஞ்சரில் தயங்கித் தயங்கி நின்றன.

நான் மூச்சடக்கிக் காத்திருந்தேன்.

கமான். தயங்காதே சாவித்திரி!

“தாங்க்ஸ்.”

நான் பெருமூச்சுடன் போனை மூடிவிட்டு மொட்டை மாடிக்கு வந்தேன்.

கோடை வானில் நட்சத்திரங்கள் கொட்டிக் கிடந்தன.

கிழக்கே ஒரு நட்சத்திரம் பிரகாசமாக எரிந்தபடியே கீழே விழுந்தது.

மேற்கே அதை இன்னொன்று பின்தொடர்ந்தது.

நான் வானை நோக்கி அறிஞர் சிலை போல கையை நீட்டி "அதோ விழுகின்றன சாவித்திரியின் பற்கள்!" என்றேன்.

100

ஒரு காதல் கதை

1

காலையில்தான் அந்தச் செய்தி வந்தது.

அவளது டைம் லைனில் யாரோ எழுதி இருந்தார்கள்.

முதலில் அது ஒரு ஜோக் என்று நினைத்தாள். அல்லது தவறான தகவல். அல்லது வழக்கம் போல அவன் இதுபோன்று பரிதாபத்தையும் கவனத்தையும் வேண்டி நிகழ்த்தும் விளையாட்டுக்களில் ஒன்று.

ஆனால் தொடர்ந்து அப்படி வரவும் அவனது நெருங்கிய நண்பன் என்று அவளுக்குத் தெரிந்த ஒருவனின் டைம் லைனுக்குப் போய் பார்த்தாள்.

அப்படியே அதிர்ந்து போய் தரையில் அமர்ந்துவிட்டாள். காப்பி போட கிச்சனுக்குள் வந்த மாமியார் "என்னடி வீட்டுக் குள்ள இல்லையா?" என்று வினோதமாக பார்த்தார்.

அவள் "இல்லை" என்று பலவீனமாக தலையசைத்தாள்.

2

"**நீ** அவளைப் போட்டுட்டு இருக்கியா?"

"யாரை?"

"நடிக்காதே. உன் போஸ்ட்ஸ்ல தொடர்ந்து கமண்ட்

போட்டுட்டு இருக்காளே அவளை? *Are you fucking her?"*

அவன் மவுனமாக இருந்தான்.

"நீ என்னை ப்ளாக் பண்ணிட்டா என்ன பண்றேன்னு தெரியாதுன்னு நினைச்சியோ?"

"உன் மன நிம்மதிக்காகதான் அதைப் பண்ணேன் கவிதா."

"மை புட். நீ என்னை உன் வாழ்க்கைல இருந்து ப்ளாக் பண்ணவே முடியாது. நான் இரண்டு ஐடில ஏற்கனவே உன் பிரண்ட் லிஸ்ட்ல இருக்கேன். "

"For what?"

"நீ யார் கூட எல்லாம் கூத்தடிக்கறேன்னு பார்க்க."

அவன் போனை வைத்துவிட்டான்.

3

குழந்தைகளும் அவரும் போகிற வரைக்கு மிகுந்த சிரமத்துடன் கண்ணைக் கட்டுப்படுத்திக்கொண்டு வேலைகளைச் செய்தாள். பாவி! இப்படிச் செய்வியா நீ? என்று மனம் அரற்றிக் கொண்டே இருந்தது.

அவர்கள் போனதும் கை நடுங்க போனை எடுத்து தனது பேக் ஐடி மூலம் அவனது பக்கம் போய்ப் பார்த்தாள். அவன் பக்கம் முழுக்க அவனுக்கான இரங்கல்களும் அஞ்சலிக் குறிப்புகளும் வந்து குவிந்திருந்தன. பலர் அவன் குறித்த அவர்களது நினைவுகளை எழுதியிருந்தார்கள்.

முட்டாள்களா! அவனைப் பற்றி என்னடா தெரியும் உங்களுக்கு! என்று ஒரு சினம் எழுந்தது.

தனது ஒரிஜினல் ஐடிக்கு வந்து அவனைப் பற்றி உப்பு சப்பில்லாத உண்மையே இல்லாத அவன் மேல் அவள் வைத்திருந்த காதல்,வெறுப்பு எதையும் காட்டாத ஒரு பதிவு எழுதினாள். அவன் யார் என்றே தெரியாத சிலர் வந்து அஞ்சலி எமோஜிகள் போட்டுவிட்டுப் போயிருந்தார்கள்.

அவள் திரும்ப பதற்றத்துடன் அவளது பேக் ஐடியில் போய் அவனது பக்கத்தை பார்த்தாள். அவனது எதிரிகள் கூட வந்து வருத்தம் தெரிவித்திருந்தார்கள்.

கவிதாவுக்கு அவளது அப்பா இறந்தபோது வந்து ஓரமாக தலையில் முக்காடு போட்டுக்கொண்டு அழுத ஒரு பெண்ணின் நினைவு வந்தது. உறவினர்கள் எல்லோரும் அவளை சுட்டிக்காட்டி முணுமுணுப்பாய்ப் பேசிக்கொண்டார்கள்.

கவிதா போனை வீசிவிட்டு "பாஸ்டர்ட்!கம்பேக்!ஆண்ட் அன்ப்ளாக் மீ!"என்று கத்தினாள். பிறகு அழ ஆரம்பித்தாள்.

101

சிறிது அசுத்தம்

(குறுங்கதை)

நான் அவரைக் கண்டு திகைத்தேன். உடம்பெல்லாம் திருநீறு. கண் இமையில் கூட. கால் வரை தொங்கும் இறுகிய சடை பிடித்த முடி. எனக்கு அவரைப் பார்க்கும்போதே உடல் அரிப்பது போல் இருந்தது. எனக்கு இறுக்கமான சட்டை போட்டால் கூட வலிக்கும். பவுடர் போட்டால் அடுத்த நிமிடமே அரிக்க ஆரம்பித்து டாக்டரைத் தேட வேண்டியிருக்கும். முதல் இரவில் மனைவி தொட்டதும் வலியில் அலறினேன். அவள் சற்று குழம்பி "என்ன?" என்றாள். பத்தாவது நாள் வந்து அவளது அப்பா வீட்டுக்குக் கூட்டிப் போய்விட்டார். காசிக்கு வந்ததிலிருந்து கடும் தும்மல் வந்துகொண்டே இருந்து லோக்கலில் ஒரு டாக்டர் ஊசி போட்டபிறகுதான் எழுந்திருக்கமுடிந்தது.

நான் மனம் தளர்ந்திருந்தேன். இங்கு வந்தும் எனது உடல் முன்பு போலதான் நடந்துகொள்கிறது.

கங்கையில் இறங்கிய இரண்டாவது வினாடி ஜன்னி போல் ஏற்பட்டு கரை ஏறிவிட்டேன். எனக்கு ஊசி போட்ட டாக்டர் "அழுக்குக்கு பயந்தால் காசி நரகம்தான்" என்றார். "சில வெள்ளைக்காரர்களை உன் போல் பார்த்திருக்கிறேன். இந்தியர்கள் பொதுவாக அழுக்குக்கு இம்யூனிடி உள்ளவர்கள்."

நான் மீண்டுமொரு முறை அவரைப் பார்த்தேன். உடலை வேண்டும் என்றே முடிந்த அளவு அசவுகர்யமாக அசுத்தமாக வைத்திருக்கிறார் என்று புரிந்தது. அப்படி வெறுக்கிற உடலை ஏன் வைத்திருக்கவேண்டும்?

இப்படி யோசித்துக்கொண்டு இருக்கும்போதே இப்படி எந்த இன்பமும் தராது வருத்திக்கொண்டே இருக்கும் என் உடலை நான் ஏன் வைத்துக்கொண்டு இருக்கிறேன்? என்ற சிந்தனையும் எழுந்தது. நான் சோர்வாக உணர்ந்தேன். அப்படியே கரையில் சரிந்து அமர்ந்தேன்.

தூரத்தில் ஏதோ ஒரு கோவிலில் மணி முழங்கும் ஓசை கேட்டது. ஒரு சமிக்ஞை போல ஒவ்வொரு கோவில் மணியாய் அதைத் தொடர்ந்தன. சற்று நேரத்தில் நகரமே கோவில் மணி ஓசைகளால் நிரம்பியது.

அதிலிருந்து ஒரே ஒரு கோவிலின் மணி ஒலி பிரிந்து வருவது போன்ற ஓசைகளோடு அவள் வந்தாள். அவள் முழங்கை வரை போட்டிருந்த வளையல்களின் ஓசை அவை. அழகாக இருந்தாள். எங்கோ கல்யாண வீட்டுக்குச் சென்றுவிட்டு வருவதுபோல் மிகுந்த அலங்காரத்தோடு அணிகளோடு இருந்தாள். மூக்கில் பெரிய புல்லாக்கு போட்டிருந்தாள்.

அவள் எங்களைக் கவனித்தாள் என்பது நிச்சயம். ஆனால் பொருட்படுத்தவில்லை. சட்டென்று முதல் படியில் அமர்ந்து புடவையையும் பாவாடையையும் தூக்கி தனது பின்னம்புறங்களை கங்கை நீரால் கழுவிக்கொண்டாள்.

பிறகு ஒரு துள்ளலுடன் படி ஏறிப் போய்விட்டாள்.

நான் அதிர்ச்சியுடன் அந்த அகோரியைப் பார்த்தேன். அவர் அலேக்! என்று சொல்லியபடி புன்னகைத்தார்.

பிறகு உயர்வான ஆங்கிலத்தில் "உனக்குத் தெரியுமா? காசியின் புகழ்பெற்ற தாசி இவள். நல்ல பக்தையும் கூட" என்றார்.

நான் "இவள் காட்டுகிற பக்தியின் லட்சணம் இதுதானா?" என்றேன் கோபமாக.

"இவள் கங்கையை அவமதிக்கிறாள். மாசு படுத்தினாள்."

அவர் "நாம் கட்டிய தொழிற்சாலைகளை விடவா?" என்றார்.

நான் மவுனமாக இருப்பது கண்டு அவர் மறுபடியும் அலேக்! என்றார்.

பிறகு மெல்ல எழுந்து அந்தக் காரியத்தைச் செய்தார்.

படியில் இறங்கிப் போய் நதியில் அவள் கால் கழுவிய இடத்து நீரைக் கோரிக் குடித்தார்.

"கங்கை மனிதர்களின் எல்லா அசுத்தங்களையும் அவர்கள் மனிதனாக இருப்பதற்கு தேவையான எல்லா அசுத்தங்களையும் மன்னிக்கிறது."

நான் மிகுந்த அருவெறுப்பு அடைந்து எழுந்தேன்.

அவர் அங்கிருந்து கத்தினார் "நான் ஸ்விட்சர்லாந்தில் முன்பு ஒரு டாக்டராக இருந்தேன் யூ நோ? அப்போது சுத்தம் என்பது எனது பித்தாக இருந்தது. நான் என்னையும் என் சூழலையும் கழுவிக்கொண்டே இருந்தேன். ஒரு கட்டத்தில் அது ஒரு நோயாக என்னை முழுமையாக ஆக்கிரமித்த நிலையில் காசிக்கு வந்தேன். காசி என்னைச் சரி செய்தது" என்றார். "இங்கு வந்து நான் கண்டது, அழுக்கு என்று நீ கருதுவதே இன்பம். ஒவ்வொரு இன்பத்தின் மையத்திலும் எப்போதும் அழுக்கு என்று நீ கருதும் ஒன்று உள்ளது. ஒவ்வொரு அழுக்கின் மையத்திலும் ஒரு இன்பம் உள்ளது. என் மதம் அதை பாவம் என்றது. அது இவ்வுலகிலிருந்து தான் அழுக்கு என்று கருதுகிற எல்லாவற்றையும் துடைத்தெறிய முயற்சி செய்கிறது. அதற்கு பிறர் எல்லாமே அழுக்குதான் உன் மதம் இவ்வுலகில் கொஞ்சம் அழுக்கின் தேவையையும் உணர்ந்திருந்தது. நீ உன் மதத்துக்குத் திரும்பு. அலேக்!"

102

உயிர் நதி

(குறுங்கதை)

மெல்ல இருட்டியது. தூரத்தில் செல்லும் படகுகளில் கட்டப் பட்டிருந்த ஹரிக்கேன் விளக்குகளின் ஒளி மட்டும்.

இருட்டு கங்கையை மூடிக்கொண்டே கரைக்கு வந்து படித்துறையில் உட்கார்ந்திருக்கும் என்னை மூடி என்னைத் தாண்டி நகருக்குள் சென்றது.

ஒளி சென்றதும் ஒலிகள் உயர்ந்து வந்தன. கங்கை இருட்டில் காயப் போட்டிருக்கும் ஈரச் சேலை போல் அசையும் ஒலி.

தூரத்தில் படகுகளின் துடுப்புகள் அளையும் ஒலி. ஆனால் மணாளன் சென்றதும் சிறிது நேரத்திலேயே சலிப்பு அடைந்துவிடும் பெண் போல கங்கை தன் ஒலிகளை முடக்கிக் கொண்டது.

நான் இருளில் அமர்ந்திருந்தேன். என் கை கூட எனக்குத் தெரியவில்லை.

அவர் கையை நீட்டச் சொன்னார். எவ்வளவு நேரம் நீட்ட முடிகிறது என்று பரிசோதித்தார். ஒரு கோட்டை தரையில் சாக் பீஸால் வரைந்து அதன் மேலேயே நடக்கச் சொன்னார். பிறகு மீண்டும் எனது ஸ்கேனை வெளிச்சத்தில் தூக்கிப் பார்த்தார்.

"வெல்" என்றார். "வீ ஹேவ் நியூ ட்ரக் லெஸ் அப்ரோச் டு திஸ் கண்டிஷன்."

நான் "ஒன்னே ஒன்னு சொல்லுங்க டாக்டர். என் முடிவு வலியில்லாம இருக்குமா?"

அவர் என் கண்களைப் பாராமல் சொன்னார் "பெய்ன் மேனேஜ்மெண்ட்ல இப்போபுது முன்னேற்றங்கள் வந்திருக்கு."

கங்கையிலிருந்து இப்போது குளிர்காற்று வீசத் தொடங்கியது. உடல் தானே நடுங்கியது.

நான் சத்திரத்துக்கு போக விருப்பம் இல்லாமல் அப்படியே அமர்ந்திருந்தேன். அறைக்குள் போனால் என் உள்ளம் ஒரே விஷயத்தைப் பற்றிதான் நினைக்கிறது. அவளைப் பற்றி.

நோயை விட நோவை விட எனக்கு அவள் சட்டென்று என்னைக் கைவிட்டுப் போனதுதான் துயரை அளித்தது.

எனது கால் நுனிகளிலும் விரல் நுனிகளிலும் எரிச்சல் ஆரம்பிப்பதை நான் உணர்ந்தேன். அது மெல்ல ஒவ்வொரு கணுவாய் ஏறி என் தலைக்கு வரும். அதன் பிறகு நான் மாத்திரை போடாவிடில் விடிவது வரை மயானக் கொள்ளி போல் வலியில் எரிந்துகொண்டிருப்பேன்.

நான் நீண்டதொரு பெருமூச்சு விட்டேன். கன்னத்திலிருந்து கண்ணீர் தானே வழிந்தது. உடல் எரிச்சல் சற்று தணிவதுபோல் தயங்குவது போல் தோன்றியது. அப்போது அதைக் கவனித்தேன். கண் இருட்டுக்குப் பழகியிருந்தது இப்போது. என்

உடல் இயந்திரத்தின் சக்கரங்கள் இன்னமும் முற்றிலும் பழுதடைந்துவிடவில்லை என்று ஒரு எண்ணம் ஓரத்தில் ஓடியது.

ஒரு நாய் மனிதப் பிணம் ஒன்றை மூக்கால் தள்ளிக்கொண்டு நீந்தி கரையை நோக்கி வந்துகொண்டிருந்தது. அதன் முகம் ஒருபக்கம் உடைந்து பற்கள் தெரிந்து விகாரமான இளிப்புடன் இருந்தது. நான் அதிர்ச்சி அடைந்து எழுந்துவிடலாமா என்று யோசித்தபோது "ஹரி போல்!" என்று ஒரு சத்தம் கேட்டது. திரும்பிப் பார்த்தேன்.

உடம்பைச் சுற்றி காவி சால்வை போர்த்திய ஒரு சாது படித்துறையின் மறுமுனையில் என்னை ஒருமுறை பார்த்து விட்டு அமர்ந்தார். கையிலிருந்த புகைக் குழாயில் புகைக்க ஆரம்பித்தார்.

"ஹரி போல்!"

நாய் இப்போது நீரிலேயே தயங்கியது. நாயும் அதன் உடமை யான பிணமும் ஒரு நடனம் போல அங்கேயே தளும்பிக் கொண்டிருந்தார்கள்.

பிறகு நாய் ஏதோ முடிவெடுத்தது போல் பிணத்தை வேறு இடம் நோக்கித் தள்ளிக்கொண்டு திசைமாற்றிப் போனது.

சாது கடகடவென்று சிரித்தார்.

"ஹரி போல்! ஹரி போல்! ஹரி பேரைச் சொல்! ஜீவ னுள்ள நதி உன் முன்பு ஓடும்போது பிணங்களைத் தின்னாதே!"

103
ஆடுதூக்கு
(குறுங்கதை)

முதலில் அவளது கெந்தலை, கால் சாய்த்து வினோதமாக நிற்பதை வைத்துத்தான் அடையாளம் கண்டுகொண்டேன். அதன்பிறகு அவனையும்.

யார் வதையிலிருந்து தப்பிக்கவேண்டும் என்று வேண்டிக் கொண்டு வந்திருக்கிறேனோ அவன் பக்கத்தில்!

என் உள்ளம் சுருங்கியது. பூசாரி அவன் தலையில் பரிவட்டம்

கட்டி உள்ளே சாஸ்தா கழுத்திலிருந்த பெரிய மாலையையும் எடுத்து அவன் கழுத்தில் போட்டார். அவள் முகத்தில் குங்குமமும் திருநீறும் கரைந்து கழுத்துக்குள் இறங்கிக் கொண்டிருந்தன. உதட்டுச் சாயம் இழுவிக் கிடந்ததில் சற்றே கவர்ச்சிகரமாகக் கூடத் தோன்றினாள். உடல் எங்கும் நகை. பூசாரி "ராத்திரி ஆடுதூக்குக்கு இருப்பீங்கல்ல?" என்றார்.

இரவு, பூசாரி ஒரு பெரிய கொழுத்த கடா ஆட்டை ஒரு சூலாயுதத்தால் குத்திக் கொன்று கோவிலைச் சுற்றி அப்படியே அதை தீப்பந்தம் போல் மூன்று சுற்று தூக்கிக்கொண்டு வருவார். மூன்றாவது சுற்று மீண்டும் சாஸ்தாவின் முன் வந்ததும் அதற்கு உயிர் வந்து துள்ளிக் குதித்துப் போய்விடும் என்பது ஐதீகம். நான் அறிய என்றும் அப்படி நடந்ததில்லை. "நாட்டில பாவமும் அக்கிரமும் பெருத்துப் போச்சு" என்று பூசாரி அதற்கு விளக்கம் சொல்லிவிடுவார். ஆட்டுக்கு உயிர் வராததால் யாருக்கும் சாஸ்தாவின் மீது நம்பிக்கை போய்விடவில்லை. வருடாவருடம் கொடை நடந்துகொண்டுதான் இருந்தது.

"முந்தி நல்லவன் கெட்டவன் அப்பாவி அக்கிரமக்காரன்னு உலகம் தெளிவா பிரிஞ்சிருந்தது. ஸாஸ்தா சாதுவை ராட்சசன் கிட்டே இருந்து காப்பாத்துனாரு. இப்போ எல்லோரும் ராட்சசன்தானே. யாரன்னு அவர் காப்பாத்துவாரு" என்பாள் பெரியம்மா.

நான் திரும்பி விட எத்தனித்தேன். ஆனால் கூட்டம் என்னை நெட்டித் தள்ளியது. பின்னால் நின்ற பெரியம்மா "ஏய் சங்கரு, இவ்வளவு கஷ்டப்பட்டு வந்துட்டு எங்க போறே?" என்றாள்.

நான் "பெரியம்மா நான் சொன்னேம்ல அந்த அதிகாரி அங்க நிக்கான் அவனுக்கும் இதுதாம் சாஸ்தா போலிருக்கு" என்றேன்.

அவள் "அதுக்கென்னடே... நல்லதாப் போச்சி. நம்ம சனம்னா சாஸ்தா இன்னும் உரிமையாக் கண்டிச்சிக் கேப்பாரு. சாஸ்தாவுக்கு அதிகாரி வேலைக்காரன்னு தெரியாது. நியாயம் அநியாயம்தான். அவன் உன்னை நியாயமில்லாம துன்புறுத்தறது நிசம்தானே?"

நான் "அதில்லை பெரியம்மா. அவம் பொண்டாட்டி..." என்றேன். என் முகம் பார்த்துவிட்டு அவள் அங்கிருந்தே எட்டி அவர்களைப் பார்த்தாள்.

பிறகு "தெய்வமே... இது கறுப்பு, கால் வேற சரியில்லைன்னு நீ வேண்டாம்னு சொன்ன பொண்ணுல்லா?" என்றாள்.

104

மூச்சு

(குறுங்கதை)

ஏதோ ஒரு சத்தம் கேட்டு விழித்தான். படுக்கையில் இருந்த படியே என்ன சத்தம் என்று கவனித்தான்.

சத்தம் அவன் தலைக்குள்ளிருந்து வந்துகொண்டிருந்தது.

தலைக்குள் அல்ல மூக்குக்குள்ளிருந்து.

அவன் சற்று ஆச்சர்யமாக அதைக் கவனித்தான். அவனது nasal septumகள் தான் அந்த ஒலியை எழுப்பிக் கொண்டிருந்தன.

உறங்கும்போது அவனுக்கு கடுமையாக மூக்கடைப்பு இருந்தது. எப்படி உறங்கினான் என்றே தெரியவில்லை. நாசி எலும்புகள் வீங்கி மூச்சு விடவே திணறினான். இப்போது அவை விடுபட்டு மூச்சு வெள்ளமென உடலுக்குள் பாய்ந்து கொண்டிருந்தது. உடல் அதை ஆவலுடன் வரவேற்பதை அவன் கவனித்தான். ஒரு அணைக்கட்டில் மதகுகள் விலகுவது போன்ற ஒலி.

அப்பாவுக்கும் இந்த சைனஸ் பிரச்சினை உண்டு. நேற்று மாலை ஆற்றில் குளித்ததால் வந்தது இது. மெதுவாக எழுந்து அடுக்களையை நோக்கிப் போனான். வந்திருந்தவர்கள் எல்லோரும் களைத்துப் போய் வெவ்வேறு வடிவங்களில் கோணி உறங்கிக் கொண்டிருந்தார்கள். ஒரு பெண்ணின் அருகில் அவள் குழந்தை மட்டும் காலை உதைத்து உதைத்து அது கிடத்தப்பட்டிருந்த துணியை தள்ளிவிட்டுக் கொண்டிருந்தது. தங்கை கல்யாணத்துக்குப் பிறகு அவன் வீட்டில் இவ்வளவு கூட்டம் இன்றுதான் பார்க்கிறான்.

கூடத்தில் ஒரே ஒரு சிறிய விளக்கு ஏற்றப்பட்டு அதன் முன்பு ஒரு சொம்பில் நீர் வைக்கப்படிருந்தது. விளக்கின் தீபம் அவன் வந்ததும் படபடவென்று சத்தம் எழுப்பி பிறகு பெரிதாகி

எரிந்தது. அந்த சப்தம் அவன் மூக்கிலிருந்து வந்த சப்தம் போலவே இருந்தது.

அவன் மெதுவாக அதன் அருகில் சென்று கண்ணீருடன் கைகூப்பினான்.

105
Somebody
(குறுங்கதை)

"நாம எல்லாத்தியும் அதோட primary levelக்கு குறைச்சிடறோம். இல்லியா?" என்றாள் அவள்.

அவன் லேசாக திடுக்கிட்டு "ஆமாம்" என்றான்.

"ஓகே. காலைல என்ன பண்லாம்? இந்த ஹோட்டல் சாம்பார் இட்லி பிரசித்தம். இதைச் சாப்பிட்டபிறகு? மியூசியம் போலாமாமா? ஓவியக் கல்லூரியில் ஒரு எக்ஸிபிசன் இருக்கு."

அவனுக்கு கேரள ஓவியர்கள் ஓவியங்கள் குறித்து பரிச்சயம் இருந்தது. நம்பூதிரியின் பத்திரிகை ஓவியங்கள் பற்றி பேசிக் கொண்டு வந்தான். அவள் ரவிவர்மாவின் மனைவிக்கும் ரவி வர்மாவுக்கும் இருந்த உறவு பற்றி அவனிடம் கேட்டாள். அவன் "ரவிவர்மா கேரள வழக்கப்படி கிளிமானூர் அரண்மனை யில் இல்லத்து மாப்பிள்ளையாக இருந்தார். அப்போது அவள் அவரை அவ்வளவாக மதிக்கவில்லை. பம்பாய் சென்ற பிறகு அவர் உலகப் புகழ் அடைந்தார். ஆனால் அதன் பிறகு அவர் அவளைத் திரும்பியே பார்க்கவில்லை. அவள் அந்தத் துயரிலேயே மரணம் அடைந்தாள்" என்றான்.

அவள் "ஹவ் க்ரூயல்!" என்றாள்.

அவன் பதில் பேசவில்லை.

"Tend the fire when it's young! otherwise it will die or become a forest fire!" என்று முணுமுணுத்தான்.

அவள் "Is it a quote by somebody?" என்றாள்.

அவன் "My own!" என்று சிரித்தான்.

மதியம் ஆந்திரா மெஸ்ஸில் நாக்கிலிருந்தும் மூக்கிலிருந்தும் நீர்வழிய ஒரு சாப்பாடு.

அதன் பிறகு ஐ நாக்ஸ் சென்று ஒரு ஆங்கிலப் படம். படத்தில் மனிதர்களை விட வன விலங்குகள்தான் அதிகம் வந்தன.

ஒரு ஓநாய் சிறுவன் ஒருவனோடு நட்பாகிற ருட்யார்ட் கிப்ளிங் கதை.

அவன் ஆர்தர் சி க்ளார்க் ருட்யார்ட் கிப்ளிங் வைத்து எழுதிய ஒரு அறிவியல் புனைவு கதை பற்றிச் சொல்லிக்கொண்டிருந் தான். அதில் பூமியின் வெவ்வேறு பகுதிகள் ஒரே சமயத்தில் வெவ்வேறு காலகட்டங்களில் மாட்டிக்கொள்கின்றன.

இரவு அவன் சொன்னபடி எண்ட கேரளத்தில் சாப்பிட்ட பிறகு (இளநீர் பாயாசம்) ஒரே கேபில் வந்து முதலில் அவளை வீட்டில் விட்டான்.

நடுவில் ஓரிடத்தில் நிறுத்தி டிரைவரை இரண்டு பீர் பாட்டில்களை வாங்கி வரச் சொன்னாள்.

அவள் இறங்கும்போது கதவில் சிக்கி லேசாக அவள் ஆடை கிழிந்துவிட்டது.

அவன் அதை மென்மையாக விடுவித்துவிட்டு "மேலே உங்கள் பார்சலைத் தூக்கி வரவேண்டுமா?" என்றான்.

அவள் சற்று நேரம் தயங்கி நின்றாள்.

லேசாக மழை பெய்ய ஆரம்பித்தது.

டிரைவர் "இங்கேயே கட் பண்ணிக்கறீங்களா சார்?'" என்றான்.

அவன் காலையில் அவள் பேசியது நினைவுக்கு வந்து "வேணாம்"என்றான். வண்டி வளைந்து மீண்டும் வந்த பாதையிலேயே கிளம்பிச் சென்றது.

மேலே போகும்போது ஓனர் வீட்டுக் கிளி " *somebody! Somebody!* என்று கத்தியது.

அவள் எரிச்சலுடன் சாவிக் கொத்தை அதன் மீது எறிந்தாள்.

106

2789

(குறுங்கதை)

தோழிகள் மிகவும் பரிந்துரை செய்ததால் 'அப்பல்லோ கணவர்கள் வாடகைக்கு விடும் கம்பெனி'க்கு இம்முறை சென்ற மிஸ் டோலி ஒருவனைத் தேர்ந்தெடுத்துக் கூட்டி வந்தாள். நீண்ட திருப்திகரமான கலவிக்குப் பிறகு அவனுக்கு அவளே சமைத்துப் போட்டாள். அவன் சாப்பிட்டபிறகு "எடி! இதெல்லாம் ஒரு சாப்பாடா!" என்று அவளது புட்டத்தில் அடிக்கவேண்டும் என்ற நிபந்தனையோடு. அவளது அம்மாவை அவள் அப்பா அப்படி அடிப்பதை அவள் பார்த்திருக்கிறாள். ம்ம். அதன் பிறகு அவர்கள் அறைக்குள் போய்க் கதவைச் சாத்திக்கொள்வதையும். அது ஒரு கனாக்காலம்.

வாடகைக்கு வந்தவன் "சரி மேடம்" என்றான். சாப்பிட்டு விட்டு நீளமாக ஒரு ஏப்பம் விட்டான். பிறகு "எடி! இதெல்லாம் ஒரு சாப்பாடா! சனியனே!" என்றான்.

ஒரு கணம் அங்கே பெரிய அமைதி நிலவியது.

மிஸ் டோலியின் முகம் மிகவும் சிவந்தது.

"சனியனே! என்று நான் உன்னைச் சொல்லச் சொன்னேனா?" என்று கத்தியபடி பாத்திரத்தை எடுத்து அவன் தலையில் அடித்தாள்.

107

ஒரு நாள் பூனைக்கு மித்திலா ஒரு இட்டிலியைப் போட்டாள். பூனைக்கு இட்லி பிடிக்காது என்று மித்திலாவுக்குத் தெரியாது என்றில்லை. தெரிந்துகொள்ளும் ஆர்வம் இல்லை. தவிர அவள் பூனைகளை பற்றிய கவிதைகளை எழுதுவதில் பிஸியாகிவிட்டாள். மேலும் ஆண் பூனைகளை விட பெண் பூனைகள் பல்வேறு போஷாக்குக் குறைவுகளால் பாதிக்கப் படுவது குறித்த கட்டுரை ஒன்று வேறு எழுதி பாரிசில் உள்ள சார்போன் பல்கலைக் கழகத்துக்கு அனுப்ப வேண்டியிருந்தது.

பூனை முதலில் லேசாக "நானும் ஒரு பெண் பூனைதான்" என்று கத்திப் பார்த்தது. பலன் இல்லை.

பூனை தன் பூனை வாழ்க்கையை நொந்தபடியே இட்லியைத் தூக்கிக்கொண்டு மொட்டை மாடிக்குப் போனது. அங்கே வைத்து கஷ்டப்பட்டு அதைச் சாப்பிட முயன்றது. அவள் அதை பாலில் நனைத்தாவது கொடுத்திருக்கலாம். ஆனால் மித்திலாவுக்கோ பால் வேறுபாடே பிடிக்காது. பூனை பசியோடு வானில் எழும்பும் வட்ட நிலாவைப் பார்த்தபடியே தூங்கப் போனது. பசியில் அதற்கு நிலாவின் மீதே கூட வெறுப்பாக வந்தது. அதுவும் ஒரு பெரிய தின்ன முடியாத இட்லி போல்தானே இருக்கிறது?

திடிரென்று உறக்கம் கலைந்து விழித்துக்கொண்டது. விஷயம் என்னவென்றால் வானத்தில் உயரத்தில் இருந்த நிலா ரொம்பக் கிட்டே வந்து பூனையை உற்றுப் பார்த்துக்கொண்டிருந்தது. பூனை திடுக்கிட்டு "என்ன!"என்றது. நிலா "ஒன்றுமில்லை. உன் பக்கத்தில் கிடப்பது சிறுவயதில் காணாமல் போன எனது சிஸ்டர் போல இருந்தது. இல்லை. இது வெறும் இட்லிதான்!" என்றபடி திரும்ப வானத்துக்குப் போய் விட்டது.

108
"சார் ஒரு சந்தேகம்"

"**என்**ன?" பேய்க்கதை எழுத்தாளர் நன்றாக ஈஸி சேரில் சாய்ந்துகொண்டார்.

ஜன்னல் வழியாக நிலவொளியில் அவர் மேல் வரிவரியாக நிழல்கள் அசைந்தன.

"மனுஷன் செத்தா ஆவி ஆயிடறான். இல்லியா?"

"நிச்சயமா"

"அப்போ விலங்குகளும் செத்தா ஆவி ஆயிடுமா?"

"ஆமா. நிறைவேறாத ஆசையோ கோபமோ உள்ள சில விலங்குகள் ஆவியாச் சுத்தும், புத்த ஜாதகக் கதைகள்ல கூட அப்படியொரு கதை உண்டு."

“அப்போ மரங்களுக்கும் ஆன்மா உண்டா சார்?”

“வெல். மரங்களில் சில தேவதைகள் யக்ஷிகள் வசிக்கலாம். ஆனா மரங்களுக்கு ஆன்மா கிடையாது. அது போக அதுங்களுக்கு என்ன நிறைவேறாத ஆசை இருக்கப் போகுது. ”

“பிறகு ஏன் சார் இந்த நிழல் உங்க மேல் விழுது?”

“எந்த நிழல்?”

“மர நிழல்”

“ஏன் விழுந்தா என்ன?”

“இந்த மரத்தை வெட்டி ஒரு மாசம் ஆச்சு சார்.”

109

ஒரு இலக்கியக் கூட்டம்

(நாகர்கோவில் வெர்ஷன்)

அந்த நாகர்கோவில் எழுத்தாளர் தனது சிஷ்ய நண்பர்களுக்குப் போன் செய்தார்.

“என்னண்ணே காலையிலேயே போன் அடிக்கீக?”

“ஒன்னுமில்லடா. சாயங்காலம் அஞ்சு மணிக்கு *wcc* காலேஜ்ல அந்த அமைப்பு ஒரு இலக்கியக் கூட்டம் நடத்துதாம்ல?”

“ஆமாண்ணே நம்ம திவாகர் கூப்டான். எங்களுக்கு வேற சோலி மயிரு இல்லியான்னு மூஞ்சில அடிச்சாப்ல சொல்லிட்டேன். நாம வழக்கம்போல லாட்ஜ்ல கூடுவோம்ணே. ”

எழுத்தாளர் “நாம அந்தக் கூட்டத்துக்குப் போறோம்டா.”

“ஏண்ணே கொலையாக் கொல்லுவாய்ங்கண்ணே. என் பிரண்ட் ஒர்த்தன் துபாய்ல இருந்து வந்திருக்கான். அவன்கிட்டே உங்களப் பத்தி சொல்லி ஏத்தி விட்டிருக்கேன். ஒரு பாரின் புல்லோட வருவான்”

எழுத்தாளர் - சில கணங்கள் தத்தளித்தார்.

“அண்ணே அங்கே போய் என்னண்ணே பண்ணப் போறோம்?”

"நாம விளையாடப் போகலைடா. விளாட்டைக் கலைக்கப் போறோம்."

"ஏம்ணே?"

"விளையாடறதில்லை விளையாட்டைக் கலைக்கறதுதான் பின்நவீனத்துவம். அதுவும் கலையோட ஒருபகுதிதான். முக்கியமான பகுதி."

"அப்போ நாம என்னண்ணே பண்ணுறோம்?"

"கூட்டம் ஆரம்பிச்சி அஞ்சரை ஆறு மணி வாக்கில அங்கே போறோம். அவங்க யாராவது ஒரு சும்பனைக் கொண்டாடிக் கிட்டிருப்பாங்க. நாம எழுந்து கூச்சல் போடறோம். கூட்டத்தைக் கலைக்கறோம். வரும்போது ஹோட்டல் பிரபுல பீப் பிரை சாப்டறோம். எஞ்சாய் பண்றோம்."

"அப்போ அந்த துபாய்ப் பையன்?"

"அவனை நாலரைக்கே நம்ம லாட்ஜுக்குக் கூட்டி வந்துரு. லேசா அடிச்சிட்டு அப்படியே கிளம்பிடலாம்."

"சரிண்ணே."

அதிசயத்தக்க விதமாக எல்லாம் சரியாக அன்று நடந்தது. பொதுவாக இலக்கியம் தொடர்பான விஷயங்களில் அப்படி நடக்காது.

துபாய்ப் பையனோடும் அவன் கொண்டுவந்த புல்லோடும் மற்ற கேங் மெம்பர்களோடும் சிஷ்ய நண்பன் சரியான நேரத்தில் வந்துவிட்டான். புதிய சிஷ்யனுக்கு தீட்சை கொடுப்பதோடு அன்றைய சத் சங்கம் தொடங்கியது "நீங்க யாரை விரும்பிப் படிப்பீங்க தம்பி?"

அவன் ஒரு பட்டியலைச் சொன்னான். எழுத்தாளர் அதில் யார் யார் இருக்கிறார்கள் என்று கூடக் கேட்டுக்கொள்ளவில்லை. "எல்லாம் குப்பை தம்பி. விட்டுருங்க"

அவன் பணிவுடன் "அப்போ யாரைப் படிக்கணும் சார்" என்றான்.

"சொல்றோம். அடிக்கடி இங்கே வாங்க." என்று சொல்லிய படியே ஒரு முறுக்கை எடுத்துக் கடித்துக் கொண்டார்.

உடனே எல்லோரும் சமிக்ஞை செய்தது போல் முறுக்கை எடுத்துக் கடித்தார்கள். விளைவாக முறுக்கு உடனே தீர்ந்து விட்டது. "அடுத்த முறை தட்டை வாங்குங்க" என்றார் எழுத்தாளர். உடனே எல்லோரும் "ஆமா தட்டை வாங்குங்க" என்றார்கள். ஒரே ஒருவர் மட்டும் "உள்ளிப் பக்கடா வாங்கலாமே?" என்று மெதுவாக சொல்ல அவரை முறைத்துப் பார்த்தார்கள். எழுத்தாளர் பாத் ரூமுக்குப் போகும்போது உடன் தாங்கி வந்த துபாய்ப் பையனிடம் "அவன்கிட்டே கொஞ்சம் ஜாக்கிரதையா இருக்கணும் பார்த்துக்க" என்று எச்சரித்தார். "அவன் ஒரு ட்ராட்ஸ்கியிஸ்ட் போலத் தெரியுது."

"அப்படின்னா?"

"பின்னால சொல்றேன்."

துபாய்ப் பையன் அவரைப் பிரமிப்புடன் பார்த்தான்.

சரியாக ஆறு மணிக்குக் கிளம்பிவிட்டார்கள்.

"பாக்கு போட்டுக்கணுமாண்ணே?"

"வேணாம்டா. நாம என்ன கூத்தியா வீட்டுக்கா போறோம்?" என்று எழுத்தாளர் சொன்ன ஜோக்குக்கு நாகர்கோவில் நகரமே அதிரச் சிரித்துக்கொண்டு கும்பலாய்ப் போனார்கள்.

கூட்டம் ஏற்கனவே நடந்துகொண்டிருந்தது. பின் வரிசையில் சென்று அமர்ந்தார்கள். ஒருவர் வருகைப் பதிவேட்டைக் கொண்டு வந்து நீட்ட எழுத்தாளர் அதைப் புறம் தள்ள அப்படியே மற்றவர்களும் செய்தார்கள்.

எழுத்தாளர் சொன்னதுபோலவே அங்கே யாரோ ஒரு சும்பனது எழுத்துகளுக்கு சர்வாங்க சவரம் செய்து கொண்டிருந்தார்கள்.

எழுத்தாளர் சொன்னதுபடியே பத்து நிமிஷம் (முதல் பத்து நிமிஷம் ரொம்ப அமைதியா இருங்க.) உரையைக் கேட்பது போல மவுனமாக யாரும் யார் கண்ணையும் பார்க்காமல் பேசுகிறவரை மட்டும் பார்த்துக்கொண்டு இருந்தார்கள்.

சரியாக பதினோராம் நிமிஷம் சிஷ்ய நண்பர் எழுந்து "சுன்னி" என்றார். பேசுகின்றவர் பேப்பரைத் தவறவிட்டு "என்னங்க!" என்றார்.

கூட்டத்திலிருந்த சில பெண்கள் திரும்பிப் பார்த்து விட்டுத் தலைகுனிந்து கொள்ள பெண்டுகளின் அந்த 'நாணத்தினால்' உற்சாகம் பெற்று மற்ற சிஷ்யர்களும் கூச்சலிட ஆரம்பித்தார்கள்

"நீங்க பேசறதெல்லாமே குப்பை. நீங்க பாராட்டற ஆளு ஒரு வணிக இலக்கியத் தேவடியாமவன்"

அவர் "அய்யா நீங்க யாரைச் சொல்றீங்க. இவரை நீங்க படிச்சதுண்டா?"

"அதெல்லாம் தெரியும்யா. அவனெல்லாம் ஒரு ஆளுன்னு இங்கே பேச வந்துட்டீங்க. சுந்தரராமசாமி முதக்கொண்டு எழுத்தாளர்... (நம்ம எழுத்தாளர்தான்)வரை உலாவுற பூமி இது. வெக்கமா இல்லே? லேய் சொட்டை நீ பொறந்தது உங்க அப்பனுக்கா குமுதம் ஒருபக்கக் கதைக்கா?"

அரங்கில் மயான அமைதி நிலவியது. பிறகுதான் பேச்சாளர் அந்தக் குண்டை அவர்கள் நடுவில் போட்டார்.

"அய்யா நான் இப்போ பாராட்டிப் பேசிட்டிருந்தது கடைசியா நீங்க சொன்ன எழுத்தாளரோட படைப்புகள் பத்திதான்."

110

பெண்

"ஒன்னு சாப்பிட்டுக்கிட்டே இருக்கேன். இல்லே பட்டினி. ஒன்னு ஒரேடியா தூக்கம் இல்லேன்னா தூக்கமே இல்லை. டாக்டர் தவிர மத்தவங்க சொல்றதோட சாராம்சம் எல்லாம் ஒன்னுதான். ஒரு குழந்தை பிறந்தா எல்லாம் சரியாய்டும். எனக்கு பொறக்காத குழந்தையோட சாப்பாட்டைத்தான் நான் இப்போ சாப்பிடறேன். அதோட தூக்கத்தைதான் நான் தூங்கறேன். அது என் உடம்புக்குள்ள இருந்தும் இல்லாமலுமா விளையாடுது. இதை அம்மா ரொம்ப சீரியசா சொல்றா. அவளுக்குத் தெரியாது. இதெல்லாம் உண்மையாயிருந்தா இவன்தான் இப்படில்லாம் இருக்கணும்."

*

“நிறைய பொம்பிளங்க பூனையை லவ் பண்றாய்ங்க. ஏன்னே தெரியலை. எனக்கு பூனை பிடிக்காது. பூனை புருஷங்க மாதிரிதான். காரியம் முடியறவரை கத்திட்டே இருக்கும். பிறவு கண்டுக்கவே கண்டுக்காது. காதை மடிச்சி வச்சிக்கும்.”

*

“ஒரு தடவை - மறுபடி ஒரு தடவை சொல்றேன்-ஒரு வயசான ஆளு கொஞ்சம் கவிதைல்லாம் எழுதுவான். வந்து வழிஞ்சான். நாயே! நான் அவனோட ஆளுடா! ன்னு துரத்தி யடிச்சேன். உன்னால ஏன் அப்படி இருக்க முடியலே? கண்ட பன்னியும் உன்னை நக்க வுடற?”

*

“நிறைய கெட்ட வார்த்தை பேசறான்னு இவன் அம்மா கிட்டே புகார் பண்றான். நான் எங்கே கெட்ட வார்த்தை பேசினேன்! எனக்கு சுத்தி வளைச்சிப் பேசத் தெரியாது. சாந்தி முகூர்த்தம் முடிஞ்சிடிச்சான்னு இவங்க கேக்கறாங்க. நான் ‘படுத்துக்கிட்டீங்களா?’ ன்னு கேட்டேன்.”

*

“இன்னிக்குக் காலைல கீழே கிடந்த செம்பருத்திப் பூவை எடுத்துவச்சி அதுக்கு பூசை பண்ணிட்டிருந்தேன். இவன் ‘இன்னிக்கு இந்த கிறுக்கா?”ன்னு கேட்டான். அதுக்குள்ள ஆபிஸ்லருந்து போன் வந்திடிச்சி. போயிட்டான். இவன் தினம் பன்னி சூத்தை பூசை பண்றான். ஆனா அதை நிறையப் பேர் பண்றதால யாருக்கும் அது கிறுக்குன்னு தோணறதில்ல. கும்பல் கலாச்சராத்தில எல்லாம் எண்ணிக்கைதான். ”

*

“ஒரு தடவை இந்த வீட்டுக்குள்ள ஒரு ஆமை வந்திடிச்சு. கடல்பக்கம் வீடுன்னாலும் இதுவரை ஆமை வந்ததில்லை. இவன் ஆமை புகுந்த வீடு உருப்படாதுன்னோ என்னவோ சொன்னான். ஆமை ரொம்ப மெதுவா நகர்ற பிராணி. அது நம்ம வீட்டைத் தேடி எவ்வளவு தூரத்திலருந்து கடல்ல எவ்வளவு ஆழத்திலிருந்து வந்திருக்கு!இது அதிர்ஷ்டம் இல்லியான்னு கேட்டேன். முனங்கிட்டே ஆபிஸ் போயிட்டான். யோசிச்சுப் பார்த்தா சில மனுஷங்களும் அப்படிதான். இல்லியா? எவ்ளோ

கூட்டத்திலிருந்து ஆழத்திலிருந்து நம்ம வாழ்க்கைக்குள்ள வராங்க!"

"இவனை என்ன பண்றதுன்னுதான் தெரியலை. உன்னைப் பார்த்தபிறகு இவனுக்குள்ள அப்பப்ப நீ வந்துட்டு போறே. அப்பல்லாம் இவன் மேலயும் கொஞ்சம் லவ் வருது. ஆனா கொஞ்ச நாளா உன் மேல இவன் அப்பப்ப வரான். அதான் பயமா இருக்கு."

*

"உன் மேல ரொம்ப லவ் வரும்போது எல்லோருக்கும் போன் போட்டு உன்னைப் பத்தியே பேசிட்டிருப்பேன். ஆனா நீ போன் போட்டா எடுக்கமாட்டேன்."

*

"என்னோட காதலர்கள் எல்லாருமே எலிகள். நான் குழல் ஊதி ஊதி மலை மேல கூட்டிப் போவேன். பிறகு கடல்ல தள்ளிவிட்டுடுவேன். எலிகளுக்குப் பறக்கத் தெரியாதுங்கிறப்ப நான் இப்படித்தான் அவங்களுக்கு உதவமுடியும்."

*

"அவனுக்கு வேற காதலிகளே இருக்கக் கூடாதுன்னு சொல்லலை. அவங்க இன்னும் கொஞ்சம் ஸ்டேண்டர்டா இருக்கணும்னு எதிர்பார்க்கிறேன். அவனோட காதலிங்க எல்லாருமே மெய்ன் பிக்சருக்கு முன்னல வர்ற டாய்லட் க்ளீனிங் லிக்விட் விளம்பரம் மாதிரி இருக்காங்க. அந்த வரிசைல நான் போயி நிக்கமுடியாது"

*

"அவனுக்கு அவன் வாழ்க்கைல பின்னாலே நான் வரப் போறேன்னு தெரியாமப் போயிருக்கலாம். நான் வராமலே கூட போயிருக்கலாம்தானே. ஆனாலும் அவன் காத்திருந்திருக்க லாம். பிச்சைக்காரன் மாதிரி கிடைச்சதெல்லாம் சாப்பிட்டு வச்சிருக்கான்."

*

"கொஞ்ச நாளா அவனை பாலோ பண்றேன். அவன் கதை, கவிதை, இசை ரசனை, நகைச்சுவை உணர்வு. மனசுக்கு ரொம்ப

நெருக்கமா இருந்தான். என்னை மாதிரின்னு தோணுச்சி. அல்லது நானேதான். ஆனா அவனோட காதலிகள்னு பேசப் படறவங்க சிலரைப் பார்த்தேன். அய்யே..."

*

"பன்றிகள் முன் முத்துகளை இறைக்காதீர்கள்னு ஏசுநாதர் சொன்னார்தான். ஆனா என்னைச் சுத்திப் பன்னியாதான் இருக்கு. மேயுது. இதுங்களுக்குத்தான் என் மனசை உடம்பை அறிவை ரசனையைப் போட வேண்டியிருக்குது. நேத்து இன்பாக்ஸ்ல ஒரு பன்னி வந்து என் கைவிரலைக் கடிச்சிச் சாப்பிடப் பார்த்துது. அதுக்கு எனது ஏழாங் கிளாஸ் வாத்தி யாரோட அதே மூஞ்சி."

*

நான் நிறைய 'ஒரு தடவை" ன்னு சொல்றேனா?

*

"ஒரு தடவை கொல்லத்தில ஒரு ஹோட்டல்ல பாத்ரூம் கண்ணாடில என் முழு உடலைப் பார்த்தேன். எவ்வளவு அழகு! இதை இவன்கிட்டே கொடுத்துட்டோமேன்னு ஆத்திரமா வந்துது."

*

"ஒருதடவை ஓவியக் கண்காட்சில ஒரு ஓவியத்தைப் பார்த்த உடனே நான் மயங்கி விழுந்துட்டேன். என் மண்டைக்குள்ள அந்த ஓவியம் எனக்கு நினைவு தெரிஞ்ச நாள்ல இருந்து இருந்துருக்கு. இதை அந்த ஓவியன் எப்படி வரைஞ்சான்?அவனுக்கு எப்படித் தெரிஞ்சது? குளிச்சிக்கிட்டு இருக்கறப்ப யாரோ பார்த்துட் டாப்ல இருந்தது. நிர்வாணமா பார்த்துட்டான்கிறது இல்லே. என் அனுமதி இல்லாம பார்த்துட்டான்கிறதுதான். கொஞ்சம் உடம்பு சரியான பிறகு அந்த ஓவியனைப் பார்க்கப் போனேன். அவன் குடிச்சிக்கிட்டு இருந்தான். அது எப்படி என் மண்டைக்குள்ள வந்ததுன்னு எனக்கு தெரியவே இல்லைன் னான். அது என் ஓவியமே இல்லைன்னு புலம்பினான்.

நான் சொன்னேன் "ஆமா அது உன் ஓவியம் இல்லே."

*

"கொன்னை பூத்தபிறகு பெய்ற மழையைப் பார்த்திருக்கியா? ரொம்ப நல்லாருக்கும். ஒரு மழை மேல இன்னொரு மழை பெய்றாப்ல."

*

"நீங்க எப்பவும் சந்தோஷமா இருக்கறீங்க மேடம்" என்றார் டாக்டர். சந்தோஷமா இருக்கறது தப்பா. நேத்து இங்கு பக்கத்தில் ஒரு சின்னப் பொண்ணு செத்துப் போச்சி. அடக்கத்துக்குப் போயிருந்தேன். நல்லா லேஸ் வச்ச வெள்ளை கவுன் தட்டட்டம்லாம் போட்டு வச்சிருந்தாங்க. அழகா இருந்தா. அந்தப் பொண்ணை இவங்க சரியாவே பார்த்துக்கலை. புருஷனும் பொண்டாட்டியும் சண்டை போட்டுக்கிட்டே இருப்பாங்க. அவன் பெரிய தண்ணி வண்டி. இவ போனை நோண்டிக்கிட்டே இருப்பா. இரண்டு பேரும் பயங்கரமா அழற மாதிரி சீன் போடறாங்க. எனக்கு சிரிப்பு சிரிப்பா வந்தது. நான் கிட்டே போய் சின்ன வயசில அப்பா எனக்கு கொடுத்த குரங்கு பொம்மை ஒன்னை அந்தப் பொண்ணு கால்கிட்டே வச்சேன். அந்தப் பொண்ணு லேசா சிரிச்சாப்ல இருந்தது. I am happy for that child."

*

"சும்மா இருக்கதுக்கு ஒரு மொழி கத்துக்கலாமேன்னு டாக்டர் சொன்னார். இவன் சொல்லச் சொல்லியிருப்பான். சரின்னு மலையாளம் கத்துக்க ஆரம்பிச்சேன். மலையாளத்தில எழுத்து எல்லாம் ரொம்ப chubby ஆ அழகா இருக்கு. அர்த்தத்தில மனசே ஓடலை. நம்ம ஊர் எழுத்தெல்லாம் கட்டம் கட்டமா சதுரமா இருக்கறதாலதான் மக்கள் இவ்வளவு கடினமா இருக்காங்களா? போகட்டும். நேத்து Cupid வந்தான். சோகமா இருந்தான். ஏன்னு கேட்டா மலையாளம் கத்துக்கிட்டா இனி அவன் வர மாட்டானாம். கந்தர்வன்தான் வருவானாம்."

*

"இந்த ஜனங்களுக்கு எல்லாம் கேலி. எதுக்கெடுத்தாலும் கெக்கெபிக்கேன்னு சிரிக்கறாங்க. நான் ஆண் என்று சொன்னா சிரிக்காங்க, பெண் என்று சொன்னா சிரிக்கறாங்க. எதுக்கெடுத்தாலும் சிரிச்சு சிரிச்சி இவங்களுக்கு கோரைப் பல் முளைச்சிடிச்சி. டிராகுலாவுக்கு கோரைப் பல் இருக்குமே. அது

போகன் சங்கர் | 177

மாதிரி. டிராகுலா எப்பவும் இளிச்சிக்கிட்டே இருக்கும்தானே?"

*

"சாயங்காலம் ஆனா வந்துடுவான். சில சமயம் கதை சொல்வான். சில சமயம் கவிதை சொல்வான். ஒரு நாள் psyche and Cupid பத்தி சொன்னான். ஒரு வேளை அவன் தான் Cupid ஆ? சில நாள் கட்டிலுக்கு மேல படுத்துப்பான். சில நாள் கட்டிலுக்குக் கீழே ஒளிஞ்சிப்பான். சில நாள் வர மாட்டான். அவன் வராத அன்னிக்குதான் இவங்க எனக்கு மாத்திரை கொடுப்பாங்க. புளிப்பா இருக்கும். மனுஷங்க தர்ற முத்தம் மாதிரி.

*

"திடீர்னு முழிச்சிக்கிட்டேன். யாரோ என்னைப் பார்க்கிறா. பால்கனில ஒரு பெரிய நிலா. போய்க் கதவை அடைச்சிக்கிட்டு வந்து படுத்தேன். அப்புறம் மனசு கேட்கல. திரும்பிப் போய் கதவைத் திறந்து வச்சேன். அப்பவும் தூக்கம் வர்லே. ஆடை எல்லாம்கழட்டிட்டு அது முன்னாலே போய் நேக்கடா நின்னேன். ஒரு அரை மணி நேரம். ஒரு இரண்டு மணி நேரம். ஒரு இரவு. ஒரு நாள். அடுத்த இரவு அது திரும்ப வர்றவரைக்கும்."

*

"இந்த ஊர்க் கடல் தூங்கவே மாட்டேங்குது. புரண்டு புரண்டு படுத்துக்குது. தன்னைத் தானே அடிச்சிக்குது. தானே சிரிச்சிக்குது"

*

"உங்க ஊர்ல மழை பெய்யுது. பார்க்கறியா?"

"இல்ல. அதுக்கெல்லாம் எனக்கு நேரமில்லை. எதைப் பார்த்தாலும் வெறுப்பா இருக்குது"

"ச்சீ. மழை பாவம்"

"ஆமா. மழை பாவம். வெயில் பாவம். பனி பாவம். புயல் பாவம். பூனை பாவம். எலி பாவம். மான் பாவம். புலி பாவம். வைரஸ் பாவம். எதுதான் பாவம் இல்லே?"

"நீ பாவம் இல்லே."

111

ஓர் இரவில்...

"**ஹ**லோ?"

"ஏய் சங்கரு. சதிச்சுப் போட்டாங்கடா."

"ஹலோ குமாரு நீயா? என்னடா இவ்ளோ காலையிலே."

"டேய் ராத்திரில்லாம் தூக்கமே இல்லடா. எனக்கு தூக்க மில்லாம பண்ணிட்டு நீ தூங்கறியா? எல்லாம் போச்சுடா."

"டேய் என்னடா, சொல்லு."

"அம்மை சொன்ன மாதிரி உள்ளூர்ல இருந்தே ஒரு பொண்ணை கட்டியிருக்கலாம்."

"டேய் என்ன இழவடா சொல்லித் தொலை. ஹனிமூனுன்னு போயிட்டு..."

"இது சனி மூனா ஆயிப் போச்சுடா. இந்தப் பொண்ணு... வாயில என்னல்லாமோ வருதுடா. நேத்து என்னைப் பார்த்துக் கேக்குது..."

"என்ன கேக்குது."

"அதை என் வாயால எப்படி சொல்வேன்."

"அப்ப அந்தப் பொண்ணை சொல்லச் சொல்லு."

"ச்சை. நீதானேடா ரொம்ப நல்ல குடும்பம்னு சொன்னே?"

"ஆமா இப்பவும் சொல்றேன். நல்ல படிச்ச குடும்பம்தான்."

"போடா. நீயும் உன் சர்டிபிகேட்டும். நேத்து அந்த நல்ல பொண்ணு கேக்குது. சேட்டா ஓரல் செக்ஸ் பத்தி உங்க அபிப்பிராயம் எந்தா?"

நான் மவுனமானேன். ச்சே! கொஞ்ச நாள் பொறுத்துக் கேட்டிருக்கலாமே. இந்தக் காலப் பெண்கள்! எல்லாத்திலும் அவசரம். இவன்வேறு ஒரு பத்தாம்பசலி.

"குமாரே அது ஒன்னும் பிரச்சினை இல்லை. இந்தக் காலத் தில பெண்கள் வெளிப்படையாக பேசத் தொடங்கிட்டாங்க. அது நல்லதுதானே?"

"என்னது நல்லது?எனக்கு ஓரல் பிடிக்காதுன்னு சொல்லுது. எனக்கு அது ரொம்பப் பிடிக்குமேடா?"

112

ஏணிப்படிகள்

(ஆயிரம் பாகங்களில் முடியப் போகாத ஒரு குறுங்கதை)

பாகம் ஒன்று

"**சா**ர்?" நான் எழுபதாவது முறையாக அழைத்தேன்.

முனிசிபாலிடி ஊழியர் நின்று என் வாய்க்குள் டெங்கு கொசு உருவாகியிருக்கிறதா என்று சோதனை செய்துவிட்டு "இனி கூப்பிடுங்க சார்" என்று போனார்.

நான் கடைசி முறையாக அழைத்தேன். அதுதான் கடைசி முறை என்று தெரிந்ததும் உள்ளிருந்து ஒருவர் வந்தார். ஒரே ஒரு துண்டை மட்டும் இடுப்பில் கட்டியிருந்தார்.

"யாரு?" ஒரு குரைப்பு. பிறகு ஒரு நிஜ நாயின் குரைப்பு வேறு. நாய் அந்த துண்டைப் பிடித்து இழுத்தவாறு தொங்கிக் கொண்டிருந்தது. ஒருவேளை அதன் துண்டோ? முதலில் குரைத்தவரிடம் "சார் எழுத்தாளர் வீடு...?"

"மேலே!" கதவு திறந்த வேகத்தில் சாத்தப்பட்டது.

"வவ்! வவ்!"

நாய் வாயில் கிடைத்த துண்டோடு என் முன் நின்றது.

"சார் உங்க துண்டை.... பிரதரை... விட்டுட்டீங்க."

அதே வேகத்தில் கதவு மீண்டும் திறந்து மூடியது.

உள்ளே "நீ எப்படி என்னை மறக்கலாம்?" என்று தம்பி அண்ணனைக் கேட்கும் சத்தம் கேட்டது.

நான் மேலே படியேறிப் போனேன்.

சுழல் படி. வாழ்க்கையின் அடிமட்டத்திலிருந்து வருகிற வர்களைத் தலைசுற்றவைக்க வேண்டுமென்றே யாரோ ஒரு பூர்ஷ்வா முதலாளி கட்டிய படி.

எனக்குக் கழுத்துவலித்தது.

மேலே...

ஒன்றுமில்லை.

மொட்டை மாடி.

நான் கொஞ்ச நேரம் இது எதைக் குறிக்கிறது என்பது போல் நின்றேன். அப்போது பக்கத்து மாடியில் துணி எடுத்துக் கொண்டிருந்த பெண் "என்ன வேணும்?" என்றாள்.

"எழுத்தாளர்..."

அவள் கீழே! என்றாள். "இரண்டாவது மாடி! நீங்க அதைத் தாண்டி வந்துட்டீங்க?"

அப்போது ஒரு காகம் கரைந்தது "இந்தக் காக்கா இந்தக் காலனில என்னோட பிராவை மட்டும் கொண்டுபோயிடுது. சம்திங்க் பிஷி! ச்சீ! போ காகமே!" என்றாள்.

நான் "ஒரே நேரத்தில உங்க உள்ளாடைகளையும் கரு வாட்டையும் மாடில காயவைக்காதீங்க!" என்றேன்.

நான் மறுபடி கீழிறங்கி வந்தேன். இப்போது வாழ்க்கை ஒரு பரம்பத விளையாட்டு என்பதை நினைவுறுத்தும்விதமாக ஒரு வாழ்ந்து கெட்ட குடும்பத்தின் ஆசாரியால் படி கட்டப் பட்டிருந்தது.

இரண்டாவது மாடியில் எழுத்தாளர் வீட்டைக் கண்டு பிடிப்பது சிரமமாக இல்லை. அவர் வீட்டின் வெளியே உஷ்! இங்கே ஆட்கள் எழுதிக்கொண்டிருக்கிறார்கள்! என்று ஒரு கை எச்சரித்தது. அந்தக் கை ஏன் ஒரு வெள்ளைக்காரக் குழந்தையுடையதாக இருக்க வேண்டும் என்று எப்போதும் எனக்கு புரிந்ததில்லை. நாம் எதையும் வெள்ளைக்காரர்கள் சொன்னால்தான் கேட்போம் என்பதாலா?

தனது பையனும் எழுதுவான் என்று அந்த எழுத்தாளர் எங்கோ எழுதியிருந்தது நினைவுக்கு வந்தது. எல்லாம் பொய், அவருக்கு பையனே கிடையாது பொண் தான் என்று முன்பு அவரது அத்யந்த நண்பராக இருந்து இப்போது தானும் ஒரு எழுத்தாளர் ஆகிவிட்ட ஒருவர் சொன்னது நினைவுக்கு வந்தது. அதற்கு எழுத்தாளர் தனது பெண்ணைப் பையனாகக் கருதி

அப்படிச் சொல்லியிருக்கலாம் என்று அவரது ரசிகர் ஒருவர் பதில் சொல்லியிருந்தது கூட நினைவுக்கு வந்தது. என்ன எனக்கு இன்றைக்கு இப்படி நிறைய நினைவுக்கு வருகிறது பேசாமல் இந்த பாகத்துக்கு நினைத்தாலே இனிக்கும் என்று பெயர் வைத்துவிடலாமா?

ஏணிப்படிகள் -இரண்டாம் பாகம்

நான் மறுபடியும் சார் சார் என்று இராப்பிச்சைக்காரன் போல அழைக்க ஆரம்பித்தேன். இங்கிலாந்தில் யாரோ ஒரு இராப்பிச்சைக்காரன் தான் இந்தப் பழக்கத்தை ஆரம்பித் திருக்கவேண்டும். இங்கே வந்து நம்மிடையே பரப்பிவிட்டு விட்டான். யாரையும் காணோம். பிறகுதான் கவனித்தேன். ஒரு குழந்தை மட்டும் என்னை நோக்கி தவழ்ந்து வந்துகொண்டிருந்தது. நான் அதனிடம் "அப்பா எங்கே?" என்றேன். அது உடனே தவழ்வதை விட்டுவிட்டு எழுந்து நின்றது. *James brownsky* யின் *The ascent of man* புத்தகம் எனக்கு நினைவு வந்தது. நல்ல புத்தகம். அதைப் படித்தால் ஒரு குரங்கு கூட எழுத்தாளர் ஆகிவிடலாம். குழந்தை "அப்பா பைப் பிடிச்சிக்கிட்டிருக்கார். வர முடியாது" என்றது. நான் வியந்து "அப்பா பைப் பிடிப்பாரா?" என்றேன். இதுவரை அந்த எழுத்தாளர் பைப் பிடிப்பதுபோல் ஒரு தகவல் புகைப்படம் கூட வந்ததில்லை. இதை ஏன் எழுத்தாளர் மறைத்தார்? பீடியோ பைப்போ காடியோ எழுத்தாளன் எதைக் குடித்தாலும் அதற்கு மரியாதைதான். தவிர நல்ல புகைப்படத் தருணம் கூட. "ரசிச்சிக் குடிக்கறார் போல. வரட்டும். காத்திருக்கிறேன்" என்றேன்.

குழந்தை "பிளம்பர் வந்தாதான் வரமுடியும்" என்று சொல்லி விட்டு மீண்டும் தவழ ஆரம்பித்தது.

ஏணிப்படிகள் - மூன்றாம் பாகம்

எழுத்தாளர் ஒருவழியாக உடம்பெல்லாம் ஈரமாக வந்து "சோ நீதான் என்னை இந்தக் கதைக்குள்ள இழுத்ததா?" என்றார். "முதலில் இந்தக் கதைக்கு ஏணிப்படிகள் என்று ஏன் பெயர் வைத்தாய் சொல். தகழி சிவசங்கரன் பிள்ளை ஏற்கெனவே இந்த பெயரில் எழுதிவிட்டாரே?" என்றவர் புருவத்தை நெரித்தார். "பட்டம் தாணு பிள்ளை ஒருவேளை எனக்கு உறவோ?"

"இல்லே சார். முட்டம் கோலப்ப பிள்ளைதான் உறவு."

"அப்போ சரி" என்றவர் பாப்பா! பாப்பா! என்று உள்ளே திரும்பி அழைத்தார். பாப்பா என்பது அவர் மனைவி என்பதை நீங்கள் ஊகிக்கவில்லைதானே? அவர் எனக்கு காப்பியோ குறைந்தபட்சம் தண்ணீரோ கொண்டுவரப் போகிறார் என்று நினைத்திருந்தேன். கத்தி கத்தி என் தொண்டை கார்ப்பரேஷன் குழாய் போலாகியிருந்தது. (அசோகமித்திரன் இந்த உவமைக்கு ரொம்ப சந்தோஷப்பட்டிருப்பார் இல்லியா?)

ஆனால் எழுத்தாளர் கீழே தவழ்ந்துகொண்டிருந்த குழந்தையைக் காண்பித்து " பாப்பா குழந்தையைத் தனியா தவழ விட்டுட்டு நீ என்ன பண்றே? இதே இந்தாளு ஒரு புள்ள பிடிக்கறவனா இருந்தா தமிழ் இலக்கியத்துக்கு எவ்வளவு பெரிய இழப்பு!" என்றார். எனக்கு திடுக்கிட்டது. ஆனால் அதைவிட அவர் மனைவி அடுத்து செய்தது இன்னும் திடுக்கிடவைத்தது.

எழுத்தாளர் சொன்னது கேட்டதும் அவர் மனைவியும் அந்தக் குழந்தையோடு சேர்ந்து தவழ ஆரம்பித்தார்.

ஏணிப்படிகள் - நான்காம் பாகம்

எழுத்தாளர் தன் மனைவியை ஆதூரத்துடன் பார்த்தவாறு "கொஞ்ச நாள் காலேஜ்ல ப்ரொபசரா இருந்தாளாக்கும். *semantics* பத்தி மூணு தீஸிஸ் எழுதியிருக்கா. சர்வதேச பத்திரிகைல வந்திருக்கு" என்றவர் "பாப்பாளே உன் பாவங்கள் மன்னிக்கப்பட்டன. நீ உன் குழந்தையைத் தூக்கிக்கொண்டு அடுக்களைக்குப் போ" என்றார்.

நான் "சார் உங்களுக்கு இவ்வளவு சின்னக் குழந்தை இருக்கா" என்றேன்.

அடுக்களையில் ஒரு காதுடன். ஆனால் அங்கிருந்து ஒரு சத்தமும் கேட்கவில்லை.

ஒருவேளை சொந்த வீட்டுக்குள் அடுக்களைக்கு வழி தெரியாமல் அலைகிறாரா? புரபசர் என்று வேறு சொன்னாரே?

எழுத்தாளர் "பிறக்கும்போது பெரிய குழந்தையாதான் இருந்தது. இப்போது கொஞ்சம் வெய்ட் குறைஞ்சிட்டது. அப்படி குறையுமாமே?" என்றார்.

ஏணிப்படிகள் - ஐந்தாம் பாகம்

நான் நினைத்தது சரிதான். எழுத்தாளரின் மனைவிக்கு அடுக்களை எங்கிருக்கிறது என்று தெரியவில்லை.

திரும்பி வந்து "நானும் கரடியா கத்திட்டேன். இந்த கிச்சனை எங்கே வச்சித் தொலைச்சீங்க?" என்றார்.

"நான் சொன்ன எஞ்சினியரை வச்சுக் கட்டாம உங்க சித்தப்பா மவன்னு ஒரு கொத்தனாரை வச்சிக் கட்டி அவசரத்துக்கு எது எங்கிருக்குன்னே கண்டுபிடிக்க முடியலை."

எழுத்தாளர் "அதுக்குதான் ஒரு மேப் கொடுத்திருந்தேனே" என்றார்.

"அதை போனதடவை கிச்சன் போனபோது அங்கியே மறந்து வச்சிட்டேன்."

எழுத்தாளர் "சரி நானே டீ போட்டுக் குடிச்சிட்டு வாரேன். நீங்க பேசிட்டிருங்க" என்றார்.

நான் "சாருக்கு டீ போடத் தெரியுமா?" என்றேன்.

அவர் "பின்ன? அவரு மதுரைல பத்துவருஷம் டீக் கடை தானே வச்சிருந்தார்" என்றார்.

ஏணிப்படிகள் - ஆறாம் பாகம்

(Shift)

அதே நேரம். மதுரை கோரிப்பாளையத்தில் ஒரு டீக்கடைக்கு ஒரு போன் வந்தது.

"ஹலோ ஆறுமுவம் பேஸ்றேன்."

"நான்தான் நிகோலாஸ் டெட்ராவ்ஸ்கி பேசறேன்."

"டெட்ராவஸ்கி. இந்த லைனை யூஸ் பண்ணாதேன்னு எத்தினி தடவை சொல்லிருக்கேன். நமது எதிரிகள் பலத்தை நாம எப்பவுமே குறைச்சி எடை போடக்கூடாது."

"எதிரி இப்போ என் வீட்டுக்குள்ளேயே வந்துட்டான் விரான்ஸ்கி. இப்போ என்ன பண்றது?"

"எதிரிக்கு எப்படி உன் வீடு தெரிஞ்சிது?"

"ஆனந்த விகடன்ல நான் கொடுத்த பேட்டில என் அட்ரசை யும் கொடுத்திட்டேன்."

"ச்டுபிட். நம்பரை மாத்திக் கொடுத்திருக்கலாம்ல"

"எனக்கு கணக்கு கொஞ்சம் பிரச்சினை"

"அதான் தெரியுமே. உன்னோட கணக்கை இன்னும் சரி பண்ணிட்டிருக்கோம். 15/2/1995 செவ்வாக்கிழமை அன்னிக்கு பதினேழு வடை யாருக்குக் கொடுத்தேன்னு கணக்கே இல்லை"

"பருப்பு வடைன்னா நிச்சயமா நம்ம தோழர்களுக்குத்தான் தோழர்."

"அதெல்லாம் எனக்குத் தெரியாது. இது தொடர்பா நீ என்னிக்காவது ஒரு நாள் பயரிங் ச்குவாடுக்குப் பதில் சொல்ல வேண்டியிருக்கும்."

ஏணிப்படிகள் - ஏழாம் பாகம்

(ஷிப்ட்)

அதே நேரம் எழுத்தாளரின் மனைவி என்னிடம் "எனது கணவர் ஒரு ருஷ்யன் ஸ்பை. தெரியுமோ?" என்றார் பெருமையாக.

நான் "நானும்தான் க.நா.சு. போல ஒரு அமெரிக்க ஸ்பை" என்றேன்.

"நீங்க க.நா.சு. போல ஒரு எழுத்தாளரா?"

"இல்லே நான் அவரை மாதிரி ஒரு ஸ்பை" என்று சொல்லிக் கொண்டிருக்கும்போதே ஒரு போன் வந்தது.

வரும்போதே அதன் நீண்ட அழைப்பு மூலம் அது ஒரு சரவதேசிய அழைப்பு என்று தெரிவித்தது.

நான் "எக்ஸ்க்யூஸ் மீ" என்று விலகுவதற்குள் ஒரு குரல் வெடித்தது.

"யோவ் மாத்திரையை அனுப்புவியா மாட்டியா?"

நான் போனின் பேசும்பகுதியைப் பொத்திக்கொண்டு எழுத்தாளர் மனைவியிடம் "என்னோட அமெரிக்க பிரண்ட். பயங்கரமான ட்ரக் அடிக்ட். தினம் குவினைன் சாப்பிடலைன்னா கன்னாபின்னான்னு கத்த ஆரம்பிச்சிடுவான். மனிதாபிமான அடிப்படையில நான் அவனுக்கு உதவியே ஆகணும்."

ஏணிப்படிகள் - எட்டாம் பாகம்

அதே நேரம் மதுரையில் தெற்காசிய ரகசியப் புரட்சி கேந்திரத்தின் தலைமை இடமான ரெட் ஸ்டார் டீக்கடையில்...

ஒரு மர்ம நபர் வந்து "ஒரு வெள்ளரிக்கா டீ" என்றார். கடைப் பையன் "வெள்ளரிக்காய் டீயா?" என்றான்.

அதற்குள் ஆறுமுகம் டெட்ரோவ்ஸ்கி சுதாரித்துக்கொண்டு "வாருங்கள் தோழர்" என்று டீக்கடையின் பின்னால் அவரைக் கைபிடித்து அழைத்துப்போனான்.

"எலே நான் போய் ஒரு தம்மைப் போட்டுட்டு வந்திடறேன்."

டீக்கடையின் பின்னால் கக்கூசுக்கு அடுத்து ஒரு ரகசிய சுரங்கவழி இருந்தது. அது ஆறுமுகத்துக்கும் சில பன்றிகளுக்கும் மட்டுமே தெரியும். அந்த சுரங்க வழி மேலூருக்கு வெளியே ஒரு ஆலமரப் பொந்தில் சென்று முடிந்தது. ஆறுமுகம் ஒரு லைட்டரைப் பற்றவைத்துக்கொண்டு அந்த இருண்ட பாதை வழியே அந்த மருண்ட நபரை அழைத்துச் சென்றான். அப்போது அதன் சுவர்களில் நாம் காணும் காட்சி! அப்பப்பா! அந்த சுரங்கப் பாதையின் சுவர்கள் முழுவதும் அக்டோபர் புரட்சியின் முக்கியமான காட்சிகள் எல்லாம் விவரிக்கப்பட்டிருந்தன. மூடிய கவச ரயில் வண்டியில் ஜெர்மனியிலிருந்து லெனின் வந்து இறங்குவது முதல் குளிர்கால மாளிகையில் ஜார் மன்னரின் குடும்பம் கொல்லப்படுவது வரை.

மேல்தளத்துக்கு வந்ததும் ஆறுமுகம் 'ஜான் ரீடு' என்று தனது சங்கேத வார்த்தையைச் சொன்னான். உடனே ரிபெல் ரிபெல் என்று சத்தத்தை எழுப்பிக்கொண்டு கதவு திறந்தது.

அங்கே அவர்கள் கண்ட காட்சி என்ன?

ஒரு குதிரையின் கடிவாளத்தைப் பிடித்தவாறு புன்னகையுடன் பினராயி விஜயன் நின்றுகொண்டிருந்தார்.

ஏணிப்படிகள் ஒன்பதாம் பாகம்

எழுத்தாளர் போகனகுமார் படித்துக்கொண்டிருந்தார். அவர் பெயரை இப்போதுதான் சொல்கிறோம் இல்லையா? அவர் படித்துக்கொண்டிருந்தது இவான் தி டெர்ரிபிள் பற்றி. அப்போது அவரது முடிக் கற்றை அழகாக இருந்தது. அவர் அதை

ஸ்டைலாக ஒதுக்கிவிட்டுக்கொண்டு பேசாமல் தான் இந்தக் கதையில் சங்கர்லால் ஆகிவிடலாமா என்று ஒருகணம் யோசித்தார். அதற்கு சத்தம் போடாமல் நடக்கக் கூடிய கிரேப் ஷூக்கள் வேண்டும். அவை அவரிடம் இல்லை! அப்போது பூஜை அறையிலிருந்து மணியடிக்கும் சப்தமும் தூப வாசனையும் வந்தது. அவர் இதை ஆழ உள்ளிழுத்து மூச்சு விட்டார். "முதலாளித்துவமும் அவ்வப்போது மணக்கத்தான் செய்கிறது" என்று நினைத்துக் கொண்டார். அவர் மனைவி உள்ளே ஆதி சங்கரரின் பஜ கோவிந்தம் பஜ கோவிந்தம் கோவிந்தம் பஜ மூடமதே என்று பாடிக்கொண்டிருந்தார். அவளுக்குக் கிளி மாதிரி குரல் என்று ஒரு தடவை அவரது ஈ என் டி மருத்துவர் சொன்னது நினைவுக்கு வந்தது.

ஆனால் அவளது பாடலின் கருத்து அவரை மயக்கியது.

கடவுளைக் கும்பிடுங்கள்
கடவுளைக் கும்பிடுங்கள்
மூடர்களே!

அவர் எழுந்து சன்னல் பக்கம் போய்ப் பார்த்தார். மாலைச் சூரியன் சிவந்த ரொட்டி போல் மினுங்கிக் கொண்டிருந்தான்.

புரட்சியை நினையுங்கள்
புரட்சியை நினையுங்கள்
மூடர்களே!

அப்போது வாசலில் யாரோ சார் சார் என்று அழைப்பது போல் சத்தம் கேட்டது.

யாரென்று பார்க்கத் திரும்புகையில் சரியாக ஒரு மெசேஜ் வந்து கத்தியது.

"தத்தா கவனம். நம்மவர் அல்லர் - பினராயி."

எழுத்தாளர் எச்சரிக்கையடைந்து மேசையைத் திறந்து அங்கிருந்த துப்பாக்கியை எடுத்து ஜிப்பாவுக்குள் சொருகிக் கொண்டார்.

அப்போது இன்னொரு மெசெஜ் வந்தது.

"பினராயி எனது நண்பர். அவரை இனிமேல் இந்தக் கதையில் பயன்படுத்தவேண்டாம் - பப்ளிஷர்."

ஏணிப்படிகள் - பத்தாம்பாகம்

ஒரு வாசகர் கடிதம்.

சார் போன பாகத்தில் நீங்கள் சங்கர்லால் அணிவது கிரேப் ஷூ என்று எழுதியிருக்கிறீர்கள். அது தவறு. கிரைப் ஷூ என்பது தான் சரி. கிரைப் என்பது ஒரு விசேடத் துணி. கேரளாவில் நிறைய உற்பத்தி செய்கிறார்கள். மருத்துவத்தில் நிறையப் பயன்படுகிறது.

நன்றி. ரமேஷ் பஞ்சுதிரி.

நீங்கள் இதை தமிழ் வாணனிடமே சுட்டிக்காட்டியிருக்க லாம். அவர்தான் அப்படி எழுதியவர்.

ஏணிப்படிகள் - பதினொன்னாம் பாகம்

ஒரு மாதத்துக்கு முன்பு தெலுங்கானா கரீம் நகர் மாவட்டத்தில் ஒரு மலைப்பகுதி...

“என்னை எங்க கூட்டிட்டுப் போறீங்க?”

“ஸ்ஸ் நாம மாப்பிள்ளை ராவைப் பார்க்கப் போறோம். அதுக்கு கண்ணைக் கட்டிதான் கூட்டிட்டுப் போணும்.”

“அதுக்கு முதல்ல சரியாக் கண்ணைக் கட்டத் தெரியணும். எனக்கு எல்லாமே நல்லாத் தெரியுது.”

சற்று நேரத்தில் மாப்பிள்ளை ராவ் எனப்படும் வெங்கடேச முத்திராயுலுவை நான் தரிசித்தேன்.

அவர் கதைகளில் வரும் மாவோயிஸ்ட் லீடர்களின் வழக்கப் படி மரவீட்டில் கிளைகளில் அமர்ந்துகொண்டு டான் நதி அமைதியாக ஓடுகிறது படித்துக்கொண்டிருந்தார்.

என்னைப் பார்த்ததும் ஒரு புல்லைப் பிடுங்கிக் கடித்தபடி குதித்தார்.

“உங்களிடம் முக்கியமான ஒரு பணி ஒப்படைக்கப்பட இருக்கிறது. நீங்கள் எழுத்தாளன் போகன குமாரைக் கொல்ல வேண்டும்.”

நான் அதிர்ச்சியடைந்தேன்.

“காம்ரேட், அவர் நம்மாள் இல்லையா?”

"இல்லை. அவர் ஒரு ரிவிஷனிஸ்ட்."

"புரியலை காம்ரேட்."

"நீங்கள் கிரகாம் கிரீன் வாசித்ததில்லையா?"

"சாமர்செட் மாம் வாசித்திருக்கிறேன்"

"குட். அந்த எழுத்தாளன் ஒரு டபுள் ஸ்பை'

"நாம் அழித்தொழிக்க வேண்டியது முதலாளித்துவத்தை அல்லவா காம்ரேட்!"

"அது தன்னைத்தானே அழித்துக்கொள்ளும் காம்ரேட். நேற்று கூட கரீம் நகரில் ஒரு காப்பி ஷாப்பை இடித்துக் கொண்டிருந்தார்கள்."

"அந்த இடத்தில் ஒரு மால் கட்டப் போகிறார்கள் தோழர்."

மாப்பிள்ளா ராவ் அந்த தோழரைச் சுட்டெரிப்பது போல் பார்த்தார்.

"விசுவாசம். என்னிடம் இருக்கும் விசுவாசத்தில் பத்து சதம் உங்களிடம் இருந்திருந்தால் கூட நாம் ஒரு செவ்விந்தியாவை இந்நேரம் கண்டிருப்போம். அது பிறகு. இப்போது இதை உங்களால் செய்துமுடிக்கமுடியுமா இல்லையா காம்ரேட்?"

என்னைக் கூட்டிப் போனவர் "இது உனக்கு ஒரு டெஸ்ட். மாட்டேன் என்று சொன்னால் உன்னையும் துரோகி என்று சந்தேகித்து போட்டுத் தள்ளிவிடுவார்கள்" என்று காதில் கிசுகிசுத்தார்.

நான் திரும்பி மாப்பிள்ளை ராவின் கண்களை நேருக்கு நேராக பார்த்தேன். பிறகு அவர் கொடுத்த துப்பாக்கியை வாங்கிக் கொண்டேன்.

"புரட்சிக்காக எதுவும்"

"புரட்சிக்காக எதுவும்"

மாப்பிள்ளை ராவ் என்னைத் தட்டிக் கொடுத்தார். "லால் சலாம். நீங்கள் போகலாம்" என்றவர் "பிறகொன்று மறந்துபோனது. எழுத்தாளனுக்கு புனைபெயர் போல ஒரு நல்ல மாவோயிஸ்டுக்கும் அது அவசியம்"

"ஆம் காம்ரேட். எனது சங்கேதப் பெயர் என்ன?"

மாப்பிள்ளா ராவின் முகம் புன்னகையில் விரிந்தது.

"சின்ன ஸ்வாமிஜி."

ஏணிப்படிகள் - பனிரெண்டாம் பாகம்.

எழுத்தாளர் தனது துப்பாக்கியை எடுத்துக்கொண்டு முன்னறைக்கு போக முயலும்போதுதான் சட்டென்று நினைவுக்கு வந்தது. குழந்தை எங்கே? அவர் சரேலென்று பூஜை அறைக் கதவைத் திறந்து "எடி குழந்தை எங்கே?" அவர். "குழந்தையா ஏது குழந்தை? திடீரென்று ஒரு குழந்தையைக் கேட்டால் நான் எங்கே போவேன்?" அவர் "அதெல்லாம் தெரியாது. இந்தக் கதையின் இரண்டாவது பாகத்தில் ஒரு குழந்தை வருகிறது. எனக்கு உடனே ஒரு குழந்தை வேண்டும். இவ்வளவு நாள் நீ செய்த பூஜை புனஸ்காரங்களுக்கு என்ன பலன்?"

அவர் "இதென்ன வம்பு? ஆசாமி சும்மா இருந்தால் சாமி என்ன செய்யும்?" என்றார்.

"அப்போது தெய்வம் இல்லை. சரிதானே?"

இதைக்கேட்டதும் எழுத்தாளர் மனைவியின் மனம் வேதனை அடைந்தது. கிருஷ்ணா! இதென்ன சோதனை! அவர் கண்ணிலிருந்து ஒரு சொட்டு கண்ணீர் வடிந்தது. தலை சுற்றியது. அவர் சாப்பிட வேறு இல்லை. காலையில் ஸ்வாமிக்கு நைவேத்தியம் செய்து வைத்திருந்த பாயாசத்தை ஒரு கரண்டி எடுத்து வாயில் போட்டுக்கொண்டார். சாமிதானே என்று பாயாசத்தில் அவர் சர்க்கரையே போட்டிருக்கவில்லை. இன்றைய சமூகம் எழுத்தாளனின் மனைவியை இப்படித்தான் வைத்திருக்கிறது. அவருக்கு ஆயாசமாக வந்து கண்ணை மூடிக்கொண்டார். அப்போது யாரோ அவரை "அம்பா" என்று அழைக்கும் குரல் கேட்டது. கனவு என்று நினைத்துக்கொண்டார்.

இல்லை. அந்தக் குரல் மறுபடி அழைத்தது.

அவர்கண்களைத்திறந்தார். எதிரே இடுப்பில் ஒரு அரைஞாண் மட்டும் கட்டியபடி மிகப் பிரகாசமாக ஜ்வலிக்கும் மணியோடு ஒரு குழந்தை நின்றிருந்தது.

"அம்பா நான்தான் உன்னிகிருஷ்ணன் வந்திருக்கிறேன். ஏன் என்னை அழைத்தாய்?"

ஏணிப்படிகள் - பதிமூன்றாம் பாகம்

அதே நேரம் பக்கத்து வீட்டில்.

மொட்டைமாடியில் துணி எடுத்துக்கொண்டு கீழே போன அந்தப் பெண் "அந்தாளு வந்துட்டான்" என்றாள்.

அங்கே உடற்பயிற்சி செய்துகொண்டிருந்த காரிகன் "அவ்வளவு சீக்கிரமாகவா?" என்றபடி எழுந்தார். .

"நீ உடனே தயாராகு."

"நான் எப்போதும் ரெடி" என்றவர் "மாடஸ்டி நீ மாடஸ்டி ப்ளைசி என்பதால் எப்போதும் பிராவை அணிந்தே காட்சி அளிக்கவேண்டும் என்பது இல்லைதானே?"

"உனக்கு இந்த காமிக்ஸ் வாசகர்களைத் தெரியாது காரிகன். தமிழ் நாட்டில் ஒரு தலைமுறையே பிரா அணிந்து பார்த்த முதல் பெண் நானாகத் தான் இருப்பேன். எனக்கென்று ஒரு கலாச்சாரக் கடமை இருக்கிறது."

"ஆனால் தமிழ்நாட்டு காக்காவுக்கு இந்தக் கலாச்சார மெல்லாம் தெரியாது போலிருக்கிறதே. அது எல்லாவற்றையும் தூக்கிப் போய்விடுகிறது. மாதம் முப்பது பிரா வாங்கினால் கடைக்காரன் சந்தேகப்படமாட்டானா?"

இதைக் கேட்டதும் மாடஸ்டி பிளைசி தனது ஜெர்கின் உடையை அணிவதை நிறுத்திவிட்டு காரிகனின் அருகில் வந்தார்.

அவர் உதடுகளின் மிக அருகில் நின்றவாறு நிமிர்ந்து அவர் கண்களை ஆழப் பார்த்து புன்னகை புரிந்தார்.

பிறகு சொன்னார்.

"காரிகன், என் அன்பே! அவை காகங்கள் அல்ல! ட்ரோன்கள்! அவை பெண்டகனுக்கு எடுத்துச் செல்வது என் உள்ளாடைகளை அல்ல. ரகசியச் செய்திகளை!"

113

கொரோனா டைம்ஸ்

இரண்டு மணி நேரமாக ஒரு வாகனத்தையும் கூட காண வில்லை.

ஊரே மயானம் போலிருந்தது.

தெரு நாய்கள், பைத்தியக்காரர்கள், பிச்சைக்காரர்களைக் கூட காணவில்லை.

ஒரே ஒரு காகம் மட்டும் எங்கோ கரைந்துகொண்டிருந்தது.

கீதா "வேணும்னா நடப்போமா?" என்றாள்.

"ஏழு கிலோ மீட்டர் இத்தனை பையையும் தூக்கிட்டு நடப்பியா?"

"வேற வழி. புறப்படும்போதே சொன்னேன்"

"நீ உன் பிலாக்கணத்தை ஆரம்பிக்காதே. திடீர்னு இப்படி ஊரடங்கு போடுவாங்கன்னு எனக்கு எப்படி தெரியும்?"

"அதான் வாட்சப்ல டிவில எல்லாம் கத்திட்டே இருந் தாங்களே."

"அதைப் பார்க்கறதுதான் என் வேலையா"

"நீங்க அதைப் பார்க்கறதே இல்லையா?"

"நீ இப்போ பேசாம இருக்கப் போறியா இல்லியா?"

கொஞ்ச நேரம் அவர்கள் அப்படியே நின்றிருந்தார்கள்.

"உங்க நண்பர்கள் யாருமே ரெஸ்பாண்ட் பண்ணலியா?"

"... ... ..."

"நான் வேணா ஆட்டோ கூப்பிடவா."

"ஆட்டோ மட்டும் வருவானாக்கும்."

"... ... ..."

"இங்கேயே கிடந்து செத்தாலும் சரி. அவன் வரக்கூடாது."

"எழவு. அவன்போன்நம்பர்இருக்காஇன்னும்உன்கிட்டே?"

"... ... ..."

"நாயே பேசித்தொலை."

அவள் சற்று தள்ளிப் போய் போன் செய்தாள்.

சற்று நேரத்தில் அந்த தனிமையான சாலையில் அவனது ஆட்டோ மட்டும் கிளம்பி வந்தது.

"ஏறுங்க சார்."

போகும்போது அவன் இடது கன்னம் வீங்கியிருந்ததை கீதா கவனித்தாள். அவள் கவனிப்பதைக் கண்ணாடியில் பார்த்துவிட்டு அவன் "வரும்போது ஒரு டிசி கிட்ட கொஞ்சம் உரசல் ஆயிடிச்சு. என்ன ஆனாலும் நான் போகணும்னு வந்துட்டேன்"

கீதா கணவனைப் பார்த்தாள். அவன் பல்லைக் கடித்துக் கொண்டு அவர்களை வெறுப்புடன் பார்த்தான்.

பிறகு "ரெகுலர் பேர் தான் தருவேன்" என்றான்.

114

ஒரு நடிகையின் கதை

சிலவருடங்களுக்கு முன்பு இதே கொல்லத்தில் ஒரு கடற்கரை ஓட்டலில் தங்கியிருந்தேன். இரவு பக்கத்து அறையிலிருந்து ஒரே சத்தம் கேட்டுக்கொண்டே இருந்தது. நான் புகார் பண்ணினேன். மேனேஜர் மன்னிப்பு கேட்டுக்கொண்டு அங்கே சென்று சத்தம் போட்டார். கொஞ்ச நேரம் சத்தம் இல்லை. பிறகு மறுபடியும் சத்தம். பிறகு மேனேஜர் இன்னும் சிலரைக் கூட்டிவந்து சத்தம் போடும் நபரை அறையிலிருந்து வெளியேற்றி எங்கோ அழைத்துப் போனார்கள். அந்த நபரை எங்கோ பார்த்தது போல் இருந்தது. காலையில்தான் நினைவு வந்தது. அவர் ஒரு மலையாள நகைச்சுவை மற்றும் குணச்சித்திர நடிகர். நான் எழுந்து கீழே வரும்போது அவர் ரிஷப்ஷனில் தலையைப் பிடித்தபடி அமர்ந்திருந்தார். என்னைக் கண்டதும் எழுந்து "சாரி. இன்னலே குறைச்சுக் கூடிப்போயி" என்றார். நான் "நிறைய மலையாள நடிகர்கள் குடியினால் அழிந்திருக்

கிறார்கள்” என்றேன். அவர் “சரியானு” என்றார். ”ஆனால் என்னால் முடியவில்லை” என்றார். பிறகு அவர் எழுந்து என்னுடன் காலைநடைக்கு வந்தார். “சின்ன வயதிலிருந்தே நான் நாடகம், மிமிக்ரி என்று இருந்துவிட்டேன். லோக்கல் ட்ராமா குரூப்களில் நடித்துக்கொண்டு இருந்தேன். அப்போது குடி ஒரு கொண்டாட்டமாக இருந்தது. ஆனால் அப்போதே கொஞ்சம் கூடுதல்தான். ஒரு கட்டத்தில் அச்சன் இவனை இப்படியே விடக்கூடாது என்று எனக்கு கொட்டாரக்கரை ஜங்க்ஷனில் ஒரு கடையும் வைத்து பொண்ணும் கட்டி வைத்தார். ஆனால் எனக்கு கடை நடத்தத் தெரியவில்லை. அதற்கான புத்தி எனக்கு இல்லை. என் மனைவிதான் அதைப் பார்த்துக்கொண்டாள். நான் எப்போதும் போல் நாடகம் சாகித்யம் என்றே திரிந்தேன். நானே ஒரு நாடகக் கம்பனி ஆரம்பித்தேன். அதற்கு பணம் வேண்டுமல்லவா? கடையிலிருந்து எடுப்பேன். வீட்டில் சண்டை வரும். ஒரு முறை சண்டையில் அவளது அச்சன் என்னை செவிட்டில் அறைந்துவிட்டார். நான் மதுவில் விஷம் கலந்து குடித்து சாகக் கிடந்தேன். கடையை விற்றுதான் என்னைக் காப் பாற்றினார்கள். அதன்பிறகு சுமார் ஒரு ஒருவருடம் போல் நான் ஒழுங்காக இருந்தேன். அப்போது நல்வாய்ப்பாகவோ கெடுவாய்ப்பாகவோ சினிமாவில் ஒரு ரோல் கிடைத்தது. ஒரு நாற்பது படங்கள் தொடர்ச்சியாக நடித்தேன். மோகன்லால், மம்முட்டி கூடவெல்லாம் நடித்தேன். பிறகு மறுபடியும் குடி மெதுவாக ஆரம்பித்தது. மலையாள சினிமாவில் குடிக்கா மல் இருப்பது கஷ்டம். ஒரு குடிவிருந்தில் குடித்துவிட்டு மம்முட்டியைத் தவறாகப் பேசிவிட்டேன். அதிலிருந்து எனக்கு பட வாய்ப்புகளே வரவில்லை. வீட்டில் மறுபடி சண்டை. குழந்தைகளுக்கு பள்ளி பீஸ் கட்டக் கூட பணம் இல்லை. கடன், வட்டி. டிவியில் நடிக்கலாம் என்று போனேன். அது வேறு உலகம். ஒரு நாளைக்கு இரண்டு ஷிப்ட். ஏறக் குறைய சுமை துக்குகிறவர் வேலைபோலதான். அங்கேயும் பணம் தராமல் ஏமாற்றுகிறவர்கள் இருந்தார்கள். இடையில் மஞ்சள் காமாலை வேறு வந்துவிட்டது. உடம்பு உருகிவிட்டது. ஒரு நடிகனுக்கு அவனது உடம்புதான் மூலதனம். அது இல்லாவிட்டால் அவன் யார்? மோகன்லால் சொன்னார் என்று

ஒரு ஆயுர்வேத சிகிச்சை மையத்துக்குப் போனேன். நாற்பது நாள் சிகிச்சை. பத்தாவது நாள் என்னைக் கண்ணாடியில் பார்த்தேன். இவ்வளவு நாள் போதையில் நான் சரியாக என்னைப் பார்த்திருக்கவில்லை. என் உடம்பு மொத்தமாகவே உளுத்துவிட்டது. இனி நான் நடிக்கவே முடியாது."

நான் சற்று நேரம் அமைதியாக இருந்தேன். "போகட்டும். நடிக்க வேண்டாம். இனியாவது குடும்பத்தோடு இருங்கள். குடும்பம்தான் எல்லாவற்றையும் விட முக்கியம்"

அவர் சட்டென்று நடு வீதியிலேயே உடைந்து அழுதார். "அய்யோ என் குடும்பமும் போய்விட்டது. போன வாரம் என் சொந்த வீட்டில் என் படுக்கையில் என் மனைவி எனக்கு காசு தராமல் ஏமாற்றிய டிவி ப்ரொட்யூசருடன் இருப்பதைப் பார்த்தேன்!"

நான் அதிர்ந்து அப்படியே நின்றுவிட்டேன்.

அடுத்த சில வருடங்களில் அவர் இறந்துவிட்டதாக பத்திரிகை யில் பார்த்தேன். பார்த்த அன்று கடும் மன உளைச்சல் ஏற்பட்டு பாருக்குட்டியைப் பார்க்கப்போனேன். அவள் டிவி பார்த்துக்கொண்டிருந்தாள்.

நான் அவளிடம் இந்தக் கதையைச் சொன்னேன். அவள் கேட்டுக்கொண்டிருந்துவிட்டு டிவியைக் காண்பித்தாள்.

"இதோ ஈ சீரியலை நோக்கு. " என்றாள். "இதில் பிரதான பாத்திரம் நீ பறஞ்ச ஆளோட பார்யா தன்னே."

115

A fine balance

இந்தக் காலகட்டத்தின் அழுத்தமாக இருக்கலாம். நேற்று இரவுப் பணியில் தூங்காமல் இருக்கும் பொருட்டு இடை இடையே ரோகிண்டன் மிஸ்ட்ரியின் இந்த நாவலைப் படித்துக்கொண்டிருந்தேன். ஒரு இடைவெளிக்குப் பிறகு படிக்கும் இந்திய ஆங்கில நாவல். கடைசியாகப் படித்த நாவல் அமிதவ் கோஷுடைய *Calcutta chromosomes*. அமிதவ் கோஷ் போலவோ ஜும்பா லஹரி போலவோ வேகமான

அல்லது அடர்த்தியான மொழி அல்ல மிஸ்ட்ரியுடையது. அதுதான் என்னை ஏமாற்றிவிட்டது என்று நினைக்கிறேன். எமர்ஜன்சி காலகட்டத்தில் பம்பாயில் நடக்கும் கதை. முதலில் தையல் வேலைக்கு நகரத்துக்கு வரும் இருவரை விவரிப்பதாக ஆரம்பிக்கிறது. அவர்கள் ஒரு மத்திய வயது பார்சி விதவையைத் தேடிப் போகிறார்கள். டைனா என்கிற அந்தப் பெண்ணின் இளவயது வாழ்க்கைக்குள் கதை செல் கிறது. அவள் குடும்பம் எப்படி அவளது தந்தையின் திடீர் இறப்புக்குப் பின்பு நிலை இறங்கி கீழ் மத்திய வர்க்க வாழ்க்கைக்கு வந்தது என்பது சொல்லப்படுகிறது. டாக்டரின் மகளான டைனா ஒரு கம்பவுண்டரை மணந்துகொள்ள நேரிடுகிறது. ஆனால் அவனுடன் அவள் அந்த சிறிய இடுகலான வாடகை வீட்டில் சந்தோஷமாகத்தான் வாழ்ந்தாள். அவர்கள் இருவரும் அடிக்கடி இசைக் கச்சேரிகள் செல்வார்கள். இலவச இசைக் கச்சேரிகள். அங்கேதான் அவர்கள் காதல் ஆரம்பித்தது. முதல் திருமண நாள் அன்று அவர்கள் தங்களது வருடாந்திர சேமிப்பிலிருந்து ஹோட்டல் போய்ச்சாப்பிட்டுவிட்டு ஆங்கிலப் படம் ஒன்று பார்க்கிறார்கள். ஒரு சண்டைப் படம். இரண்டாவது வருடம் ஒரு காதல் படம். மூன்றாவது வருடம் வீட்டுக்கு அவளது அண்ணன், அண்ணி அவர்கள் குழந்தைகளை அழைத்து சிறிய இரவு விருந்து அளிக்கிறார்கள். முடிவில் குழந்தைகளுக்கு ஐஸ்கிரீம் வாங்குவதற்காக டைனாவின் கணவன் சைக்கிளை எடுத்துக்கொண்டு போகிறான். வீட்டில் டைனாவும் அண்ணனும் பழைய கதைகளைப் பேசிச் சிரித்துக்கொண்டிருக்கிறார்கள். அவன் வரவில்லை. சற்றே கவலையுற்று டைனாவும் அவளது அண்ணனும் தேடிப் போகிறார்கள். சாலையில் யாருமே இல்லை. சற்று தூரம் போனதும் ஓரிடத்தில் மட்டும் சிலர் நிற்கிறார்கள். ஒரு சைக்கிள் நெளிந்து கிடக்கிறது.

“யாரோ ஒரு லாரிக்காரன். தலை மொத்தமா நசுங்கி ஸ்பாட் அவுட்”

நான் இந்த இடம் வந்ததும் சட்டென்று உடைந்து அழுது விட்டேன். நான் அந்த அதிர்ச்சியை எதிர்பார்த்திருக்கவில்லை. அப்படி ஒன்று நிகழப்போகிறது என்று யூகிப்பதற்கான சமிக்கைகள் எதுவும் நாவலில் அதுவரை இல்லை. அருகில் இருந்தவர் “என்ன சார் என்னாச்சு?” என்று பதறினார்.

என்னால் என்னைக் கட்டுபடுத்திக்கொள்ளவே முடியவில்லை. முழு டீமும் இப்போது விழித்துக்கொண்டு என்னையே அதிர்ச்சியுடன் பார்த்துக்கொண்டிருந்தது. நான் "ஒன்றுமில்லை. கதையில்..." என்று விளக்க முயன்றேன். ஆனால் கேவல்கள் என்னையும் மீறி வந்துகொண்டே இருந்தன எனக்கே ஒரு புறம் ஆச்சர்யமாகவும் அவமானமாகவும் இருந்தது. இன் னொரு புறம் நாவலைத் தொடர்ந்து படிக்க அச்சமாகவும் இருந்தது. நான் வெளியே வந்து நள்ளிரவு என்றும் பாராமல் பாருக்குட்டிக்குப் போன் செய்தேன். "எனக்கு என்னாயிற்று? நான் உடைந்துகொண்டிருக்கிறேனா?" என்று தேம்பினேன். "எனக்கு பயமாக இருக்கிறது."

அவள் மவுனமாக இருந்தாள்.

பிறகு "இதனால்தான் கதை சொல்கிறவர்களை எழுத்தாளர் களைப் பலர் வெறுக்கிறார்கள். அஞ்சுகிறார்கள்." என்றாள். "ஒரு நல்ல கதை சொல்லி குரூரனாகவும் இரக்கமில்லாதவனாக வும் இருப்பான். அவனுக்குக் கதைகள்தான் முக்கியம். அதில் வருகின்ற மனிதர்கள் அல்ல" என்றாள். "கடவுளைப் போலவே. அந்தப் பெரிய கதைசொல்லி. அவன் கதையில் வருகிற பாத்திரங்கள் உன்னையும் என்னையும் என்ன செய்யப் போகிறான்? என்ற அச்சம் உனக்கு வந்துவிட்டது" என்றாள். "பொம்மலாட்ட பதுமைகள் கயிறாட்டுகிற கையைத் திரும்பிப் பார்க்க முயல்கிற பயங்கரத் தருணம். மோகினியின் கொலுசு ஓசை நின்று போனால் திரும்பிப் பார்க்காதே முட்டாளே."

*

நான் எல்லாவற்றையும் பார்த்திருக்கிறேன். உறங்குகை யிலும் புன்னகை அழியாத பெண் தன்னை அழித்துக்கொண் டதைப் பார்த்திருக்கிறேன். அவள் சாவு வீட்டில் "இவளுக்கு என்ன கஷ்டம்னு இப்போ தூக்கு போட்டுக்கிட்டா?" என்று பேசிய நபர் கடன் தொல்லை என்று பூச்சி மருந்து சாப்பிட்டு கொடூரமாக துடித்து இறந்ததைப் பார்த்திருக்கிறேன். இரவில் அவர் உடலுக்காகப் பிணவறையில் அவர் இரண்டாவ தாக கட்டிய மனைவியுடன் காத்திருந்திருக்கிறேன். அழுதழுது ஓய்ந்த அவள் "இந்த புள்ளை சாயங்காலத்தில இருந்து ஒன்னுமே சாப்பிடலை. பாலும் வர மாட்டேங்குது. இதுக்கு

எதாவதும் வாங்கிக் கொடேன்" என்று தூக்கிக் கொடுத்த குழந்தையுடன் நள்ளிரவில் ஹைகிரவுண்ட் ஆஸ்பத்திரி டீக்கடைகளில் ஏறி இறங்கியிருக்கிறேன். உயிர் காக்கும் நுணுக்கமான ஆப்பரேஷன் ஒன்றை செய்துவிட்டு நேராக ரயில் முன்னால் போய் விழுந்த டாக்டரை நான் பார்த்திருக்கிறேன். இவர்களை எல்லாம் வேடிக்கை பார்த்த என்னை வேடிக்கை பார்ப்பவர் யார் என்று எண்ணி எண்ணிப் பதறி இரவுகளில் விழித்திருக்கிறேன்.

*

நாம் பொதுவாக தற்கொலை செய்துகொள்கிறவர்களை கோழைகள் என்று நினைக்கிறோம். எனது நண்பர்கள் சிலர் தற்கொலை செய்திருக்கிறார்கள். அவர்கள் அபாரமான மன வலிமை உடையவர்கள் என்பதை நான் அறிவேன். தற்கொலை செய்துகொள்கிறவரை மற்றவர்கள் ஆறுதல் தேடிச்செல்லுகின்ற நபர்களாகதான் அவர்கள் இருந்தார்கள். மற்றவர்களின் துக்கங் களுக்கும் வேதனைகளுக்கும் தோள் கொடுப்பவர்களாக. அவர்களது இந்த குணமே அவர்களைத் தற்கொலை நோக்கித் தள்ளிவிட்டதோ என்று நினைத்ததுண்டு. அவர்கள் யார் முன்னாலாவது குழைந்து அழுதிருந்தால் அவர்கள் அந்த முடிவுக்குப் போயிருக்கமாட்டார்கள் என.

அதே போல் டிப்ரஷன். மனச்சிதைவு போன்ற பிரச்சினை களுக்கு ஆட்படுகிறவர்கள் பலவீனமான மனதுடையவர்கள் என்று கருதுகிற பழக்கமும் உண்டு. ஒருமுறை மதுரையில் உள்ள மனநல மருத்துவரிடம் எனது உறவினர் பையனைக் கூட்டிப் போயிருந்தேன். "சிறு வயதிலிருந்தே இவன் ரொம்ப பலவீனமான மன அமைப்பு உடையவன் டாக்டர்" என்பது போல் ஏதோ சொல்லிக்கொண்டிருந்தேன். சரியாகச் சொல்ல விடாமல் பக்கத்துக் கோயிலிலிருந்து ஸ்பீக்கர்கள் அலறிக் கொண்டிருந்தன மதுரைக்கே உரிய அலறல். என் முகத்தைப் பார்த்த டாக்டர் "நீங்கள் உங்கள் மனம் வலுவானது என்றும் இவன் மனம் பலவீனமானது என்றும் நினைக்கிறீர்களா? உங்களால் ஐந்து நிமிடம் இந்த ஸ்பீக்கர் ஒலியைத் தாங்க முடியவில்லை. இவன் தலைக்குள் எப்போதும் இருபத்தி நாலு மணி நேரம் இதுபோல் ஒரு ஸ்பீக்கர் கத்திக்கொண்டே

இருக்கிறது. அதோடு அவன் ஆபீசுக்குப் போய் கேஷியர் போன்ற கவனம் தேவைப்படும் வேலைகளையும் செய்து கொண்டு இருக்கிறான். யார் மனம் வலுவானது? யார் மனம் பலவீனமானது?"

*

சில நாட்களுக்கு முன்பு தற்கொலையை மிகத் தீவிரமாக விரும்பினேன். வழக்கமாக அதைத் தடுக்கும் உபாயங்கள், எண்ணங்கள் எதுவும் பலன் அளிக்கவில்லை. இது போன்ற நேரங்களில் முன்பு மகளை நினைத்துக் கொள்வேன். இப்போது அவளும் என் மீது அவளது சக்தியை இழந்துவிட்டாள் என்று தோன்றியது. இனி அவள் நான் இல்லாமலே சமாளித்துக் கொள்வாள் என்று தோன்றியது. நான் இல்லாமல் இருப்பது சில நேரங்களில் அவளுக்கு நல்லதாகக் கூட இருக்கக் கூடும். வழக்கமாக இதுபோன்ற தருணங்களில் அழைக்கும் மிகச் சில நண்பர்களை அழைக்க முயன்றேன். அவர்கள் பிஸியாக இருந்தார்கள். அவர்களும் என்ன சொல்லிவிடப் போகிறார்கள் என்று ஒரு சலிப்பு ஏற்பட்டது. நான் தற்கொலை பற்றி ஆல்பர்ட் காமு எழுதிய The myth of sysiphus புத்தகத்தை எடுத்து படிக்க முயன்றேன். புத்தகத்தின் ஆதாரக் கேள்வி நாம் ஏன் தற்கொலை செய்துகொள்ளக் கூடாது என்பதற்கு சரியான பதில் இருக்கிறதா என்பதுதான். எல்லாம் வியர்த்தம். சிசிபஸ் பாதாளத்திலிருந்து பாறையை உச்சி நோக்கித் தள்ளுகிறான். அது மீண்டும் உருண்டு உருண்டு பாதாளத்துக்கு வந்துவிடுகிறது. மீண்டும் உச்சி நோக்கித் தள்ளுகிறான். மீண்டும் அது உருண்டு விழு கிறது. உலகில் சிலருக்கு மட்டுமான விதி இது. ஜோதிடத்தில் இதை சகட யோகம் என்கிறார்கள். யோகம்! சிசிபஸின் விதி எவ்வளவு கொடியது! அவனுக்கு அவன் விதியின் மீது சலிப்பு ஏற்படுவதில் பிழை எதுவும் உண்டா என்ன? நான் படித்துக் கொண்டே உறங்கிவிட்டேன்.

அன்று நான் தற்கொலை செய்து கொள்ளாததற்கு ஒரே ஒரு காரணம்தான். அன்று நான் மிகவும் களைத்திருந்தேன்.

*

ஒருமுறை எனது ஆசான் ஒருவர் சொன்னார். "தற்கொலை செய்துகொண்டாலும் சிலர் உன்னை நேசிக்க மாட்டார்கள்.

தற்கொலை செய்துகொண்டாலும் சிலர் உன்னை மதிக்க மாட்டார்கள். தற்கொலை செய்துகொண்டாலும் சிலர் உன்னை நினைவில் வைத்துக்கொள்ள மாட்டார்கள். ஒரு போதும் மற்றவர்க்காக தற்கொலை செய்துகொள்ளாதே அவ்வளவுதான்."